अभिप्राय

समृद्ध आकलनशक्तीचा सौंदर्यपूर्ण आविष्कार

बेळगाव, तरुण भारत २६-८-२००१

गुलजार लेखणीतून उमटलेलं 'रावीपार'

दैनिक पुढारी, ३०-६-२००१

कवितेचा स्पर्श असलेल्या कथा

महाराष्ट्र टाइम्स, २९-७

फाळणीच्या वेदनांची कथारूपे

दैनिक सामना १७-६

रावीपार

लेखक

गुलज़ार

अनुवाद

विजय पाडळकर

मोहन वेल्हाळ

मेहता पब्लिशिंग हाऊस

Please contact us at **Mehta Publishing House,** Pune 411030.
✆ +91 020-24476924 / 24460313 / Mob. No. 9545000513
Email : production@mehtapublishinghouse.com
Website : www.mehtapublishinghouse.com

RAVIPAR by GULZAR

Translated into Marathi Language by Vijay Padalkar & Mohan Velhal

रावीपार / अनुवादित कथासंग्रह

अनुवाद : विजय पाडळकर / मोहन वेल्हाळ

Email : author@mehtapublishinghouse.com

प्रकाशक : सुनील अनिल मेहता, मेहता पब्लिशिंग हाऊस,
१९४१, सदाशिव पेठ, माडीवाले कॉलनी, पुणे – ४११ ०३०.

मुद्रक : ट्रिनिटी ॲकॅडमी फॉर कॉर्पोरेट ट्रेनिंग लिमिटेड

मुखपृष्ठ : चंद्रमोहन कुलकर्णी

प्रकाशनकाल : मार्च, २००१ / नोव्हेंबर, २००१ / मे, २००४ /
नोव्हेंबर, २००७ / मार्च, २०११ / फेब्रुवारी, २०१५ /
पुनर्मुद्रण : जानेवारी, २०२०

किंमत : ₹ २००

P Book ISBN 9788177662597
E Book ISBN 9788184986600
E Books available on : amazonkindle Apple Books Google Play Books

---

राखी,

तुझ्याचसाठी !

घडलं असं, की...

'शायरी' करायला सुरुवात केली, तेव्हा काफिया-रदीफ (उपान्त्ययमक-अन्त्ययमक) जुळवताना स्वत:तलं कौशल्य तीव्रतेनं जाणवायचं. स्वत:च्या कर्तृत्वाची प्रचीती यायची.
'मुशायऱ्यां'मधे शेर म्हणत असतानाच श्रोत्यांची दाद कानांवर आदळायची. त्यामुळं आपण 'शायर' आहोत, हा विचार विलक्षण गौरवपूर्ण वाटायचा.
–आणि हे सारं चुटकीसरशी घडून यायचं.
कथा ऐकवण्यात श्रोत्यांच्या तत्पर पसंतीची ही गंमत मुळीच नाही. कथा अगदी ऐकवलीत, तर 'वा, वा' किंवा 'छान!' किंवा अगदी डोक्यावरून पाणी म्हणजे 'अरे, वा, उत्तम!' याहून अधिक प्रशंसा नाही.
मुशायऱ्यात वेड्यासारखी वारंवार मन:पूर्वक दिली जाणारी दाद, चैतन्यानं उसळणारी प्रशंसा कथाकथनात कुठं मिळते!
शायरी ही अशा प्रकारे सुरू झाली.

गद्य साहित्यही वाचत असायचो. कधी एखादी कथा असा दंश करायची, की पुढं कित्येक दिवस घायाळ असायचो. शायरीत एकापुढं एक शेर जुळत जाई. परंतु कथेचा नशा महिनोन् महिने उतरायचा नाही. तेव्हा वाटायचं, एकदा कथा लिहून पाहायला काय हरकत आहे?
कथा लिहायची, म्हणजे प्रदीर्घ तितिक्षेशी सामना करावा लागतो. आता या वयात अशी तितिक्षा करणं सहज शक्य आहे; पण त्या वयात तो फारच कस काढणारा प्रकार वाटे.

अशा पद्धतीनं कथालेखन सुरू तर झालं.
या उद्यमाला अपेक्षित यश मिळालं नाही, नावलौकिक तर नाहीच.

चरितार्थासाठी म्हणून एवढं गद्य साहित्य वाचावं आणि लिहावं लागायचं, की कविता ही फक्त एकांतवासातील सहचरी झाली. चित्रपटांसाठी पटकथा-संवादांचं

लेखन करण्याचा कंटाळा आला, की कवितेच्या झोपडीत येऊन आश्रय घेतला जायचा. पण गाणी तरी कुठं मिळत लिहायला? मग 'शायरी' मंदाग्नीवर 'शिजत' राहिली.

कथांच्या बाबतीतला माझा अनुभव विलक्षणच आहे. कथाबीजं धबधब्यासारखी कोसळत. कधी दूरच्या प्रवासासाठी निघालो, की पूर्ण कथाच समूर्त, साकार होऊन मन:पटलावर उभी राहायची.
कधी कधी डायरीतल्या पानांवर नोंदवलेल्या टिपणांत आढळायची.

चित्रपटासाठी कथा-पटकथा-संवाद लिहिताना एखादं पात्र 'आत घ्या' म्हणून दार ठोठावीत राहायचं. कधी अचानक सुचायचं किंवा अनपेक्षितपणे कथौघात येऊन मिसळायचं, 'मोल्ड' व्हायचं, किंवा पटकथेचा विचार चालू असताना अचानक विलक्षण सिच्युएशन निर्माण व्हायची, की त्या वेळी वाटायचं, अरे, ह्याच्यावर छानपैकी कथा लिहिता येईल!
मानवी जीवनाचा समूर्त साक्षात्कारच घडायचा.

मानवी संबंधांचे पदर उलगडत असताना एक नवाच नातेसंबंध दृष्टिपथात आला, की त्याच्यावर कथा लिहिली जायची. ज्यांचा समावेश चित्रपटाच्या पटकथेत होऊ शकत नसे, ती पात्रं वेगळी नोंदवून ठेवली जायची.
काही कथाबीजं तर गळवांसारखी उमटली. ही भोवतालची परिस्थिती, वातावरण आणि समाज यांची देणगी होती.

कधी गीतं लिहून तोंडात गोळा झालेलं रक्त थुंकून टाकलं आणि कधी कथा लिहून व्रणांवर उपचार केला.

पण एक : गीत असो, की कथा, या उपचार म्हणून वापरता येऊ शकत नाहीत. तो एक उसासा असतो, किंकाळी असतो किंवा सहवेदनपर हुंकार सुद्धा असू शकतो. मानवी दु:खांवर कोणताही उपचार लागू पडत नाही. साहित्य मानवी दु:खांना फक्त उद्‌गार देतं – भावी काळासाठी भूतकाळाचं एक लिखित स्मरण म्हणून!

– गुलज़ार

मनोगत

हिंदी चित्रपटसृष्टीतील सुप्रसिद्ध गीतकार, संवाद-लेखक आणि दिग्दर्शक गुलज़ार हे तुम्हां-आम्हां मराठी वाचक-रसिकांना मुळीच अपरिचित नाहीत. त्यांच्या चित्रपटांतून, गीतांतून त्यांची आणि आपली अप्रत्यक्ष ओळख झालेली आहेच.

त्यांच्या लेखणीतून उतरलेल्या कथांचा 'रावीपार' हा मराठीत अनुवाद होत असलेला पहिलाच संग्रह.

या संग्रहात संगृहीत झालेल्या प्रत्येक कथेची आणि / अथवा पात्राची जन्मकथा अतिशय विलक्षण आहे.

हा कथासंग्रह प्रथमत: उर्दूत– उर्दू भाषेत (लिपीत नव्हे!) प्रसिद्ध झाला. त्याचा नंतर इंग्रजी भाषेतही अनुवाद झाला. तोही संग्रह प्रसिद्ध झाला.

मेहता पब्लिशिंग हाऊसच्या संस्थापनेपासूनचे आमचे मित्र,लेखक आणि कवी श्री. अरुण शेवते हे गुलज़ारांच्या निकटच्या परिवारातले. त्यांच्यामुळे या कथासंग्रहाच्या मराठी अनुवादाच्या प्रकाशनाचे हक्क आमच्याकडे आले.

या कथांचा अनुवाद मराठी भाषेतील सुप्रसिद्ध साहित्य-आस्वादक श्री. विजय पाडळकर आणि आमच्या प्रकाशनसंस्थेशी संबद्ध असलेले श्री. मोहन वेल्हाळ या दोघांनी केलेला आहे.

या संग्रहाच्या रूपाने गुलज़ार कथालेखक म्हणून केवढे श्रेष्ठ आहेत, याची प्रचीती वाचकांना येईल.

या संग्रहाच्या निर्मितीसाठी ज्यांचे ज्यांचे सहकार्य आम्हांला लाभले, त्या सर्वांचे आम्ही मन:पूर्वक ऋणी आहोत.

– प्रकाशक

अनुक्रमणिका

भय

जीवघेण्या भीतीनं त्याच्या शरीरातील नसन् नस ताणल्यासारखी झाली होती; आणि बसून-बसून गुडघे लटलटा कापत होते. कोणत्याही क्षणी शुद्ध हरपेल, अशी त्याची अवस्था झाली होती.

शहरात दंगे सुरू होऊन चार दिवस झाले होते. सकाळी थोडा वेळ आणि संध्याकाळी थोडा वेळ कर्फ्यूत सूट दिली जात होती.

कर्फ्यू उठला, की काही जण पटापट जीवनावश्यक वस्तू खरेदी करून घेत. काही घाई-गडबडीनं मारहाण करत, आगी लावत, चाकू चालवत आणि काही मुडदे पाडून, कर्फ्यू पुन्हा सुरू होईतो आपापल्या घरात जाऊन बसत.

मुंबईत गरमागरम बातम्यांचा आणि उष्ण रक्ताचा ओघ सतत भळभळत होता; परंतु रेडिओ-टी.व्ही.वरून मात्र सांगितलं जात होतं, की शहरातील परिस्थिती पूर्णपणे नियंत्रणाखाली असून, जनजीवन हळूहळू सुरळीत होत आहे.

परिस्थिती सुरळीत होत आहे, हे सिद्ध करण्यासाठी कालपासून लोकल गाड्याही रात्री उशिरापर्यंत चालू ठेवण्यात आल्या होत्या. बहुतेक डबे रिकामेच होते; पण रुळांवरून येणाऱ्या-जाणाऱ्या प्रकाशकिरणांनी चार दिवसांचा काळोख थोडा कमी झाल्याचा भास होत होता. रेल्वे-मार्गाच्या दोन्ही बाजूंना असणाऱ्या वस्त्यांतील दबलेल्या दगडी शांततेला लोकल्सच्या येण्या-जाण्यामुळं तडे जात होते आणि मनाला हुरूप येत होता. उभारी येत होती.

यासीन गाडीचा आवाज ऐकत होताच; पण ती चालू झाली आहे, हे उठून पाहतही होता.

पाच दिवस झाले, आपल्या घरापासून तो जणू अदृश्य झाला होता.

आता तर वाट पाहणं संपून त्याचा शोध सुरू झाला असेल.

संध्याकाळ झाली. त्याला आता दम धरवेना. कर्फ्यू उठताच तो अंधेरी स्टेशनवर येऊन पोहोचला. प्लॅटफॉर्म जवळजवळ निर्मनुष्य होता. इंडिकेटरवर गाडीची वेळ चमचमत होती. गाडी नेहमीसारखी नव्हे, तर सावधपणे हळूहळू स्टेशनात येऊन दाखल झाली– जणू तीही घाबरल्यासारखी वाटत होती. प्रत्येक डब्यात एखादा-दुसराच प्रवासी दिसत होता.

कुठल्या डब्यात शिरावं, याचा निर्णय त्याला घेता येईना. बहुसंख्य तर हिंदूच आहेत ना! दोन-दोन, चार-चारच्या घोळक्यांत ते इथंतिथं बसले होते.

तो प्लॅटफॉर्मवरच थोडा वेळ उभा राहिला आणि गाडी चालू होताच एक रिकामा डबा निवडून, उडी मारून वर चढला.

त्यानं सर्व डबाभर बारकाईनं नजर फिरवली.

डब्यात कुणीही प्रवासी दिसत नव्हता.

मग डब्याच्या एका कडेच्या शेवटच्या बाकावर, कोपऱ्यातल्या सीटवर तो मुरून बसला. इथून सारा डबाभर नजर ठेवता येत होती.

गाडीनं वेग घेतला, तसा त्याच्या जिवात जीव आला.

अचानक डब्याच्या दुसऱ्या टोकाला एक मुंडकं यासीनच्या नजरेला पडलं. ते पाहताच त्याची गाळण उडाली. गुडघे पुन्हा लटलटू लागले. तो इतका वाकून बसला, की त्या टोकाचा तो इसम जर इकडं येऊ लागला, तर पटकन बाकड्याखाली लपता यावं किंवा तातडीनं पवित्रा घेऊन ताठ उभं राहता यावं.

तिथून डब्याचा दरवाजा दूर नव्हता; पण चालत्या गाडीतून उडी मारलीच, तर फक्त मृत्यू, एवढाच धोका होता. समजा, गाडीचा वेग कमी झालाच, तरी तो इसम...

अचानक तो इसम आपल्या जागी उभा राहिला. त्यानं इकडं तिकडं पाहिलं. त्याच्या चेहऱ्यावर भीतीचं कसलंही चिन्ह नव्हतं.

नक्की तो हिंदूच असला पाहिजे!

यासीनची पहिली प्रतिक्रिया अशीच होती.

चालत-चालत तो इसम दरवाज्यापाशी येऊन उभा राहिला. त्याच्या गळ्यातील मफलर हवेमुळं फाटलेल्या झेंड्यासारखा फडफडत होता.

थोडा वेळ तो दारातून बाहेर पाहत राहिला.

यासीनला जागेवरून नीट दिसत नव्हतं; परंतु तो इसम कुठल्यातरी वस्तूची ताकद लावून ओढाताण करीत होता. कधी ती खाली दाबत होता, कधी वर उचलत होता, पुन्हा आपल्या बाजूनं ओढत होता.

यासीनला वाटलं, तो काहीतरी तोडण्याचा प्रयत्न करतो आहे.

–आणि अचानक गंज चढलेला दरवाजा जोरानं करकरला आणि प्रचंड

खडखडाट करत बंद झाला. त्या आवाजानं यासीनच्या तोंडून किंकाळी बाहेर पडली नाही, हे बरंच झालं. खुद्द तो इसमही त्या आवाजानं दचकला होता. त्यानं सभोवार पाहिलं. यासीन जिथं लपून बसला होता, त्या बाजूकडं तर तो अधिक वेळ न्याहाळत राहिला. यानं आपल्याला पाहिलं तर नसेल? आपली चाहूल तर याला लागली नसेल?

यासीनला दाट शंका आली. दार बंद करण्याच्या त्या इसमाच्या पद्धतीवरून यासीनला त्याच्या ताकदीची थोडीफार कल्पना आली होतीच.

वेळ आलीच, तर आपण त्याच्याशी समोरासमोर उभं राहून दोन हात करू शकू का?

तो इसम हळूहळू चालत दुसऱ्या दरवाज्याशी जाऊन उभा राहिला.

गाडी जोगेश्वरीशेजारचं एक निर्मनुष्य स्टेशन ओलांडून गेली. गाडी त्या स्टेशनवर थांबली असती, तर यासीन कदाचित तिथं उतरलाही असता; पण हा भाग कर्फ्यूच्या अमलाखाली होता, म्हणून गाडी तिथं थांबली नाही.

खरं तर, कर्फ्यूचा भागच अधिक सुरक्षित होता. तिथं निदान पोलिस तरी होते; आणि आता तर गस्तीसाठी लष्करालाही बोलावण्यात आलं होतं. दंगलग्रस्त भागात अंगांवर हिरवे-खाकी चित्रविचित्र पट्टे मिरवणाऱ्या लष्करी गाड्यांमधून हातांत गोळ्या भरलेल्या रायफली मिरवत हिरव्या-खाकी गणवेशातील जवानही हिंडत होते. त्यांनी बंदुकांच्या नळ्या बाहेरच्या दिशेनं रोखलेल्या होत्या. पोलिसांची ताकद कमी पडलेली होती. शिवाय त्यांचं भय आता कुणालाच वाटत नव्हतं. जमाव त्यांच्यावर दगड, सोडावॉटरच्या बाटल्या फेकत होता. आता तर ॲसिडचे बल्बदेखील. पोलिसांनी जमावावर फेकलेली अश्रुधुराची नळकांडी भिजलेल्या रुमालांत धरून लोक पुन्हा पोलिसांवरच फेकत.

साकी नाक्याला, तो काम करत होता, ती बेकरी जाळण्यात आली, तेव्हा पोलिसांनी काय केलं? ते तर, दूर उभे राहून तमाशा पाहत बसले; आणि बेकरीतली आठ-दहा माणसं कशीबशी लहानलहान गल्ल्यांतून पळाली– मोटारी दुरुस्त करणाऱ्या गॅरेजमध्ये लपण्यासाठी. जीव वाचवण्यासाठी. ठाकून-ठोकून नीट केले जाणारे मोटारींचे असंख्य सांगाडे तिथं अस्ताव्यस्त पडलेले होते.

त्या 'भाऊ' नावाच्या सज्जन इसमाचं भलं होवो.

पळता-पळताच यासीनची पैरण पकडून त्यानं त्याला बाजूच्या गल्लीत चहाच्या टपरीजवळच्या एका आडोशाला नेलं. यासीन मुसलमान आहे, हे भाऊला ठाऊक होतं.

भाऊ हिंदू; पण मग तोही का पळत होता?

भाऊनं त्याला सांगितलं, की रक्ताची तहान लागलेला अंधळा जमाव बळींची नावं विचारत बसत नाही. त्याची तहान एकतर रक्तानं किंवा आगीच्या ज्वालांनीच शमते. राखरांगोळी करा! जिवे मारा! सगळं उद्ध्वस्त करून टाका! दृष्टीसमोरच्या सगळ्याची विधूळवाट लावल्यानंतरच त्याचा राग थंड होतो.

दुसऱ्या दरवाज्याच्या खडखडाटानं यासीन दचकला. तिकडच्या कोपऱ्यातले दोन्ही दरवाजे त्या इसमानं बंद केले होते. आता यासीन जिथं लपून बसला होता, तिकडंच त्याची नजर वळली होती आणि स्थिरही झाली होती. मृत्यूच्या भयानं यासीनचं अवघं शरीर, मन थरारून उठलं.

हा इसम दरवाजे का बंद करतो आहे? माझा रक्ताळलेला मुडदा इथंच टाकून हा पुढच्या स्टेशनवर उतरून तर जाणार नाही?

कुठलं तरी स्टेशन येत असावं. गाडीचा वेग कमी कमी होत होता.

त्या इसमाची पावलं आता अधिक आत्मविश्वासानं पडत होती. तो यासीनच्याच दिशेनं येत होता.

आता यासीनचा श्वास थांबल्यासारखा झाला. त्याचं कपाळ घामानं डवरून गेलं. काळजात धडधड सुरू झाली. थुंकीसुद्धा गिळण्याइतपत जीव थाऱ्यावर नव्हता. खाली मुरल्या-मुरल्या, आपल्या अस्तित्वाची पुसटशीही जाणीव त्या इसमाला होऊ नये, यासाठी श्वास जागच्या जागी रोखून, खोकल्याची उबळ दाबून यासीन निःस्तब्ध पडून राहिला.

तो इसम शांतपणे प्लॅटफॉर्मकडच्या दरवाज्याजवळ जाऊन उभा राहिला. त्याचा एक हात त्याच्या खिशात होता.

खिशात नक्कीच काहीतरी जीवघेणं हत्यार असणार! पिस्तूल, की चाकू?

यासीननं विचार केला; दुसऱ्या बाजूनं पळून जावं; पण लपून राहिलेल्या जागेवरून उठून दरवाज्यापर्यंत जाईतो तो इसम पोटात सुरा खुपसून मोकळा होईल. आरडाओरडा होऊ नये, म्हणून गळाही चिरून टाकील.

चोरनजरेनं त्यानं पाहिलं.

तो इसम बाहेर पाहत होता. प्लॅटफॉर्मवर सर्वत्र शांतता होती. कुणाच्याही पावलांची चाहूल ऐकू येत नव्हती.

यासीनला आतून तीव्रतेनं वाटलं, कुणा तरी प्रवाशानं डब्यात यावं; पण कुणास ठाऊक, कोण येईल! हिंदू, की मुसलमान? हिंदू आला, तरी हरकत नाही. निदान तो भाऊसारखा दयाळू तरी असावा. स्वतःच्या गळ्यातलं जानवं आपल्या गळ्यात अडकवून तो आपल्याला टपरीपासून त्याच्या खोलीवर घेऊन गेला होता.

चार दिवस त्यानं आपल्याला त्याच्याकडंच ठेवून घेतलं होतं. म्हणाला होता,

'मी मराठा आहे; पण रोज मांस खात नाही. तू म्हणशील, तर घेऊन येतो. पण ते कसलं असेल, सांगता नाही येणार. हलाल-बिलाल मला समजत नाही. बाहेर अंधेरीच्या बाजारात भाज्यांचे ढीग सडत पडले आहेत. विकायलाच कुणी नाहीय्... पाहिजे तेवढी उचलून घेऊन यायचं...'

–आणि रेडिओ तर वातावरण निवळत चालल्याचं, पूर्वस्थितीवर आल्याचं सांगत होता. लोकल्स सुरू आहेतच; शिवाय काही भागांतल्या बसेस्ही चालू झाल्या आहेत.

या चार दिवसांत त्याला घरच्यांची फार काळजी वाटत होती. घरचेही सगळे त्याची काळजी करत असतील.

फातिमा आपल्याला शोधत बेकरीच्या पत्त्यावर गेली, तर?

ज्या खोलीत तो लपला होता, तिथून रेल्वेचे रूळ दिसत होते. गाड्याही येता-जाताना दिसत होत्या; पण भाऊनं त्याला जाऊ दिलं नव्हतं.

गाडीनं एक झटका खाल्ला आणि ती सुरू झाली.

त्या धक्क्यानं यासीन खोलीतल्या वातावरणातून एकदम लोकलच्या डब्यात आला.

तो इसम डाव्या हातात दरवाज्याचा रॉड धरून टर्रीत उभा होता. त्याचा उजवा हात अजूनही खिशातच होता.

गाडी बराच वेळ हळूहळू पुढं सरकत राहिली.

ही गाडी वेग का घेत नाहीये? सिग्नलचा काहीच प्रश्न नसावा. या मार्गावर अजून गाड्या नियमित कुठं सुरू झाल्या आहेत? ...आणि पलीकडच्या रुळांवरून एखादीही गाडी कशी जात नाहीये?

गाडी खूप वेळ सरकत-सरकत जिथं येऊन थांबली, तो भाईन्दरचा पूल होता. खाली समुद्राची खाडी होती. या खाडीतून अनेकानेक मुडदे बाहेर काढल्याच्या बातम्या वृत्तपत्रांतून येत होत्या.

यासीनला काही सुचेना. त्याला गुदमरल्यासारखं होऊ लागलं. या भयाच्या दडपणाखाली जिवंत राहणं त्याला अवघड होऊ लागलं.

हा इसम आपला हात खिशातून बाहेर का काढत नाही? त्याच्या डोळ्यांवरून वाटतंय्, की तो आता हल्ला करण्याच्याच विचारात आहे.

काय होईल?

तो आपल्याला लपलेल्या जागेतून बाहेर यायला सांगेल काय? की केस धरून, ओढून उभं करून गळ्याला चाकू लावील?

हा काहीच का करत नाही?

त्याच वेळी त्या इसमानं खिशातला हात बाहेर काढला. आता तो तिसरा दरवाजाही जोर लावून बंद करू पाहत होता. आता तर पळून जाण्याचा उरलासुरला रस्ताही बंद झाला होता. खाली चक्क खाडी होती. उडी मारलीच, तर मरण निश्चित.

भय आता शिगेला पोहोचलं होतं. गुहेचा दरवाजा बंद होऊ लागला होता.

अचानक उडी मारून यासीन बसल्या जागेवरून बाहेर आला.

त्या माणसानं दचकून पाहिलं. त्याचा हात खिशाकडं सरकला.

यासीनमध्ये एकाएकी एवढी ताकद कशी आली, कुणास ठाऊक. 'या अली...' असं म्हणत त्यानं त्या इसमाच्या टांगांत मुंडकं खुपसलं आणि त्याला डोक्यावर उचलून बाहेर फेकून दिलं.

पडता-पडता तो इसम जोरानं किंचाळला,

'अल्लाऽऽ...'

गाडी सुरू झाली.

यासीनला आश्चर्य वाटलं.

'हा इसम मुसलमान होता, की काय?'

पण भयाच्या पंज्यातून त्यानं स्वतःची सोडवणूक करून घेतली होती. जणू मृत्यूच्या दाढेतूनच तो निसटला होता.

त्या रात्री यासीन फातिमाला सांगत होता :

'अग, हे असंच घडायचं होतं. मी मुसलमान आहे, हे सिद्ध करणारा कोणता पुरावा मी त्याला दाखवू शकणार होतो?'

❑

सनसेट बुलेवार्ड

पोस्टमॉर्टेमच्या वेळीदेखील, मिश्राजींचं ते व्हिजिटिंग कार्ड प्रेताच्या मुठीत चुरगाळलेल्या अवस्थेत होतं.

त्या दिवशीही, नेहमीच्या सवयीप्रमाणे, चारुजी सकाळी साडेपाच वाजताच उठल्या होत्या; पण नेहमीपेक्षा जरा जास्त उत्साही वाटत होत्या. सकाळी फिरायला जाण्यापूर्वी नेहमीच त्या नीटनेटक्या होऊन बाहेर पडत. केस विंचरलेले. चेहऱ्यावर क्रीमचा हलकासा थर. त्यामुळं वय झालेलं असलं, तरी म्हातारपणाची छटा मुखावर दिसत नसे. त्यांचा पोशाख तर नेहमीच त्यांच्या उच्च अभिरुचीची साक्ष देत असे.

शिवदत्तला त्या नेहमी म्हणायच्या,

'पाहा, आजही मी जेव्हा लोकांपुढून जात असते ना, तेव्हा तिरपे कटाक्ष टाकून ते इशारे करतात, की चारुलताजी जात आहेत. स्वतःसाठी नव्हे, तर आपल्या प्रशंसकांसाठी तरी मला व्यवस्थित राहायला हवं.'

शिवदत्त त्यांचा खानसामा होता.

तो त्यांना भेटायला म्हणून आला, तेव्हा चारुजी आरशासमोर उभ्या राहून स्वतःशीच काहीतरी बोलत होत्या.

शिवदत्तच्या अनपेक्षित येण्यामुळं त्या थोड्या चपापल्या.

शिवदत्त हसला.

या वयात देखील मॅडम झक्कपैकी लाजल्या. ह्याच लाघवी हास्याच्या बळावर त्यांनी आपल्या तरुणपणी लाखो प्रशंसकांना घायाळ केलं होतं.

'शिवदत्त, कुणी गोपालदास मिश्रा आम्हांला भेटायला येणार आहेत. त्यांच्यासाठी

चहा-फराळाची व्यवस्था कर.'

'कोण आहेत हे?' शिवदत्तनं किंचित चमकून विचारलं.

'कुणी लेखक आहेत. आमच्यावर पुस्तक लिहिणार आहेत, म्हणे.'

यामुळंच आज चारुजींच्या वागण्या-बोलण्यांत अधिक उत्साह आला होता. चित्रपट-क्षेत्रातून निवृत्त झाल्यावर, इतक्या वर्षांनी का होईना, कुणालातरी या एकाकी जीवाची आठवण झाली होती.

सुरुवातीला मुलाखतीसाठी अनेक पत्रकार येत. इथं, महाबळेश्वरला, या दूरच्या बंगल्यावर रोज कोण येणार?

चारुलताजी अनेक वर्षं, आपलं नशीब आज ना उद्या पालटेल, या आशेवर जगत राहिल्या. मग हळूहळू लोकांचं येणं-जाणं कमी होत गेलं. त्यांच्या वयाला साजतील, अशा भूमिकाही त्यांना देऊ केल्या गेल्या; पण म्हाताऱ्यांच्या भूमिका चारुजींनी नाकारल्या.

आरशासमोर उभं राहून, हनुवटी उंचावून आणि मान किंचित मागं ढळवून त्यांनी स्वतःला नेहमीच निरखून पाहिलं होतं.

मानेवर वळ्या नव्हत्या. वय झाल्याचं कुठलंच लक्षण दिसलं नव्हतं. स्वतःशीच संवाद केला होता. 'तुमचं वय झालंय्' असं प्रतिबिंबानं कधीच सांगितलं नव्हतं.

प्रतिबिंबं फक्त चित्रपटांतच हे शब्द उच्चारत असतात...

हो, हृदयाच्या दुखण्याचा त्रास अगदी पहिल्यांदा झाला, तेव्हा डॉक्टर साहनींनी सांगितलं होतं,

'हे पाहा, तुम्ही तुमच्या हृदयावर जेवढं ओझं टाकत आला आहात, तेवढं ते उचलू शकत नाही. एखादे दिवशी उभ्या उभ्याच फ्यूज उडून जाईल!'

सिंहसाहेब जर असते, तर– कदाचित...

शिवदत्त येऊन म्हणाला,

'मिश्राजी आले आहेत.'

'आं? हो... मिश्राजी?'

त्यांचीच वाट पाहत असूनदेखील त्यांचं नाव ऐकल्यावर चारुजी चमकल्या.

'त्यांना खाली हॉलमध्ये बसव. सोफ्याचे अभ्रे बदललेत ना?'

'होय, मॅडम.'

'आणि त्या झुंबरातले दिवे लावले का?'

'होय, मॅडम.'

शिवदत्तला, आपली नेमून दिलेली कामं कशी करायची, ते नीट ठाऊक होतं.

आजही मॅडमच्या नावाचा धाक लोकांवर सतत राहावा, असा त्याचा प्रयत्न असे. कधी एखाद्या प्रशंसकाचं पत्र आलं, तर तो दहा ठिकाणी त्याचा उल्लेख करत राही.

नेकलेस घालता-घालता चारुजींच्या ध्यानात आलं, की गळ्याचा आकार थोडासा बारीक झाला आहे. 'गुलबंद' असता, तर ही उणीव झाकून गेली असती. पण विकून टाकला, त्याला आता दोन वर्षं होऊन गेली. एके काळी तीन हजारांना घेतला होता. विकताना तीस हजार किंमत आली. सिंहसाहेब असते, तर त्यांनी तो कधीच विकू दिला नसता.

चारुलताजी पायऱ्यांवरून खाली उतरल्या, त्या वेळी असं वाटत होतं, जणू सिनेमातील एखादं पात्र शॉटसाठी सिद्ध होत आहे. जणू आता आवाज येईल :

'स्टार्ट...साऊंड....कॅमेरा...'

मिश्राजी हॉलमधल्या काही संगमरवरी मूर्तींकडं टक लावून पाहत होते त्यांच्या हातात एक पॅडवजा लेखन-वही होती. तीत त्यांनी काही टिपणंही काढली असावीत.

चारुजींना पाहून मिश्रांनी अदबीनं नमस्कार केला.

'बसा.'

मिश्राजी अदबीनंच सोफ्यावर बसले.

चारुजींच्या व्यक्तिमत्त्वाचा अजूनही त्यांच्या सान्निध्यातील व्यक्तींवर फार प्रभाव पडतो. बराच वेळ मिश्राजींच्या तोंडून शब्द फुटला नाही.

तेवढ्यात चहाचा ट्रे घेऊन शिवदत्त आला, म्हणून ठीक. सोबत त्यानं दोन बश्यांत फराळाचे पदार्थही आणले. थोडे गोड, थोडे तिखट.

चारुजींनी चहा तयार केला.

'माझा पत्ता कुठून मिळाला?'

'गोयल साहेबांनी दिला... आपले मुंबईतले मॅनेजर.'

'हं. गोयल भला माणूस आहे. बरीच वर्षं झाली, माझे सारे व्यवहार तोच बघत आला आहे. अजूनही बघतो. चहा घ्या.'

'...दरम्यानच्या काळात खूप काही घडून गेलं माझ्या आयुष्यात...' चारुजी पुढं स्वत:हून सांगू लागल्या, 'मला शान्त, एकटं राहायला आवडतं. शिवाय ताण पडेल, एवढं काम मी कधीच केलं नाही... मला ते आवडतच नव्हतं... अहोरात्र निर्मात्यांची रांग दाराशी उभी असायची... त्या वेळीही मी चित्रपटावर चित्रपट स्वीकारले नाहीत... अखेर मीच त्या व्यवसायाला कंटाळले आणि इथं येऊन लपून राहिले.'

'मी आपला बंगला पाहू शकतो?'

'अवश्य. का नाही? या ना...'

चारुजी त्यांना संगमरवराच्या दोन जुळ्या शिल्पांपाशी घेऊन आल्या.

'ही जोडी इटलीहून आणली होती. इथपर्यंत ही शिल्पं सुरक्षित आणताना फार त्रास झाला. अनेक वर्षं ही जोडी माझ्या मुंबईच्या घरातच होती. तुम्ही ते घर पाहिलं नसेल.'

'नाही.' उत्तर स्पष्ट, कोरडं होतं; पण चेहऱ्यावरचं हसू मात्र अधिक अर्थपूर्ण होतं.

कॉरीडॉरमधून जाताना चारुजी सांगत होत्या :

'फार प्रेमानं आणि हौसेनं आम्ही हे घर बांधलं. सिंहसाहेबांशी अनेकदा माझी भांडणं व्हायची त्या वेळी... कधी दगडाची, तर कधी लाकडाची निवड करण्यावरून. ह्या टाइल्स आहेत ना, त्या सिंहसाहेबांनी बेंगलोरहून आणल्या. घराचं नाव मी एका इंग्रजी चित्रपटाच्या नावावरून ठेवलं, 'सनसेट बुलेवार्ड...' आणि हा पिंजरा. याच्यात आम्ही कधी कुठलाही पक्षी ठेवला नाही. कुणास ठाऊक, का, एकदा उचलून घेऊन आले...' चारुजी खळखळून हसू लागल्या – जणू एखाद्या सीनमधे अभिनय करीत असल्यासारख्या.

त्यांच्या हसण्याचा आवाज ऐकून शिवदत्तनं बाहेर डोकावून पाहिलं. अशा पद्धतीनं हसताना मॅडमला त्यानं कधी पाहिलं नव्हतं. हो, पूर्वी जेव्हा त्यांच्या बरोबरीच्या नायिका नूर आणि नीला येत, त्या वेळी....

चारुजी पायऱ्या चढत सांगत होत्या,

'मी म्हणायचे, मलाच बंद करून ठेवा पिंजऱ्यात! तर ते म्हणायचे, की मग पिंजराही संगमरवराचा करावा लागेल. संगमरवर मला फार आवडतो. त्यावर अनवाणी पायांनी चालायला फार छान वाटतं. हे सिंहसाहेब– हे त्यांचंच चित्र आहे.'

ती सिंहसाहेबांची पूर्णाकृती तसबीर होती. वरच्या कॉरीडॉरमध्ये ती टांगली होती. दोन्हींकडं दोन शमादानं. शिवदत्तनं मेणबत्त्या पेटवून ठेवल्या होत्या. मॅडम इथं येणार, हे त्याला माहीत होतं.

चारुजी काही काळ सिंहसाहेबांच्या चेहऱ्याकडं एकटक पाहत राहिल्या. मग त्यांनी हलकेच अश्रूंनी डबडबलेले डोळे पुसले व मान खाली घालून त्या परतल्या.

मिश्राजी मागं मागं चालत होते व त्या सांगत होत्या,

'आमचं वैवाहिक जीवन अल्पकाळाचंच ठरलं. फक्त तीन वर्षं, चार महिने, अठरा दिवस.'

चारुजींना पुन्हा एकदा अस्फुट हुंदका फुटला.

शिवदत्त हॉलमधून ट्रे घेऊन गेला होता. पाणी आणण्यासाठी चारुजींनी त्याला आवाज दिला.

उत्तर आलं नाही.

कदाचित बागेत गेला असावा.

मधल्या काळातली सुन्न शांतता चारुजींना सहन झाली नाही. वळून मिश्राजींना

त्यांनी विचारलं,

‘तुम्हांला आणखी काही विचारायचंय्?’

‘या घराचं क्षेत्रफळ किती असेल?’

चारुजींनी एकाएकी चमकून विचारलं,

‘क्षेत्रफळ?’

‘आणि बिल्टअप एरिया?’

चारुजींना अमळ संकोचल्यासारखं झालं.

‘गोयलला माहीत असेल.’ त्या हलकेच म्हणाल्या.

‘हरकत नाही. मी गोयलसाहेबांकडून माहीत करवून घेईन.’ मिश्राजी उभे राहिले.

चारुजी सोफ्याच्या हातांवर जोर देऊन उभ्या राहिल्या.

‘आपणांला गोयलनी कशासाठी पाठवलं आहे?’ त्यांनी विचारलं.

‘हे घर पाहण्यासाठी. म्हणाले, की बहुधा लौकरच विकावं लागेल. पाहून ठेवा. कुणी गिऱ्हाईक भेटलं, तर....’

‘आपलं नाव?’ चारुजींनी विस्मयानं विचारलं.

‘धीरज मिश्रा. मी प्रॉपर्टी-ब्रोकर आहे. मालमत्तेची खरेदी-विक्री हा माझा व्यवसाय आहे.’

त्यानं आपलं कार्ड समोर केलं.

अचानक चारुजींचा चेहरा लालबुंद झाला. त्यांना जोरानं ओरडावंसं वाटलं, पण त्यांनी स्वत:ला कष्टपूर्वक सावरलं. त्यांच्या घशातून आवाज निघाला नाही. फक्त हाताच्या एका झटक्यानं त्यांनी त्याला बाहेर जाण्याचा इशारा केला.

ब्रोकरनं समजावण्याचा प्रयत्न केला,

‘हे पाहा,... गोयलसाहेबांनी आपल्याशी बोलायला मना केलं होतं. म्हणाले होते, की कदाचित आपल्याला...’

‘गेट् आऊट!’ चारुजी ओरडल्या; पण त्या आवाजात जाणवण्याइतपत खरखर होती.

ब्रोकर घाबरून लगेच निघून गेला.

चारुलताजी कार्ड हातातच ठेवून तो बाहेर जाईपर्यंत पाहत राहिल्या. मग वळून पायऱ्या चढता-चढता त्या अडखळल्या. हृदयात कळ उठली, आणि...

पोस्टमॉर्टेमच्या वेळी देखील ते व्हिजिटिंग कार्ड प्रेताच्या मुठीत चुरगाळलेलं होतं.

❑

धूर

प्रकरण पेटलं फार सावकाश, पण पाहता-पाहता साऱ्या परिसरात धूरच धूर भरून राहिला.

चौधरींचा मृत्यू पहाटे चार वाजता झाला होता. सात वाजेपर्यंत रडणं-भेकणं झाल्यावर चौधरींची बायको शुद्धीवर आली आणि तिनं सर्वांत आधी मुल्ला खैरुद्दीनला बोलावणं पाठवलं. कुठं बोलायचं नाही, म्हणून नोकराला सक्त ताकीद दिली.

नोकर मुल्लाला अंगणात सोडून निघून गेला.

मग चौधराणी मुल्लाला शयनगृहात घेऊन गेली – तिथं चौधरींचं प्रेत पलंगावरून खाली उतरवून जमिनीवर ठेवलं होतं.

दोन पांढऱ्या चादरींमधे झोपलेला एक पिवळसर चेहरा. पांढऱ्या भुवया, पांढरी दाढी अन् लांब पांढरे केस. चौधरींचा चेहरा खूप तेजस्वी दिसत होता.

मुल्लानं 'इन्नलिल्लाह-ए-व-इन-आअल्लेहे-राजेऊन' चा पाठ म्हटला. रीतीप्रमाणे काही सांत्वनपर वचनं पुटपुटली.

अजून तो नीट बसलाही नव्हता, तेवढ्यात चौधराणी कपाटातून मृत्युपत्र घेऊन आली. मुल्लाला दाखवून त्याच्याकडून ते वाचूनही घेतलं.

आपलं दफन करू नये, दहन करावं व शरीराची राख, गावाला आणि आपल्या शेतीला पाणी-पुरवठा करणाऱ्या नदीत टाकावी, अशी चौधरींची शेवटची इच्छा होती.

हे वाचून मुल्लाला गप्प बसण्यावाचून गत्यंतर उरलं नाही.

चौधरींनी गावात धर्माच्या नावानं बरीच कामं केली होती. हिंदू-मुसलमानांना ते सारखाच दानधर्म करीत. कच्चं बांधकाम असलेली मशीद त्यांनी पक्की बांधून काढली होती. हिंदूंच्या स्मशानातही पक्की इमारत बांधली होती. अनेक वर्षांपासून

ते आजारी होते; पण अजूनही रमजानच्या महिन्यात गोरगरिबांची उपास सोडण्याची– इफ्तार-समारंभाची व्यवस्था त्यांच्याकडूनच होत असे. या भागातील मुसलमान त्यांचे भक्त होते. चौधरींवर त्यांची फार श्रद्धा होती.

मृत्युपत्र वाचून मुल्ला काळजीत पडला. उगीच काहीतरी भानगड निर्माण व्हायची. आजकाल देशातली हवा नाहीतरी खराबच होत चालली आहे. हिंदू अधिकच कडवे हिंदू बनले आहेत व मुसलमान अधिकच कडवे मुसलमान.

चौधराणी म्हणाली,

'मला कुठलेही धार्मिक विधी करायचे नाहीत, पण यांचं दहन स्मशानात व्हावं, असं मात्र मला वाटतं. मी रामचंद्र पंडितालाही सांगितलं असतं, पण उगीच वातावरण बिघडू नये; म्हणून नाही बोलावलं.'

पण घडायचं होतं, ते टळलं नाहीच! मुल्लानं पंडित रामचंद्रांना बोलावून सांगितलं,

'तुम्ही चौधरींचं प्रेत स्मशानात जाळण्याची परवानगी देऊ नका, नाहीतर या भागातील मुसलमान गोंधळ करण्याची शक्यता आहे. चौधरी काही साधेसुधे असामी नव्हते. या ना त्या कारणानं त्यांचा अनेकांशी संबंध आलेला आहे.'

पंडित रामचंद्रांनी आपल्या लोकांना हे समजावून सांगण्याचं मान्य केलं; पण पेटलेलं प्रकरण हळूहळू भडकू लागलंच.

'प्रश्न चौधरी किंवा त्यांच्या चौधराणींचा नाही. श्रद्धेचा आहे. प्रश्न साऱ्या जमातीचा, समाजाचा, धर्माचा आहे. आपल्या नवऱ्याचं दफन करण्याऐवजी दहन करण्यासाठी चौधराणी तयारच कशी झाली? तिला इस्लामची परंपरा ठाऊक नाही काय?'

काही जणांनी चौधराणीबाईंची भेट घेण्याचा हट्ट धरला.

ती मोठ्या धैर्यानं म्हणाली,

'बंधूंनो! ही त्यांची शेवटची इच्छा होती. आता चौधरींच्या देहाची मातीच झाली आहे. ती जाळली काय अथवा पुरली काय? काय फरक पडतो? जाळल्यामुळं त्यांच्या आत्म्याला शांती मिळाली, तर काय हरकत आहे?'

एक गृहस्थ तावातावानं म्हणाले,

'त्यांना जाळून काय तुम्हांला शांती मिळेल?'

'होय!' चौधराणी स्पष्टपणे, पण कोरड्या शब्दांत म्हणाली, 'त्यांची शेवटची इच्छा पूर्ण केल्यानंच मला शांती मिळेल.'

जसजसा दिवस वर चढू लागला, तसतशी चौधराणीबाईंची अस्वस्थता वाढू लागली. जी गोष्ट गोडीगुलाबीनं मिटावी, असं वाटत होतं, ती अधिकच चिघळू लागली.

चौधरींच्या अंतिम इच्छेमागं कोणत्याही प्रकारचं रहस्य नव्हतं, किंवा एखाद्या धर्माशी वा श्रद्धेशी संबंधित तत्त्वज्ञानही नव्हतं. मेल्यावर आपल्या नश्वर देहाचा काहीही ठावठिकाणा राहू नये, एवढी छोटीशी ती मानवीय इच्छा होती.

'जोपर्यंत मी आहे, तोपर्यंत आहे; नसेन, तेव्हा कुठंही असणार नाही.'

कित्येक वर्षांपूर्वी बायकोशी त्यांचं असं बोलणं झालं होतं. पण जिवंतपणी अशा तपशिलात कोण शिरेल? मग ही गोष्ट त्यांनी मृत्युपत्रात लिहून ठेवली. आता त्यांच्या मृत्यूनंतर त्यांची शेवटची इच्छा पूर्ण करणं हा त्यांच्या बायकोच्या प्रेमाचा व विश्वासाचा पुरावा ठरला असता.

माणूस डोळ्यांआड झाला, की सारी वचनं काय विसरून जायची असतात?

चौधराणीबाईंनी बीरूला पाठवून रामचंद्र पंडितांना बोलावून घेण्याचाही प्रयत्न केला; पण पंडित भेटले नाहीत. त्यांचा साथीदार म्हणाला,

'हे पाहा, प्रेताला अग्नी देण्यापूर्वी मंत्र म्हणून आम्ही चौधरींना टिळा लावू.'

'अरे बाबा, पण जो आता प्रेतरूपानंच उरला आहे, त्याचं धर्मान्तर कसं करता येईल?'

'उगीचच वाद घालू नका. गीतेचे श्लोक म्हटल्याशिवाय मुखाग्नी देता येणार नाही. मंत्र म्हटले नाहीत, तर आत्म्याला शांती मिळणार नाही. मुक्ती मिळाली नाही, तर तो अस्वस्थ आत्मा सगळ्यांनाच त्रास देईल. तुम्हांला, आम्हांला, सगळ्यांना. चौधरीसाहेबांचे आमच्यावर फार उपकार आहेत. त्यांच्या आत्म्याशी आम्ही असा खेळ करणार नाही.'

बीरू परत फिरला.

तो पंडिताच्या घरून बाहेर पडताना पन्नानं त्याला पाहिलं. त्यानं जाऊन मशिदीत ही बातमी दिली.

थंड होऊ लागलेली आग पुन्हा भडकली. चार-पाच कट्टर मुसलमानांनी आपला निर्णय देखील देऊन टाकला. चौधरींचे त्यांच्यावरही उपकार होते. त्यांच्या आत्म्याला ते कसे भटकू देतील? मशिदीच्या मागंच असलेल्या कब्रस्तानात कबर खोदण्याचा हुकूम दिला गेला.

संध्याकाळी काही लोक चौधरींच्या हवेलीवर आले. त्यांचा विचार होता, की

चौधराणीला धाक दाखवून ते मृत्युपत्र हस्तगत करावं आणि जाळून टाकावं. मग म्हातारी काय करील?

चौधराणीबाईला ह्या गोष्टीचा सुगावा लागला. मृत्युपत्र तिनं सुरक्षित जागी लपवून ठेवलं आणि जेव्हा लोकांनी धाकदपटशा दाखवायला सुरुवात केली, तेव्हा ती म्हणाली,

'मुल्ला खैरुद्दीनना विचारा. त्यांनी मृत्युपत्र पाहिलं आहे, त्यातला शब्दन् शब्द वाचला आहे.'

'आणि ते जर नाही म्हणाले, तर?'

'त्यांनी कुराणशरीफवर हात ठेवून नकार दिला, तर मी ते तुम्हांलाही दाखवीन. नाहीतर...'

'नाहीतर काय?'

'ते तुम्हांला कोर्टातच पाहायला मिळेल.'

गोष्ट कोर्टापर्यंत जाऊ शकते, हे स्पष्ट झालं. चौधराणी शहरातून आपला वकील आणि पोलिस बोलावू शकते. वकील आणि पोलिसांच्या उपस्थितीत आपल्या नवऱ्याच्या प्रेतावर अग्निसंस्कार करू शकते. कदाचित तिनं त्यांना आतापर्यंत बोलावलंही असेल. नाहीतर नवऱ्याचं प्रेत बर्फाच्या लादीवर ठेवून कुणी एवढ्या आत्मविश्वासानं बोलू शकेल काय?

रात्रीच्या वेळी बातम्या अफवांच्या वेगानं पसरतात. कुणी म्हणाला,

'आत्ताच एक घोडेस्वार शहराच्या दिशेनं जाताना दिसला. त्यानं आपलं डोकं, तोंड फडक्यानं झाकून घेतलं होतं व तो आला होता चौधरींच्या हवेलीकडूनच.'

एकानं तर त्याला चौधरींच्या तबेल्यातून बाहेर पडतानाही पाहिलं होतं.

खादूचं म्हणणं होतं, की चौधरींच्या हवेलीच्या मागच्या बाजूस त्यानं लाकडं तोडण्याचा आवाज ऐकला, एवढंच नव्हे, तर झाडसुद्धा पडताना पाहिलं. चौधरींची बायको नक्कीच चिता तयार करण्याच्या प्रयत्नात असावी.

कल्लूचं रक्त उसळून उठलं.

'भित्र्यांनो, आज रात्री एका मुसलमानाला चितेवर जाळलं जाणार व तुम्ही इथं बसून त्या आगीच्या ज्वाळा पाहणार!'

कल्लू आपल्या अड्ड्यातून बाहेर पडला. खून, मारामाऱ्या हा त्याचा धंदा असला, तरी काय झालं? इमान म्हणून काही आहे, की नाही?

'धर्मश्रद्धेहून आईसुद्धा प्रिय नसते, दोस्तांनो!'

चार-पाच साथीदार घेऊन कल्लू मागच्या भिंतीवरून हवेलीत शिरला.

म्हातारी एकटीच प्रेताजवळ बसली होती.

तिनं दचकून पाहण्याच्या आतच कल्लूची कुऱ्हाड तिच्या डोक्यावरून खाली उतरली. चौधरींचं प्रेत उचलून मशिदीच्या मागच्या बाजूस आणलं गेलं. तिथं त्याच्यासाठी कबर खोदून तयार होतीच.

जाता जाता रमज्यानं विचारलं,

'सकाळी चौधरींच्या बायकोचं प्रेत सापडेल, तेव्हा काय होईल?'

'म्हातारी मेली का?'

'डोकं तर उकलल्यासारखं फुटलं होतं. सकाळपर्यंत कशी काय जगेल?'

कल्लू थांबला. त्यानं त्या वृद्धेच्या शयनगृहाकडं पाहिलं.

कल्लूच्या मनातली गोष्ट पन्नानं ओळखली.

'तू आता नीघ, उस्ताद. तुझ्या मनात काय आहे, ते मी जाणतो. सर्व काही व्यवस्थित होईल.'

कल्लू कब्रस्तानाकडं परतला.

रात्री जेव्हा चौधरीच्या शयनगृहातून आकाशाला भिडणाऱ्या ज्वाळा दिसू लागल्या, तेव्हा सारा परिसर धुरानं भरून गेला.

जिवंत होते, त्यांना जाळून टाकलं होतं आणि मेलेल्यांना पुरून टाकलं होतं.

❏

डलिया

पहिल्यांदा तिच्या नवऱ्यानंच येऊन बातमी दिली :

'आजच महाराजांनी हवेलीमध्ये बोलावलं होतं... छोट्या महाराजांनी. मी तर चकितच होऊन गेलो.'

–आणि हे ऐकून ती अधिकच अस्वस्थ झाली.

खुसवा सांगत होता,

'महाराजांचे नोकर मला शेतातूनच पकडून घेऊन गेले. दोरीनं दोन्ही हात बांधून. मला तर माझा काही गुन्हा पण लक्षात येईना. नेऊन उभं केलं महाराजांसमोर. मोठ्यामोठ्या सुरमा घातलेल्या डोळ्यांनी त्यांनी माझ्याकडं पाहिलं. मग त्या दोघां नोकरांना बाहेर निघून जाण्यासाठी हुकूम केला. ते जात असतानाच त्यांनी सांगितलं, 'बाहेर पडताच दरवाजा बंद करून घ्या.' मी तर आणखी हैराण झालो...' खुसवा डोळे मोठे करून सांगत होता.

डलियाला वाटलं, आपल्या नवऱ्याचेही डोळे मोठे-मोठे आहेत. उन्हामुळं आणि गरिबीच्या धगीमुळं ते लहान वाटताहेत. नाहीतर...

खुसवा सांगत होता :

'मग त्यांनी जोरदार आवाजात विचारलं : 'डलिया तुझी बायको आहे का?''

'मग?' डलिया चमकून म्हणाली.

'मला विचारू लागले की, रोज किती दारू पितोस? घरी किती पैसे देतोस? अडीच रुपयांच्या रोजच्या मजुरीतले शिल्लक राहिलेले आठ आणे बायकोला देतोस आणि दोन रुपयांची दारू पितोस? मी पाया पडत म्हणालो, नाही, मालक. तुम्हांला कुणीतरी उलट सांगितलंय्. आठ आण्यांची दारू पितो– दोन रुपये घरी देतो. तर म्हणाले, की आम्हांला सगळं ठाऊक आहे.'

डलियाच्या नीट लक्षात आलं. आदल्या दिवशीच महाराज वाळवंटात भेटले होते. वेगानं वाहणाऱ्या वाऱ्यानं तयार झालेल्या वाळूटेकडीच्या पलीकडच्या विहिरीवरून ती पाणी आणत होती, त्या वेळी महाराजांची सांडणी तिच्याजवळून जाऊ लागली होती. तिच्या डोक्यावर दोन घागरी होत्या. नजर उचलून पाहणंही शक्य नव्हतं. वाटलं, कुणी आकाशातून बोलतंय्.

'ए पोरी... पाणी प्यायला देणार का थोडं?'

ती थांबली. कमरेवरची घागर सांभाळीपर्यंत महाराजांची उंटीण गुडघे टेकवून खाली वाळूत बसलीही होती.

'पाणी प्यायला देणार का थोडं? हे बघ, माझ्याजवळचं पाण्याचं भांडं वाटेत रिकामं झालं आहे.'

महाराजांचे डोळे तिच्या चोळीवर स्थिर झाले होते. दोन्ही हात घागरी सांभाळण्यात गुंतलेले. पदरही घेता येईना.

'काय झालं? घाबरलीस? तू झजूऱ्याची ना? आम्ही महाराज आहोत... छोटे महाराज.'

ती काहीच बोलली नाही.

महाराज उंटिणीवरून उतरले नाहीत; पण एकटक पाहत मात्र राहिले.

ती घाबरत-घाबरत म्हणाली,

'मी खालच्या जातीची आहे, हुजूर. मी कशी देऊ तुम्हांला पाणी? धर्म भ्रष्ट होईल...'

'कुणाचा– तुझा, की माझा?'

'तुमचा, सरकार.'

महाराज हसले. म्हणाले,

'ठीक आहे. नको देऊस. आम्ही घरी जाऊन पाणी पिऊ.'

त्यांनी उंटिणीला उभं राहण्याचा हुकूम दिला आणि ते डोक्यापेक्षाही उंच अशा आसनावर बसून निघून गेले.

खुसवा सांगत होता,

महाराज म्हणाले, 'राणीसरकारांना एका नोकराणीची आवश्यकता आहे. घरच्या कामासाठी. नीतीताई तुझ्या बायकोचं नाव घेत होती. उद्यापासून तिला पाठवून दे. कपडालत्ता, अन्नधान्य हवेलीतून मिळत जाईल.'

डलियाचा थरकाप झाला.

एवढ्या लवकर महाराजांनी सारा तपशील मिळवलासुद्धा! ही आपली गोरी कातडीच आपला घात करते. आई म्हणायची,

'तोंडाला माती माखून बाहेर जात जा, नाहीतर एखादे दिवशी नक्की काळं फासून येशील.'

खुसवा म्हणत होता,

'उद्यापासून तू हवेलीत जा कामाला!'

पाय आपटत ती उभी राहिली.

'मी तुम्हांला बजावून सांगते, मी हवेलीत मुळीसुद्धा जाणार नाही! बाई एकदा का हवेलीत गेली, की तिथून तिला घरी परत येणं शक्य नसतं. सरळ बाजारात बसायचं नशिबात येतं.'

खुसवा जोरानं हसला. त्याच्या तोंडाला दारूचा वास येत होता.

'तुला कोण विकत घेणार बाजारात? आरशात तोंड पाहिलं आहेस का कधी?'

दुसऱ्या दिवशी तिला हवेलीच्या दारावर नीतीताईपाशी सोडून खुसवा शेतात काम करायला निघून गेला.

नीती समजावून सांगत तिला आत महाराजांकडं घेऊन गेली.

किती तरी खोल्या, देवड्या ओलांडल्यावर ती महाराणीपाशी आली.

महाराणी मालिश करून घेत होती. दागिने काढून समोर सतरंजीवर ठेवले होते. ढीगच होता दागिन्यांचा. चांगली होती बिचारी. सारखं हसायची. हसायला तिला निमित्त लागत नव्हतं. दरवाज्यामागून म्हणाली,

'कोण आहे, ताई?'

'डलिया आहे. आपण बोलावलं होतं.'

'कशासाठी?'

'हेच. न्हाऊबिऊ घालायला.'

'ठीक. स्वच्छ तर आहे ना?'

ताईनं एकदा डलियाकडं निरखून पाहिलं. म्हणाली,

'धुऊन पुसून साफ करून घेऊ. चांगली दिसेल.'

महाराणीच्या हसण्याचा आवाज आला– खुळखुळा वाजल्यासारखा.

डलियाला ज्या गोष्टीची भीती वाटत होती, तसं तर काहीच घडलं नाही हवेलीत. राजपरिवारातील सगळे लोक चांगले होते. हवेली तर केवढी मोठी होती. एका खोलीतून दुसरी खोली, एका दालनातून दुसरं दालन निघतच राही. केवढं मोठं पोट होतं हवेलीचं. माणूस गिळून सुद्धा ढेकर येणार नाही. मोठे महाराज तर अफूच्या तारेत आपल्या महालातील खास कक्षात पडून राहत. इस्टेटीचा सारा

कारभार छोटे महाराज बघत. ते जनानखान्यात फार क्वचित येत. कधी कधी राणीच्या महालात दिसत.

राणी न्हाताना बऱ्याच गप्पा मारायची. सदा न् कदा माहेरच्या गोष्टी–

'आम्हांला वडिलांनी पक्क्या टाइलचा 'स्टापू' बनवून दिला होता. रोज खडूनं रेघा ओढल्यामुळं फरशी खराब होत होती. एके दिवशी वडिलांनी मिस्त्रीला बोलावलं आणि सिमेंटच्या रंगीबेरंगी विटांनी– टाइल म्हणतात त्यांना– अंगणात 'स्टापू' बनवून दिला.' मग त्यांनी विचारलं, 'तू माहेरी काय खेळायचीस?'

'आम्ही काय खेळणार, सरकार? खेळाच्या वेळी पाणी भरावं लागायचं आणि जेवणाच्या वेळी शेतात काम. आई आमच्या खिशात बाजरीची भाकरी, कांदा आणि मिठाची पुडी कोंबायची. म्हणायची, खायच्या आधी पाणी पी आणि खाल्ल्यानंतर सुद्धा. लगेच पोट भरेल.'

'तू तर तुझ्या गरिबीची गाऱ्हाणीच गायला लागलीस! मी तुला विचारलं होतं, तू काय खेळायचीस, म्हणून! चल, ओत पाणी!'

राणीनं स्नान केलेल्या पाण्यानं अंघोळ करावी, असं एकदा तिला वाटलं. तिनं ताईला तसं विचारलंही.

ताई हसून म्हणाली,

'वेडी, ताज्या पाण्यानं अंघोळ कर. विहीर आहे वाड्यात...'

एकदा झिजलेल्या साबणाची एक वडी तिनं मागून घेतली. साबणाची ती वडी साऱ्या शरीरावर घास-घासून तिनं मन:पूर्वक अंघोळ केली. खुसवानं साबणाचा वास घ्यावा, म्हणून आपलं तोंड ती त्याच्या तोंडाशी नेत होती. परंतु त्याच्या नाकात दारूचा वास एवढा भरून राहिला होता, की साबणाचा सुगंध त्याला कुठून जाणवणार?

एकदा ती राणीला स्नान घालत होती, तेव्हा महाराजांनी आवाज दिला.

राणी म्हणाली,

'जा. काय काम आहे, विचारून ये. म्हणावं, आम्ही स्नान करतो आहो.'

डलिया महाराजासमोर जाऊन उभी राहिली.

'राणीसरकार स्नान करताहेत, सरकार...'

ते मधेच म्हणाले,

'वर पाहा. आमच्याकडं पाहून बोल.'

वर पाहिलं, तर तीच सुरमेदार नजर जणू अंगाला डसली.

'राणीसाहेबांना सांग, आम्ही दिवाणखान्यात आहो. आमचा नाश्ता तिकडंच पाठवून द्या.'

प्रथमच इतका वेळ महाराजांसमोर तिला उभं राहावं लागलं.

महाराज झोपाळ्यावर बसून नाश्ता घेत होते व डलिया लस्सीचा ग्लास हातात धरून एकीकडं उभी होती.

'एक सांग, डलिया, मला पाणी प्यायला देताना तुला तुझी जात आडवी आली. आता नाश्ता खायला दिलास, शिवाय लस्सीचा ग्लास घेऊन उभी आहेस...'

'हे तर आपलंच अन्न आहे, सरकार.'

'तुला सांगितलं ना, वर पाहून बोल, म्हणून?'

पण प्रयत्न करूनही ती वर पाहू शकली नाही. आपल्या पापण्या शिशासारख्या जड झाल्या आहेत, असं तिला वाटलं. तिनं त्या उघडून वर पाहण्याचा पुन्हा एकदा प्रयत्न केला, पण लडदू मांजरीसारख्या पापण्या पुन्हा खाली पडल्या.

'पुन्हा वर कर नजर!'

'आपल्याकडं कसं पाहणार, सरकार?'

लस्सीचा ग्लास तिच्या हातातून घेऊन महाराजांनी त्याच ग्लासनं तिची हनुवटी उचलली.

'अस्सं! वर पाहून बोल. त्या दारुड्याकडं कशी पाहतेस? खुसवाकडं?'

'तो माझा नवरा आहे, सरकार...'

त्या दिवशी नीतीताईनं वाचवलं. नाहीतर आणखी किती वेळ महाराजासमोर उभं राहावं लागलं असतं, कुणास ठाऊक.

'डलिया, चल, तुला जेवण देते... आता तिला जायची परवानगी द्या, हुजूर. बराच उशीर झाला आहे...' ताई म्हणाली.

महाराज म्हणाले,

'हं... पोटभर खायला देतेस ना हिला?'

'तीन चपात्या आणि गुळाचा एक खडा द्यायला सांगितला आहे राणीसरकारांनी.''

डलियानं विचारण्याचं धाडस केलं,'

'मी चपात्या घरी घेऊन जाऊ का? घरी जाऊन खाते.'

'खुसवासोबत?'

डलियानं होकारार्थी मान हलविली.

'जी...'

'दे बांधून तिला... आणि हे पाहा, चपात्या मोजून देऊ नकोस. चांगली टोपली भरून दे.'

खुसवाला महालातलं लोणी खाऊ घालताना तिला फार आनंद झाला. ताईनं सोबत एक लोण्याचा गोळाही दिला होता.

'राणीसरकार काही म्हणाल्या नाहीत?' त्यानं विचारलं.

'प्रत्येक गोष्ट त्यांच्यापर्यंत कशाला जातेय्?' आपल्या ओशट बोटांनी खुसवाच्या मिशीला पीळ देत डलिया म्हणाली.

रोज आभाळ ढगांनी भरून जायचं; पण पाहता-पाहता हवेतच बाष्पीभवन होऊन विरून जायचं. वाळवंटावरून येणारी ओलसर वाऱ्याची एखादी झुळूक तना-मनाला सुखवून जायची. जमीन मऊ पडत चालली आणि ज्याला त्याला शेतमजुरी करणाऱ्या खुसवाची शेतकामासाठी मदत हवीशी झाली. कधी नव्हे ती खुसवाच्या घरातली गाडगी-मडकी धान्यानं ओसंडून वाहू लागली.

डलिया राणीसरकारांच्या केसांना तेल लावत होती, एवढ्यात महाराज न खाकरता-खोकरता अचानक येऊन समोर बसले.

'तुमच्या मामेबहिणीचं लग्न आहे...'

'शीतलचं?'

'हो... आणि तुम्हांला त्यांनी तात्काळ बोलावलं आहे.'

'आपणही येणार असाल ना?'

'आम्ही आत्तापासूनच येऊन काय करणार? तुम्ही जा. माहेरीही राहणं होईल काही दिवस. आईसाहेबही फार आठवण काढताहेत...'

'आणि एवढे दिवस आपलं हवं-नको कोण पाहणार?'

'ही आहे ना! काय, डलिया, राहशील ना ताईबरोबर?'

महाराजांची चेष्टा झाली; पण डलियाला घाम फुटला.

राणीसरकार म्हणाल्या,

'हिचा नवरा इथं नसता, तर मी तिला सोबतच नेलं असतं.'

'नवरा कसला? दारूची बाटली आहे नुसती. नशेत कुठंही पडून राहतो पेताड!'

दोन दिवसांत राणीसरकारांची माहेरी जाण्याची तयारी झाली. मोटारींचा एक ताफा सोबत घेऊन दिवाणजी त्यांना सोडून आले.

राणीसरकार गेल्यानंतर डलिया बरेच दिवस महालाकडं फिरकलीही नाही. ताईनं बोलावलं; पण तिनं दुर्लक्ष केलं.

खुसवाचा खिसा हल्ली पैशानं खुळखुळत होता. त्याच्या घरातील गाडगी-मडकीही धान्यांनी वाहू लागली होती. त्याप्रमाणात त्याचं दारू पिणंही वाढलं. अनेकदा रात्री डलिया त्याला गुत्त्यावरूनच घरी घेऊन यायची.

एकदा दारू पिऊन त्यानं गावच्या पुजाऱ्याशी भांडण काढलं. मंदिराच्या दरवाज्यावर थुंकला.

झालं! सारं गाव पेटून उठलं.

पोलिसांनी पकडून नेलं आणि खूप मार दिला. तुरुंगात कोंडलं.

डलिया दहा वेळा ठाण्यावर गेली; पण काही उपयोग झाला नाही.

पोलिसांनी त्याला ज्या अवस्थेत ठेवलं होतं, ते पाहून तिच्या अंगावर प्रत्येक वेळी काटा यायचा.

तिनं केलेले सर्व प्रयत्न निष्फळ झाले आणि शेवटी नाइलाजानं ती हवेलीवर परत आली.

दिवसभर हवेलीच्या दरवाज्यात बसून राहिली.

रात्री नीतीताई येऊन तिला आत घेऊन गेली. तोंड-हात धुवायला पाणी दिलं. पोटभर जेवायला दिलं आणि मग जेव्हा तिला तिनं कपडे बदलायला सांगितलं, तेव्हा तिच्या सारं काही लक्षात आलं.

नीतीच्या डोळ्यांत सारं काही लिहिलेलं होतं.

नीती हळूच म्हणाली,

'कपडे बदल. खुसवाला या वेळी किती दिवस तुरुंगात राहावं लागेल, कुणास ठाऊक?'

बोलता-बोलता तिचा आवाज कापरा बनला...

'मी सुद्धा अशीच आले होते... मोठ्या महाराजांकडं आणि मग परत जाण्यासारखं जवळ काही उरलंच नाही. महाराजांनी काहीच शिल्लक ठेवलं नाही. चल, ऊठ, कपडे बदल.'

डलियानं भयचकित नजरेनं सगळीकडं पाहिलं.

ती जणू हवेलीच्या पोटात बंदिवान झाली होती; आणि दुरून कुणी तरी ढेकर दिल्याचा आवाज कानांवर येत होता....

❑

पीक

कितीतरी तास अंधाराचं पांघरूण घेऊन तो पुलाखाली लपून राहिला. पुलाखालच्या चिखलानं व वाहत्या पाण्यानं त्याचं धोतर भिजून गेलं, पायही चिखलानं लिडबिडले. पायतणं काढून त्यानं कमरेला बांधली होती. दूरवरून येणारा निसवलेल्या पिकांचा वास त्याच्या नाकपुड्यांत शिरला आणि त्याची छाती उत्साहानं, उमेदीनं फुलली.

ही पिकंच त्याची आई-बाप आहेत. ही पिकं त्यानं जन्माला घातलेली नाहीत, तर पिकांनीच त्याला जन्म दिला आहे. त्याच्या साऱ्या सहकारी शेतकऱ्यांनाही–

'आपण सारेजण या कणसाच्या दाण्यांसारखे आहो. पण ठाकूर जेव्हा आम्हांला भाजून खातो, तेव्हा ते आम्हांला सहन होत नाही.'

त्याच्या ह्या वाक्यामुळं शेतकऱ्यांची मान कशी ताठ झाली होती.

त्याला स्वतःलाही वाटलं, की आपण शहरातल्या त्या मजूर-नेत्याप्रमाणे भाषण देत आहो. त्या भाषणात त्यानं व्यक्त केलेली मतं त्यानं काळजीपूर्वक ऐकली होती. शहरात त्याच्या भावानं त्याची व नेत्याची भेट घालून दिली होती.

तो म्हणाला होता :

'तू एकटा काही करू शकणार नाहीस. तुझ्या भोवतीच्या सगळ्यांना झोपेतून जागं कर. तुला एकट्याला तर जमिनदार भाजलेल्या हुरड्यासारखा खाऊन टाकील. इतर साऱ्या शेतकऱ्यांना एकत्र कर. त्यांना बरोबर घे, आणि आपली जमीन परत मिळव. या देशात आता जमिनदारी औषधालाही शिल्लक राहिलेली नाही?'

'पण मी त्यांना कसं समजावू? कायद्यातील खाचाखोचा फक्त तुम्हीच समजावून सांगू शकाल त्यांना!'

'गरज भासली, तर मला बोलाव. मी येईन. कधी दौऱ्यावर निघालो त्या भागात, तर तुझ्या गावाला अवश्य येईन.'

त्याच्या भावानं आवश्यक ते साहाय्य करण्याचं आश्वासन दिलं होतं.

सावकाराकडं जमीन गहाण पडली नसती, तर त्याला तरी कशाला शहरात जाऊन मोलमजुरी करावी लागली असती!

'आपली जमीन पुन्हा आपल्या ताब्यात आली, तर मी नक्की गावी परत येईन.'

अतिशय उत्साहानं तो शहरातून परतला होता. गावात आल्यावर तो मोठमोठ्या गोष्टी बोलू लागला– पार्टीच्या, युनियनच्या.

तीन-चार वेळा शेतकऱ्यांसमोर त्याला धरून ठोकलं गेलं. एकदा तर झाडाला उलटं टांगून चिंचेच्या फोकांनी बडवलं गेलं. त्याला बायकापोरांनी खूप समजावलं; पण कोणतं वेड त्याच्या डोक्यात शिरलं होतं, कुणास ठाऊक!

आपल्या गावातच नव्हे, तर आजूबाजूच्या खेड्यांत फिरून तो शेतकऱ्यांना भडकावू लागला.

शेतकरी त्याच्या गोष्टी मोठ्या चवीनं ऐकायचे. त्याच्यासमोर आवेशात बोलायचे; पण तो परत जाताच पुन्हा भिजल्या मांजराप्रमाणे शेपूट घालून बसायचे.

हिन्दी वर्तमानपत्र खिशात ठेवून फिरणं ही त्याची स्टाईल बनली होती.

त्यानं शेतकऱ्यांना सांगितलं, की आता आपण एकटे नाही. आपल्या हक्कांसाठी लढा देणारी एक पार्टी या देशात उभी ठाकली आहे.

पुलाखाली बसून गुदमरल्यासारखं झालं, की काही क्षणांकरता तो बाहेर येई. शेताकडून येणारी हवा तो छातीत भरून घेई. बस्स, एकदा शहरात पोहोचलो, की प्रथम पांडेंना भेटायचं.

ज्या दिवशी गावात मार खाल्ला, त्याच दिवशी त्यानं भावामार्फत पांडेंना पत्र लिहिलं होतं. पण बरेच दिवस त्याचं उत्तरच आलं नाही आणि जेव्हा उत्तर आलं, तेव्हा एवढंच, की पांडेजी दौऱ्यावर गेले आहेत. ते परतताच तुमचं पत्र त्यांना दाखवलं जाईल.

उत्तर वाचल्यानंतर त्याचं मानसिक बळ वाढलं. त्याला वाटलं, पांडे जरूर त्याच्या गावी येतील. त्याची हिंमत वाढली.

'तयार राहा. ज्या दिवशी पांडे येतील, त्या दिवशी चावडीवर एक सभा घेऊ. मग पाहा त्या ठाकूर हरनामसिंगाची काय गत होते! पांडेजी कायद्याची भाषा बोलतात, लाठी-काठीची नाही.'

साऱ्यांना ठाऊक होतं, की या सभेला उघडपणे कुणी हजर राहणार नाही. पण

बोलायला काय हरकत आहे? हलक्या आवाजात कुजबूज करण्यामुळंही एक चैतन्य त्या रक्तहीन शरीरांत निर्माण होत होतं.

पांडेजींनी येण्यास फार वेळ लावला. तोपर्यंत कुणीतरी ठाकूरांकडं चहाडी केली होती. त्याला ठाकूरनं शेतातून पकडून आणलं आणि जेव्हा त्यानं आपल्या नेत्याचं नाव घेतलं, तेव्हा ठाकूरनं पायातला जोडा काढून त्याच्या थोबाडावर हाणला.

'साला कम्युनिस्ट!'

'बऱ्या बोलानं, गुपचूप शेतात काम कर, नाहीतर झोपडीवरून नांगर फिरवीन तुझ्या...!'

तरीही त्याच्या डोक्यातलं वेड गेलं नाही. कम्युनिस्ट, तर कम्युनिस्ट!

ज्या वेळी ठाकूरच्या मुलांनी लोकूच्या मुलीला उचलून नेलं, त्या वेळी लोकूनं साऱ्यांसमोर हात जोडले; पण हवेलीपर्यंत येण्यासाठी कुणीच तयार झालं नाही. लोकूनं अखेर त्याच्याकडं अपेक्षेनं पाहिलं. तो मात्र लोकूबरोबर हवेलीवर गेला. ठाकूर लोकूला एवढंच म्हणाला,

'येऊ द्या त्या भडव्याला! चांगला धडा शिकवतो मी त्याला!'

मग याला पकडून ठाकूर म्हणाला,

'काय, बे? तू काय सगळ्यांचा बाप लागतोस? साल्या, पुन्हा दिसलास, तर पाय खुब्यातनं निखळून काढीन तुझा!'

–आणि अशी लाथ घातली, की पायऱ्यांवरून गडगडत तो खाली आला. शेवटी लोकूला त्याला खांद्यावरून उचलून आणावं लागलं.

पण एक झालं, की यानंतर लोकू आणि त्याच्या दोन तरुण मुलांनी ठाकूरच्या शेतावर काम करण्यास नकार दिला आणि ते बंडखोरी करण्यासाठी उद्युक्त झाले. आता तो एकटा नव्हता. तीन जणांची पार्टी बनली होती.

पळवून नेल्याच्या तिसऱ्या दिवशी लोकूच्या मुलीनं विहिरीत उडी मारून आत्महत्या केली. साऱ्या गावात खळबळ माजली. अशी खळबळ तर यापूर्वीही अनेकदा माजली होती; पण चावडीवरच्या शेकोटीची जळून राख व्हावी, तशी ती लौकरच थंड व्हायची. पण या वेळी आग धुमसली. पंधरा-वीस माणसं जळत्या मशाली हातांत घेऊन, ठाकूरच्या हवेलीसमोर जाऊन उभी राहिली. 'ठाकूर हरनामसिंह मुर्दाबाद', 'हाय हाय' च्या घोषणा दुमदुमत राहिल्या; पण हवेलीमधून कुणी ढुंकूनही पाहिलं नाही.

सर्वांना वाटत होतं, की ठाकूर बंदूक घेऊन व्हरांड्यात किंवा छतावर येऊन उभा राहील; पण असं काही झालं नाही.

पण सकाळी पोलिस जेव्हा चौकशीला आले, त्या वेळी फक्त त्याला एकट्यालाच पकडून घेऊन गेले. त्याला त्यांनी खूप ठोक दिला; पण त्यानं कुणाचं नाव घेतलं नाही. फक्त एवढंच म्हणत राहिला,

'सगळा गाव होता. सगळ्यांना पकडा.'

पोलिसांनी दहा दिवस त्याला आत ठेवलं.

या दहा दिवसांत आसपासच्या गावांत त्याची ख्याती फैलावली.

दहा दिवसांनंतर तो जेव्हा घरी परतला, तेव्हा त्याला कळालं, की ठाकूरच्या माणसांनी त्याचं घरदार लुटून नेलं आहे. त्याची विधूळवाट लावली आहे आणि डाकू दानसिंहानंच हे केलं, अशी तक्रार ठाण्यात नोंदवली आहे.

त्याची बायकापोरं तीन दिवस हरिदासच्या घरी लपून बसली आणि नंतर शहरातल्या त्याच्या भावाकडं निघून गेली.

ज्या दिवशी तो सुटून आला, त्याच दिवशी त्याच्या घराला आग लावण्यात आली. लपत-छपत, तीन कोस पायी चालून तो रेल्वेस्टेशनवर पोहोचला, तेव्हा तिथंही त्याला ठाकूरचे गुंड फिरताना दिसले. रेल्वेरुळांशेजारच्या नाल्याशेजारून धावत-धावत तो या पुलाखाली येऊन लपला होता. अर्ध्या रात्रीनंतर इथून एक मालगाडी येते–ती पुलाजवळून जाताना हळूहळू जाते, हे त्याला माहीत होतं.

गाडीचा आवाज ऐकू येताच तो पुलाखालून बाहेर आला. दुरूनच त्यानं एका डब्याचा उघडा दरवाजा हेरला व गाडीजवळ येताच त्याला लटकून तो डब्यात शिरला.

डब्यात शिरताच एक बंदूकीची नळी त्याच्या छातीला येऊन भिडली.

'कोण आहेस? साल्या, ह्या डब्यात का चढलास? खबऱ्या आहेस?'

'पोलिसांचा कुत्रा आहे, की काय?' आणखी एक आवाज त्याच्या कानांवर आला.

हे कोण आहेत, हे विचारण्याची आवश्यकता नव्हती. हा भाग डाकूंचाच होता.

'मी एक गरीब प्रवासी आहे. विनातिकीट प्रवास करतोय्. शहराकडं निघालो आहे.'

बंदुका बाजूला घेऊन डाकूनं त्याला कोपऱ्यात बसण्याचा हुकूम दिला. तो जणू त्या डब्याचा राजाच होता. कोपऱ्यात बसलेला त्याचा सहकारी पितळेच्या ग्लासातनं दारू पीत होता.

पहिला डाकू पुन्हा दरवाज्याजवळ जाऊन बसला.

थोडा वेळ गप्प राहिल्यावर त्यानं विचारलं,

'भाकरी खाणार का? थोबाडावरून तर दहा दिवसांचा उपाशी दिसतोस?'

तो गप्प राहिलेला पाहून डाकू पुन्हा म्हणाला,

'इकडं ये. सरदाराजवळ बैस.'

घाबरून सरकत-सरकत तो दुसऱ्या कोपऱ्यापर्यंत गेला. सरळ उभं राहण्याचीही त्याची छाती होत नव्हती. सरदारानं कापडाचं एक गाठोडं त्याच्यासमोर टाकलं.

अन्नाचा वास नाकात शिरला.

'खा. बटाट्याचे पराठे आहेत. लोणचंही आहे.'

सरदाराचा आवाज मृदू होता.

कापऱ्या हातांनी त्यानं गाठोड्याची गाठ सोडली.

पराठे थंड होते; पण ताजे होते. एक पराठा उचलून त्यानं पुन्हा गाठोडं बांधण्याचा प्रयत्न केला, तेव्हा सरदार म्हणाला,

'पोटभर खा. खूप आहेत. लोणचंही आहे. घे.'

बंदूकवाला म्हणाला,

'कांदेही आहेत. पाहिजे, तर घे.'

खाणं सुरू केल्यावर परिस्थिती निवळल्यासारखी वाटली.

सरदारानं विचारलं,

'कुठं जाणार?'

'चिन्दोडा.'

'ते तर दुपारी उशिरा येईल.'

जरा वेळानं त्यानं पुन्हा विचारलं,

'कुठला आहेस? ह्याच गावाचा... झिरचा?'

खाता-खाता त्यानं होय म्हणून मान हलवली.

बन्दूकवाल्यानं विचारलं,

'दानसिंहाचं नाव ऐकलं आहेस कधी?'

'कोण? डाकू दानसिंह?'

'डाकू नव्हे, बंडखोर दानसिंह म्हण...'

'हो, हो.'

आता त्याला समजलं, तो कुणासमोर बसला आहे.

'पन्नास हजारांचं बक्षीस लावलं आहे सरकारनं.' सरदार सांगत होता, 'मीही याच गावचा आहे. आत्ता जो ठाकूर आहे, त्याच्या बापाच्या सांगण्यावरून माझी मुलगी पळवून नेण्यात आली होती.'

काही क्षण सुन्न करणारी शांतता डब्यात भरून राहिली.

'मी एक दिवस त्याच्या घरात घुसलो आणि कुऱ्हाडीच्या एका फटक्यात

त्याच्या डोक्याची दोन भकलं केली.' सरदार एका बाजूला तोंड करून थुंकला आणि पुढं म्हणाला, 'आता त्याची पोरंही हाच खेळ खेळायला लागलीत. कुणी दानीराम नावाचा इसम त्यांचा सूड घ्यायचा म्हणतो आहे, म्हणे. त्यासाठी त्यानं माणसांची जुळवाजुळवही केलीय्, म्हणे!' तो पुन्हा थुंकला आणि कुत्सितपणे म्हणाला, 'नुसत्या वांझोट्या घोषणा देऊन का त्या ठाकुराचं तळपट होणार आहे? त्या भडव्याची अक्कलच तेवढी. भेकड साला! रांडंच्याच्या मनगटात नाही जोर आणि निघाला कायदा तोडायला!'

गाडीचा वेग कमी झाला होता.

सरदार उठून उभा राहिला. त्यानं कमरेवरची काडतुसांची पेटी नीट केली व तो बंदूकवाल्याला म्हणाला,

'मोठा नाला येतोय्. तयार राहा!'

दोघंही उडी मारण्यासाठी सज्ज झाले.

जाताना सरदार त्याला म्हणाला,

'खाऊन उरलेलं फेकून दे आणि खबरदार जर कुणा पोलिसाला सुगावा लागला, तर...'

आता प्रथमच दानीराम उठून उभा राहिला.

'काळजी नको, सरदार. तुम्ही आणि मी एका गावचेच आहो! मी आणि तुम्ही एकाच मातीतून तर उगवलो आहो.'

पाहता-पाहता ते दोघेजण चालत्या गाडीतून उडी मारून रात्रीच्या अंधारात पसार झाले.

दानीराम बराच वेळ अंधाराच्या दिशेनं पाहत राहिला.

❑

कुणाची कथा?

शाळेच्या नियतकालिकात त्याची कथा छापून आली, तेव्हा कळलं, की त्याचं नाव एवढं भारदस्त आहे– अनिलकुमार चटोपाध्याय. इयत्ता सहावी.

तेव्हापासून आपण कथाकार व्हावं, अशी त्याची महत्त्वाकांक्षा होती. नाना प्रकारच्या कथा रचून सांगण्याचा छंद होता त्याला; आणि मला तर नेहमीच ठामपणे वाटायचं, की अन्नू पुढं-मागं मोठा कवी किंवा कथाकार होणार!

कवी असणं ही एक दैवी देणगीच असते. नाहीतर प्रत्येकजण कवी होऊ शकला असता. श्रेष्ठ प्रतीच्या लेखकांना जन्मत:च ज्या लोकोत्तर गुणांची देणगी लाभलेली असते, तिची प्रसादचिन्हं अन्नूच्याही लेखनात आढळत होती.

आम्ही विटीदांडू खेळत असू, त्या वेळीही अन्नू सर्वांपासून वेगळा, एकटा कुठल्या तरी विचारात बुडून गेलेला असे किंवा त्याच्या वहीत काहीतरी लिहीत राही.

त्याच्या डोक्यात या वेळी काय चाललेलं असावं, याविषयी मला नेहमीच कुतूहल वाटे.

तो त्याच्या कथांतील पात्रांना कसं घडवीत असेल, निर्जीव कागदांवर त्यांना जिवंत कसा करीत असेल, ती कशी जगत असतील, श्वासोच्छ्वास कसा करीत असतील?

शून्यातून तो एखादं पात्र निर्माण करायचा, त्याला कागदावर उतरावयाचा, मनात येईल तिकडं त्याला पाठवायचा.

ही पात्रं या ठिकाणाहून त्या ठिकाणी जाताना कथा पुढं पुढं जात राही.

विलक्षण–अतिशय विलक्षण!

कथालेखक हे नि:संशय थोर पुरुष होत. ते कुणालाही मारून टाकू शकतात,

हवं तेव्हा त्यांना जिवंत करू शकतात. कथाकार हे खरोखरीच प्रति-ईश्वरच नाहीत का?

अन्नू हसला.

ही कॉलेजच्या दिवसांतली गोष्ट आहे.

'असं मुळीच नाही. माझी पात्रं कधीच काल्पनिक नसतात. ती माझ्या नियंत्रणाखाली वावरत नाहीत, तर मीच त्यांच्या हुकमाप्रमाणं वागत असतो.'

अन्नू आता एखाद्या लेखकासारखाच बोलत होता.

मला ते फार आवडायचं.

त्याची कथा जेव्हा 'प्रताप', 'मिलाप' केव्हा 'जंग' या वृत्तपत्रांच्या रविवारच्या आवृत्तीत छापून येई, तेव्हा माझीच छाती अभिमानानं फुलून जाई.

एकदा मी आईपुढं पुरवणी नाचवीत म्हणालो,

'ही पाहा... अन्नूची कथा. अनिलकुमार चटोपाध्याय हे त्याचंच नाव आहे.'

'असं? वाचून दाखव बरं.'

मी आईला ती कथा वाचून दाखविली.

ती एका गरीब चांभाराची कहाणी होती.

ती कथा ऐकत असताना आईच्या डोळ्यांत अश्रू आले.

'अरे, ही तर आपल्या मोहोल्ल्यातल्या भिकू चांभाराचीच गोष्ट आहे. त्याच्या आईच्या बाबतीत असंच घडलं होतं.'

हे मला माहीत नव्हतं, पण मी लगेच तिला अन्नूचे शब्द ऐकविले,

'त्याच्या कथा काल्पनिक नसतात, आई. तो आपल्या कथांतील पात्रं आपल्या कल्पनेच्या साहाय्यानं निर्माण करीत नाही, तर आपल्या भोवतालच्या वास्तवातूनच उचलतो. यासाठी केवळ डोळे आणि कानच नव्हे, तर मनाच्या, बुद्धीच्या खिडक्याही उघड्या ठेवाव्या लागतात.'

आई फारच प्रभावित झाली.

खरं तर, ते शब्द माझे मुळीच नव्हते. अन्नूचे होते.

गल्लीच्या कोपऱ्यावर असलेल्या एका मोठ्या जांभळाच्या झाडाच्या बुंध्याशी भिकू चांभार बसायचा. साऱ्या परिसरातल्या वहाणा दुरुस्तीसाठी त्याच्याकडंच यायच्या. अन्नूचा तर तो आवडता अड्डा होता. कपडे मळलेले का असेनात, त्याला त्याच्या वहाणा चमकदार हव्या असत.

भिकू त्याच्या मुलाला– घसीटाला– चपलेचा अंगठा कसा शिवायचा, ते शिकवीत होता.

मी जेव्हा त्याची कथा त्याला ऐकवली, तेव्हा त्याचा गळा भरून आला. तो भारावल्या स्वरात म्हणाला,

'आमची दुःखं तुम्हीच नीट समजू शकताहात, मुलांनो! आमच्या दुःखांना तुम्हांवाचून कोण वाचा फोडणार?'

त्या दिवशी अन्नूविषयीचा माझ्या मनातील आदर द्विगुणित झाला. तो खरंच जन्मजात लेखक होता.

कॉलेजचं शिक्षण संपल्यावर मी दिल्ली सोडून मुंबईला आलो. मला नोकरी लागली होती.

अन्नू आपल्या मोठ्या भावाच्या 'बैठकी'वर त्यांना मदत करू लागला. त्याचा भाऊ कुठल्याशा सरकारी कचेरीत नोकर होता. हे दोघेही भाऊ सकाळ-संध्याकाळ दोन-दोन तास आपल्या 'बैठकी'त दवाखाना चालवायचे. आयुर्वेदिक व होमिओपाथीची औषधं द्यायचे.

अन्नूसाठी त्यांनी खूप खटपट केली; पण त्याला नोकरी काही मिळाली नाही.

एकदा बहिणीच्या लग्नासाठी मी दिल्लीला गेलो असताना त्याच्या भावाशी माझी भेट झाली. ते खूप आजारी होते. म्हणाले,

'तू तरी काही समजावून सांग अन्नूला. काही नोकरी-धंदा कर, म्हणावं. कथा लिहून काय मिळणार?'

मी गप्प बसलो.

बराच वेळ ते खोकत राहिले. छातीत साठलेला कफ मोकळा करत राहिले. मग मनातलं भळभळणारं दुःख ओकत म्हणाले,

'ती हरामजादी आहे ना? तिनं पिच्छा सोडला, तरच तो ताळ्यावर येण्याची शक्यता आहे.'

मी अन्नूला विचारलं, की, बाबा, ही हरामजादी कोण?

म्हणाला,

'कथा, रे. बस्स! दादा तिलाच शिव्या देतात. त्यांना कळत नाही. ते शारीरिक व्याधींवर इलाज करतात, तर मी सामाजिक आणि मानसिक व्याधींवर इलाज करतो. समाजाच्या चिघळलेल्या जखमांवर मी मलमपट्टी करतो. अंधारात दिशा हरवलेल्या, भटकणाऱ्या दुर्दैवी माणसांसाठी मी रस्ते उजळवतो. त्यांना आपल्या मानसिक पारतंत्र्याच्या शृंखला तोडून टाकण्यासाठी धारदार शस्त्रं देतो.'

वाटलं, टाळ्या वाजवून त्याला दाद द्यावी.

बराच वेळ तो बोलत होता.

त्यानं सांगितलं, की त्याचा पहिला कथासंग्रह छापण्यासाठी सिद्ध झाला आहे. नामांकित नियतकालिकांतून त्याच्या कथा प्रसिद्ध झाल्या आहेत. अनेकांकडून त्याला पत्रं येतात. पण सर्वांसाठी तर तो लिहू शकत नाही. सध्या तो एक कादंबरी लिहितो आहे, पण 'बैठकी'मुळं पुरेसा वेळच मिळत नाही. त्याचे थोरले बंधू गेली कित्येक वर्षं आजारामुळं अंथरुणाला खिळूनच आहेत. त्यांना दोन छोटी छोटी मुलं आहेत. बिचारी! त्या मुलांवरदेखील एक कथा लिहायची आहे.

त्याच्या बोलण्यात आता मोठमोठ्या लेखकांचे संदर्भ येऊ लागले. काही लेखक मला माहीत होते– सआदत हसन मंटो, अहमद नदीम कासिमी, कृष्णचंद्र, राजेद्रसिंह बेदींपर्यंत ठीक, पण काफ्का आणि सार्त्र ही नावं मला नवीन होती.

त्याचं बरंचसं बोलणं माझ्या डोक्यावरून गेलं.

पूर्वी तो सूत्रबद्ध कथानक सांगत असे. आता काफ्काच्या 'प्रतीकवादा'विषयी आणि सार्त्रच्या 'अस्तित्ववादा'विषयी तो मला सांगू लागला.

मला वाटलं की, ह्या गदारोळात कथेतील 'कथात्मता' मागं पडलीय्, की काय! पण अनिलकुमार चटोपाध्यायनं मला समजावून सांगितलं,

'कथेचा प्राण केवळ तिच्या कथासूत्राच्या किंवा तीमधील पात्रांच्या जडण-घडणीच्या विकासात नसतो... तो अस्तित्वाच्या जाणिवेचा निरंतर शोध असतो...'

हे सारं माझ्या डोक्यावरूनच चाललं होतं; पण त्याच्या विचक्षण बुद्धिचापल्यामुळं मी भारावल्यासारखा झालो होतो.

अनिल एकदा लेखकांच्या परिषदेकरता मुंबईला आला.

त्याची स्वाक्षरी असलेली चारही पुस्तकं मी त्याला कपाटातून काढून दाखविली.

ती पुस्तकं मित्रांना दाखवताना मला फार अभिमान वाटत असे. एवढ्या मोठ्या लेखकाची पुस्तकं–आणि असा एक मोठा लेखक माझ्या घरी राहायला आला होता.

मी त्याच्या भावाच्या मुलांबद्दल विचारलं– त्यांची कथा कुठवर आली?

अन्नूनं एक दुःखदायक बातमी सांगितली.

'दादा वारले. नातलगांनी माझं लग्न वहिनीशीच लावून दिलं. जबरदस्तीनं. आता मीच त्या मुलांचा बाप आहे.

काही दिवस राहून अनिल परत गेला.

त्याच्याविषयी मी नेहमी वर्तमानपत्रांत काहीबाही वाचायचो.

तो मला नवी पुस्तकं आवर्जून पाठवायचा.

अनेक वर्षांनी मला पुन्हा एकदा दिल्लीला जाण्याचा योग आला. जाताना सोबत बायकोलाही घेऊन गेलो. आपल्या लेखक-मित्राशी भेट घडवून आणण्याचं वचन मी तिला दिलं होतं.

त्या दिवशी संध्याकाळी, जांभळाच्या झाडाखाली, अन्नू आपल्या वहाणांना घसीटाकडून पॉलिश करून घेत होता. आजही त्याचा हाच आवडता अड्डा होता.

चर्चा पुन्हा कथेवरच येऊन ठेपली.

'नव्या कथेचं सर्वांत मोठं वैशिष्ट्य, म्हणजे वास्तवाच्या सतत बदलणाऱ्या रूपाशी तिचं असणारं आंतरिक नातं. खरं तर, जे दृष्टीसमोर असतं, दृष्टीला जाणवतं, ते सत्य नव्हेच! ते केवळ दृष्टीलाच गोचर होईल, असं नव्हे. कथा म्हणजे केवळ लॉजिकल रिलेशनशिप असलेल्या नातेसंबंधांचं चित्रण नसतं. पात्रांच्या मनांतील–अगदी आतल्या गाभ्यात काय दडून राहिलं आहे, त्याचा शोध असतो.'

मी आ वासून मुकाट्यानं ऐकत होतो. अनिलकुमार सांगत होता,

'गेल्या पन्नास वर्षांत उर्दू कथेनं विलक्षण वळणं घेतली आहेत. आमच्या कथेनं एवढी प्रगती केली आहे, की आज ती जगातल्या कुठल्याही...'

त्याच्या बोलण्यात घसीटानं व्यत्यय आणला. चमकणाऱ्या वहाणा पुढं करीत तो म्हणाला,

'कुणाच्या कथेबद्दल बोलताहात, भाईसाहेब? ज्यांच्यावर तुम्ही कथा लिहिता, ते तर जिथल्या तिथंच पडलेले आहेत! मी आपल्या बापाच्या जागी बसलो आहे, तर तुम्ही तुमच्या भावाची 'बैठक' चालवीत आहा. कुठल्या कथेच्या प्रगतीविषयी तुम्ही बोलता आहात?'

–आणि वहाणा पुढ्यात ठेवून घसीटा चपलेचा अंगठा एकाग्रतेनं जोडू लागला.

❑

रावीपार

घटना एवढ्या विलक्षण वेगाने घडल्या, की दर्शनसिंगाला वेड कसं लागलं नाही, कुणास ठाऊक! बाप घरी मरण पावला, आई त्या भग्न, उद्ध्वस्त झालेल्या गुरुद्वारात हरवली आणि इकडं बायकोनं एकाच वेळी दोन मुलांना जन्म दिला– जुळे मुलगे!

हसावं, की रडावं, हे त्याला समजेना. नशिबानं त्याच्याशी 'इस हाथ ले, इस हाथ दे' चा सौदा केला होता.

स्वातंत्र्य आलं आहे, येत आहे, असं लोक म्हणत होते. ते ल्यालपूरला केव्हा येईल, कुणास ठाऊक. हिंदू आणि शीख – दोघंही लपतछपत गुरुद्वाऱ्यात एकत्र गोळा होत होते. शाहनी रात्रंदिवस वेणा-वेदनांनी विव्हळत होती. दिवस अगदी भरत आले होते ना; आणि शिवाय पहिलीच खेप.

दर्शनसिंह रोज दंग्यांच्या नव्या नव्या बातम्या आणायचा.

बाप धीर देत म्हणायचा,

'काही होणार नाही, बेटा. काहीही घडणार नाही. आतापर्यंत कुणा हिन्दू-शीखाच्या एखाद्या तरी घरावर हल्ला झाला आहे काय?'

'गुरुद्वाऱ्यावर तर हल्ला झालाय् ना, भापाजी! दोनदा तर आगही लावण्याचा प्रयत्न करण्यात आला आहे.'

'आणि तरी तुम्ही सारे तिथंच एकत्र होत आहात.'

या बोलण्यावर दर्शनसिंह गप्प व्हायचा; पण गोष्ट खरी होती. प्रत्येकजण घर सोडून गुरुद्वाऱ्यातच आश्रय घेत होता.

'एकत्र येण्यानं अधिक सुरक्षित वाटतं, भापाजी. आपल्या गल्लीत तर आता एकही हिन्दू-शीख औषधालाही उरला नाही. बस्स, आपणच एकटे मागं राहिलो आहो.'

दहा-पंधरा दिवसांपूर्वीची गोष्ट. रात्रीच्या वेळी अचानक काही तरी दाणकन पडल्याचा आवाज झाला, म्हणून सारे उठून अंगणात जमले.

त्या वेळी गुरुद्वाऱ्याच्या बाजूनं 'बोले सो निहाल' च्या गर्जना ऐकू येत होत्या.

भापाजींनी त्या ऐकल्या आणि काय झालं असावं, हे पाहण्यासाठी ते गच्चीवर गेले.

परतताना पायऱ्यांवरून पाय घसरला आणि सरळ पडले, ते अंगणात उभ्या ठेवलेल्या कुदळीवरच. तिचं पातं त्यांच्या मस्तकातच घुसलं.

कसं तरी करून भापाजींचे अंत्यसंस्कार पूर्ण केले. मौल्यवान डाग-डूग त्यानं एका उशीच्या अभ्र्यात भरले आणि तिघंही गुरुद्वाऱ्यात येऊन राहिले.

अजूनही तिथं काही भीतिग्रस्त लोक होतेच. त्यांच्या सोबतीमुळं यांना अधिक सुरक्षित वाटलं. दर्शनसिंग तर मुळीच घाबरला नव्हता.

तो म्हणाला,

'आपण एकटे थोडेच आहो? अगदीच कुणी नसलं, तरी वाहेगुरू आपल्यासोबत आहेत.'

स्वयंसेवकांचा एक गट दिवसभर कामांत असायचा. लोकांनी आपापल्या घरांतून असेल तेवढा आटा, डाळ, तूप, इत्यादी साहित्य उचलून आणलं होतं. लंगर दिवसरात्र चालूच होता. पण हे किती दिवस चालणार? हा प्रश्न प्रत्येकाच्याच मनात होता. सरकार काही मदत करील, अशी लोकांना आशा होती.

'कुणाचं सरकार?' कुणी विचारी, 'इंग्रज तर कधीच निघून गेले.'

'इथं पाकिस्तान तर जन्माला आलं आहे; पण सरकार अजून बनायचं आहे.'

'कुणी कुणी म्हणताहेत, लष्कराचा संचार सगळीकडं सुरू आहे आणि ते निर्वासितांना सुरक्षितपणे नियंत्रण-रेषेपर्यंत पोहोचवतं आहे.'

'निर्वासित? म्हणजे काय?'

'रिफ्यूजी.'

'हा शब्द तर या पूर्वी आम्ही कधी ऐकला नाही.'

दोन-तीन कुटुंबांच्या गटाला परिस्थितीचा दबाव सहन झाला नाही. तो गुरुद्वारातून बाहेर पडला.

'ट्रेन सुरू झाल्या आहेत, म्हणे. आम्ही आता स्टेशनवर निघालो आहोत. इथं किती काळपर्यंत बसून राहणार?'

'कधीतरी धाडस हे करावंच लागेल ना! वाहेगुरू खांद्यावर बसवून तर घेऊन जाणार नाहीत.'

आणखी एकानं गुरुबानीचा दाखला दिला :

'नानक नाम जहाज है, जो चढे सो उतरे पार.'

काही लोक निघून जात, तेव्हा काही काळ तिथं पोकळीतून बुडबुडा तयार होई. काही बाहेरून येत, तेव्हा त्यांनी आणलेल्या बातम्यांनी तो बुडबुडा फुटून जाई.

'स्टेशनला तर भल्या मोठ्या छावणीचं स्वरूप आलं आहे.'

'लोक भुकेनं तर मरत आहेत; पण खा-खाऊनही मरताहेत. दुखणी-आजारपण यांनी माणसं बेजार झाली आहेत.'

'पाच दिवसांपूर्वी इथून एक ट्रेन गेली. तिच्यात तिळाएवढीही जागा नव्हती. लोक छतावरही बसले होते.'

दुसऱ्या दिवशी संक्रांत होती. गुरुद्वाऱ्यात रात्रंदिवस पाठ चालू होता. अशा अत्यंत शुभमुहूर्तावर शाहनीनं जुळ्या मुलांना जन्म दिला. त्यांतला एक तर फारच अशक्त होता. वाचण्याची मुळीच आशा नव्हती.

त्या रात्रीच कुणीतरी बातमी आणली.

'निर्वासितांना नेण्यासाठी स्पेशल ट्रेन आली आहे. चला. बाहेर पडा!'

गुरुद्वाऱ्यातून खूप मोठा जमाव निघाला.

दर्शनसिंहही निघाला. शाहनी खूपच अशक्त झाली होती; पण मुलांच्या आधारानं जाण्यासाठी तिनं होकार भरला.

आईनं मात्र गुरुद्वारातून हलण्यास साफ नकार दिला.

'मी नंतर येईन, बेटा! सूनबाई व माझ्या नातवंडांना घेऊन तू सांभाळून निघून जा.'

दर्शनसिंहानं खूप आग्रह केला, हट्ट धरला, तेव्हा ग्रंथीनं समजावलं,

'तुम्ही पुढं चला. एकेक करून सारे नियंत्रण-रेषा पार करून जाऊ. बीजी आमच्याबरोबर येतील.'

दर्शनसिंह सर्वांबरोबर निघाला. झाकण असलेल्या एक वेताच्या टोपलीत मुलांना ठेवून, ती त्यानं डोक्यावर घेतली – जणू घरगुती सामानाची एखादी पेटीच असावी, तशी.

स्टेशनवर गाडी उभी होती, पण तिच्यात मुळीच जागा नव्हती. टपावर लोक गवतासारखे उगवले होते. बिचाऱ्या ओल्या बाळंतिणीला व नवजात अर्भकांना पाहून लोकांनी त्यांना टपावर चढवलं आणि बसायला थोडी जागा करून दिली.

सुमारे दहा-एक तासांनंतर गाडी हलली.

रक्तानं माखल्यासारखा तप्त चेहरा घेऊन सायंकाळ आली.

शाहनीची छाती पोरांनी पिऊन-पिऊन घेतल्यामुळं चिपाडासारखी झाली होती. एका मुलाला ती खाली ठेवायची, तर दुसऱ्याला छातीशी धरायची.

मळक्या दुपट्यांत गुंडाळलेली मुलं उकिरड्यावरून उचलून आणल्यासारखी वाटत होती.

काही तासांनंतर, रात्र झाल्यावर, दर्शनसिंहाच्या लक्षात आलं, एका मुलाचे हातपाय हलताहेत, रडण्याचा आवाज येतोय्; पण दुसरा तर अगदी थंड झाला आहे.

त्यानं टोपलीत हात घालून पाहिलं.

त्याचं शरीर थंड पडलं होतं.

दर्शनसिंह रडू लागला, तेव्हा आजूबाजूच्या लोकांनाही ही गोष्ट कळाली.

शाहनीजवळून त्या मुलाला घेण्याचा साऱ्यांनी प्रयत्न केला, पण आधीच तिचा जणू दगड झाला होता. ती टोपलीला कवटाळून बसून राहिली.

'भावाला सोडून दुसरा दूध पीत नाही.'

प्रयत्न करूनही तिनं टोपली सोडली नाही.

ट्रेन वाटेत दहा वेळा थांबली– दहादा सुरू झाली.

लोक अंधारातच अंदाज करीत होते.

'बस्स. खैराबाद गेलं.'

'हे तर नक्कीच गुजराँवाला आहे, जी.'

'बस्स. आणखी फक्त एक तास. लाहोर आलं, की समजा, हिन्दुस्थानात पोहोचलोच.'

आश्वस्त झाल्यानं लोकांनी जोरजोरात घोषणा द्यायलाही सुरुवात केली :

'हर हर महादेव!'

'जो बोले सो निहाल!'

गाडी एका पुलावरून जात होती. साऱ्यांच्या शरीरांत चैतन्यानं उसळी घेतली.

'रावी आली!'

'रावी आली, म्हणजे लाहोर आलंच.'

या गोंधळातच कुणीतरी दर्शनसिंहाच्या कानात पुटपुटला,

'सरदारजी, मुलाचं प्रेत इथं रावीतच टाकून द्या. कल्याण होईल त्याचं. तिकडं रावीपार नेऊन काय करणार?'

दर्शनसिंहानं हळूच टोपली बायकोपासून दूर सरकवली. मग अचानक, दुपट्यात गुंडाळलेलं ते पोर उचललं व 'वाहे गुरू' म्हणून रावीत फेकून दिलं.

अंधारात कुणा अर्भकाच्या रडण्याचा अस्पष्ट आवाज ऐकू आला.
दर्शनसिंहानं घाबरून शाहनीकडं पाहिलं.
मेलेलं मूल शाहनीनं छातीशी घट्ट पकडून ठेवलेलं होतं.
–आणि मग पुन्हा कोलाहल उठला,
'वाघा! वाघा!'
'हिन्दुस्थान जिंदाबाद!!'

❑

तारा

एका सेकंदात एक लाख शहाऐंशी हजार मैलांचा प्रवास या वेगानं साठ सेकंदांत– म्हणजे एका मिनिटात कोट्यवधी मैल दूर जाता येईल. प्रकाश याच गतीनं प्रवास करतो. वर्षाचे तीनशे पासष्ट दिवस याच वेगानं प्रवास केल्यावर आपण अशा ठिकाणी पोहोचू, जिथून ही पृथ्वी दिसणारही नाही.

प्रवास असाच निरंतर चालू राहिला, हाच वेग सतत कायम राहिला, तर दहा हजार प्रकाशवर्षांनंतर आपण एका पूर्णतया विझलेल्या सूर्यापर्यंत पोहोचू. हा सूर्य कोट्यवधी वर्षं अखण्डपणे जळत राहिला असेल; आणि तो आता अखेरच्या पंथाला लागलेला असेल. अजूनही त्याच्यात थोडी धुगधुगी शिल्लक राहिलेली असण्याची शक्यता आहे. कारण कधी कधी त्याच्यातून आगीचा लोळ भडकून उठतो आणि त्याच्या ज्वाळा वीस-पंचवीस हजार मैलांपर्यंत पोहोचू शकतात.

वैज्ञानिक तपशील सांगतात, की यापूर्वी १८४१ मधे व नंतर १८५४ मधे एकदा – अशा दोन वेळा अशी ज्वाळा भडकली होती आणि तिचा प्रकाश पृथ्वीवरही दिसला होता.

त्या सूर्याचा आकार आता, आपण रोज पाहतो, त्या सूर्यासारखा गोल राहिलेला नाही. सतरंजीवर दौतीतून लवंडलेल्या शाईच्या डागासारखा तो कसातरी पसरलेला दिसतो. वातावरण स्वच्छ असतं, तेव्हा अत्यंत शक्तिशाली दुर्बिणीमधून त्याच्याकडं पाहण्याचा प्रयत्न केला, तर शाळेतून परतणाऱ्या

सिकंदरच्या खिशाला जांभळांमुळं पडलेल्या डागासारखा तो दिसतो.

कितीतरी दूर आहे तो सूर्य; आणि त्या सूर्याला एक नावही देण्यात आलं आहे : 'ईटा कोर्निया.'

हे नाव आपणच ठेवलेलं आहे.

अवकाशाच्याही पलीकडं असलेल्या जगातील लोकांनी आपल्या सूर्याचंही असंच एखादं नाव ठेवलं असेल...

१८४१ ची गोष्ट. हिन्दुस्तान त्या वेळी अखंड होता. मोगल बादशहा अकबर-ए-सानी मरण पावला होता.

चार वर्षं चुटकीसरशी निघून गेली होती आणि त्याच्या जागी जफर सिंहासनावर बसला होता.

तसं पाहू गेलं, तर प्रसिद्ध शायर इब्राहिम 'जौक' जफरचे गुरू होते; पण जफरच्या मनात गालिबबद्दल फार आदर होता.

गालिबचा घरगडी कल्लू, नेहमीच मुनीरला म्हणायचा,

'बादशहा आपल्या गुरूला न कळू देता आपल्या गजला आमच्या गालिबमियाँकडं 'इस्लाह'साठी – दुरुस्तीसाठी पाठवतात, माहीत आहे?'

'असं?' आश्चर्यानं मुनीरचे डोळे विस्फारत.

'नाही तर काय! बादशहा असले, म्हणून काय झालं? मोठमोठ्या शायरांविषयी त्यांच्या मनात कमालीचा आदर आहे. शाही बागेतून मिर्झा गालिबमियाँसाठी खास आंब्यांच्या टोपल्या येत असतात.'

हे ऐकून मुनीरचा चेहरा चंद्रज्योतीसारखा उजळायचा. डोळे चमकायचे. कल्लूला तो म्हणे,

'पाहा, एक ना एक दिवस मिर्झा नौशांचा सितारा लखलखू लागेल, हे नक्की!'

मुनीरची मिर्झा गालिबवर फार श्रद्धा होती. तशी त्यांची फार ओळख नव्हती. मिर्झा कधी, कुठं दिसले, तर आदरानं वाकून तो त्यांना कुर्निसात करायचा.

मुनीरला आकाशनिरीक्षणाची फार आवड होती. ग्रहनक्षत्रांचा अभ्यास करणाऱ्यांना तो नेहमी प्रश्न विचारून भंडावून सोडायचा.

'हकीमसाहेब, मला एक सांगा, तारे तुटताना तर मी अनेकदा पाहिलं आहे; पण हे तारे भ्रमण कसे करतात? तो ध्रुवतारा तर एका ठिकाणीच खिळल्यासारखा दिसतो. जणू अल्लानं वाळवंटातून प्रवास करणाऱ्यांना दिशा दाखवण्यासाठी आकाशात मशालच रोवून ठेवली आहे... पण ते सात तारे, पंडित शिवनाथ त्यांना सप्तर्षी म्हणतात, संध्याकाळी त्या मसजिदीच्या मिनाराजवळ होते. मी छतावर झोपलो होतो. अचानक मध्यरात्री जाग आली. पाहतो, तो हे सातही तारे सरळ माझ्या डोक्यावर! पुन्हा सकाळी पाहिलं, तर ते यमुनेच्या शाहदऱ्याकडं वळले होते.'

हकीमसाहेबांनी समजावून सांगितलं,

'हे पाहा, मुनीरमियाँ, हे जे आभाळ दिसतं आहे ना, तेच पूर्णत: उगवतं आणि मावळतंही. म्हणजे असं, तुम्ही एका घुमटाच्या आत बसला आहात. हा घुमट तुमच्या डोक्यावर सतत फिरतो आहे आणि या घुमटाला चंद्र, सूर्य, तारे जडवले आहेत. हे सारे जणू गणितातले अंकच आहेत. अल्लामियाँच ते वाचू शकतो. तोच यांचा हिशेब ठेवतो.'

'हे बरोबर आहे. मात्र अल्लानंतर फक्त तुम्हीच हे सारं जाणता.'

हकीमसाहेबांनी त्याला जे समजावून सांगितलं, त्यामुळं त्याला अतिशय आनंद झाला होता.

'असतग-फिरुल्लाह! आम्ही कोण कुठले, मियाँ! तो जेवढं सांगतो, तेवढंच आम्हांला कळतं.'

'हो. एकदा एक मोठ्ठा तारा आकाश लखलख उजळून टाकीत तुटून पडला, तेव्हा तुम्ही सांगितलं होतं, की कुणीतरी मोठी व्यक्ती या जगातून निघून गेली आहे... आणि तसंच झालं, पाहा. अकबर-ए-सानी बादशहांचा देहान्त झाल्याची बातमी त्याच दिवशी कळाली.'

'त्याचं असं आहे, मुनीरमियाँ, जेव्हा एखादा तारा तुटतो, तेव्हा तो ज्या दिशेला पडतो, तिकडं काही उत्पात होतातच. मोठ्या दुर्घटनेची ती एक पूर्वसूचनाच म्हण! आणि जिथून तारा तुटतो, तिथं एखाद्या मोठ्या व्यक्तीचा मृत्यू होतो. आता आम्हांला थोडंच माहीत होतं, की तो तारा बादशहांचा होता, म्हणून! त्या ताऱ्याच्या तेजावरून मी कल्पना केली होती, की निश्चितच एखादी महान व्यक्ती या जगातून गेली असेल. अनेक दिवस तो तारा थरथरताना मी पाहत होतो.'

'मग हे लाखो तारे अल्लानं जन्माला घातलेल्या सर्वांच्या नशिबाचेच सितारे म्हणायला हवेत. त्यानं त्यांवर क्रमांकही घातले असले पाहिजेत. कुणाचा तारा लहान, कुणाचा मोठा.'

'होय... असंच आहे!'

'मग माझाही एखादा तारा असणारच त्यांत!'

हकीमसाहेब अनिच्छेनंच म्हणाले,

'असेल, असेल.'

मुनीरच्या बोलण्याचा त्यांना कंटाळा येऊ लागला होता. तक्क्यावर डोकं टेकवून ते पंख्यानं वारा घेऊ लागले.

मुनीरनं लगेच त्यांच्या हातून तो पंखा घेतला आणि तो त्यांना वारा घालू लागला.

'तर मग, हकीमसाहेब, शायर मिर्झा गालिब यांचाही एखादा तारा नक्कीच असणार!'

'हूं.'

हकीमसाहेबांनी तक्क्यावर डोकं टेकवलं. रात्रीच्या जेवणाची सुस्ती आता डोळ्यांवर येऊ लागली होती.

मुनीर, एखाद्या गुपिताचा स्फोट करावा, अशा खाजगी आवाजात म्हणाला,

'हकीमसाहेब, आज ना उद्या मिर्झा आपल्या बादशहाचे गुरू होतीलच... आणि मग त्यांचाही तारा, आज जिथं जौकसाहेबांचा तारा आहे, तिथं चमकेल. तारे सुद्धा व्यक्तीच्या प्रतिष्ठेनुसार आणि उत्कर्षानुसार जागा बदलत असतील.'

पण तोपर्यंत हकीमसाहेबांना गाढ झोप लागली होती.

मुनीर रोज रात्री टक लावून आकाशातील तारे ओळखण्याचा प्रयत्न करीत होता.

त्याच वर्षीची– म्हणजे १८४१चीच गोष्ट. एक तारा इतर ताऱ्यांपेक्षा अधिकच लखलखताना दिसू लागला होता. त्याला पाहून मुनीर अस्वस्थ झाला. सकाळी उठल्याबरोबर तो, हकीमसाहेबांच्या कानांवर आपल्या शोधाचं वृत्त घालावं, म्हणून त्यांच्या घरी गेला.

हकीमसाहेबांनी, मुनीर काय म्हणतो आहे, ते शांतपणानं ऐकून घेतलं. हकीमसाहेब आदल्या दिवशीच आग्र्याहून परत आले होते व लौकरच झोपी गेले होते. त्यामुळं त्यांनी तो तारा पाहिला नव्हता.

मुनीरनं अनेकांजवळ त्या ताऱ्याचा विषय काढला. कुणी तो तारा पाहिलाच नव्हता. कुणी उगीचच हो ला हो म्हणत होते.

हाच तारा दुसऱ्या रात्रीही पुन्हा चमकू लागला. खरोखरच तो इतर ताऱ्यांहून जास्त प्रकाशमान दिसत होता.

तिसऱ्या दिवशीही तो दिसला, तेव्हा दिल्लीत त्याविषयी चर्चा सुरू झाली.

त्या दिवशी हकीमसाहेबांनी मुनीरला जवळ बोलावून घेतलं,

'अरे, मुनीरमियाँ. काय विलक्षण दृष्टी आहे तुमची! तुमच्या त्या ताऱ्याविषयी आज किल्ल्यातही चर्चा झाली... खुद्द बादशहाच्या दरबारात. हिन्दुस्थानच्या आकाशात या ताऱ्याचा उदय हा एक शुभशकुन मानला जात आहे. राजज्योतिषी तर म्हणाले, की परमेश्वराच्या कृपेनं लौकरच बादशहांचे दिवसही बदलतील. पूर्वीचं वैभव पुन्हा प्राप्त होईल.'

मुनीर हात उंचावून 'आमीन' म्हणाला. नंतर तो हेही म्हणाला,

'इन्शाल्ला, म्हणजे आमच्या मिर्झासाहेबांचे दिवसही नक्कीच बदलणार आहेत. पुढल्या महिन्यात त्यांचा पहिला कवितासंग्रह प्रसिद्ध होतोय्... चांगले दिवस येण्याची ही सारी प्रसादचिन्हं आहेत.'

काही दिवस तो तारा आकाशात लखलखत राहिला आणि अचानक गुप्त झाला.

मुनीरनं त्याचा फार शोध घेतला. फार वाट पाहिली; पण तो पुन्हा कधीच दिसला नाही.

आणखी काही वर्षं गेली.

दिल्लीच्या तख्ताचा ऱ्हास आणि अपकर्ष सुरू झाला.

इंग्रज बळावले. त्यांनी स्वतःचं सार्वभौमत्व प्रस्थापित केलं.

१८४४ साली मुनीरचं लग्न झालं. दोन-तीन वर्षांत दोन-तीन मुलंही झाली; पण रात्री उशिरापर्यंत तारे पाहण्याची त्याची सवय मात्र गेली नाही. त्याची फार इच्छा होती, की त्याला कधीतरी स्वतःचा तारा दिसेल. मग त्याच्याजवळच बायको व मुलांचे तारे शोधता येतील; पण असं झालं नाही.

हकीमसाहेबांची दृष्टीही अधू बनली होती. आकाशनिरीक्षण तर पूर्वीही कमीच करायचे. आता पुस्तकं वाचणंही कमी झालं.

मग एके दिवशी ती घटना घडली.

१८५४ साली मुनीरनं एका तेजस्वी ताऱ्याला आकाशाच्या पाटीवर दीर्घ, लखलखती रेघ ओढत निखळून पडताना पाहिलं.

सकाळी-सकाळीच तो हकीमसाहेबांच्या कानांवर ही बातमी घालण्यासाठी निघाला, तेव्हा त्यानं रस्त्यातच ऐकलं, की जौकसाहेबांचा देहान्त झाला आहे.

त्याला खात्रीनं वाटलं, की काल रात्री पाहिलेला तारा हा त्यांचाच होता.

मुनीरनं जाऊन कल्लूला बातमी दिली आणि कल्लूनं पळत जाऊन मिर्झा गालिबना हे कळवलं.

गालिब त्या वेळी आपल्या रुग्णाईत असलेल्या वेडपट भावाची सेवा-शुश्रूषा करण्यात गर्क होते.

काही दिवसांनी आणखी एक आश्चर्य घडलं. मुनीरनं तेरा वर्षांपूर्वी, १८४१साली जो तारा पाहिला होता, तो पुन्हा प्रकाशमान होऊन दिसू लागला–नेमक्या त्याच ठिकाणी, जिथून जौकसाहेबांचा तारा ढळला होता. तो आता अधिकच तेजानं लखलखत होता.

तो तसाच काही दिवस लखलखत राहिला.

त्याच वर्षी मिर्झा असदुल्लाखाँ गालिब, बादशहा बहादुरशाह जफरचे गुरू बनले आणि त्यांना 'नजमुद्दौला दबीरुलमुल्क' किताबही बहाल करण्यात आला.

मुनीरचा विश्वास आता बळावला होता. त्यानं शेवटी एक तरी तारा ओळखलाच होता.

कदाचित त्याचा ताराही आकाशाच्या त्याच भागात असू शकणार होता.

❑

पुरुष

ती अस्वस्थ होती– पोट थोडं दिसू लागलं होतं, म्हणून. कप्पू हॉस्टेलमधून येणार होता. त्यानं जर विचारलं, तर? कप्पू जणू तिचा एकुलता एक मुलगा नव्हताच, तर नवरा होता; आणि त्याला आता काय स्पष्टीकरण द्यावं, या विचारानं ती धास्तावली होती.

स्त्रीला प्रत्येक वेळी कुणा ना कुणा पुरुषाला आपल्या कृत्याबद्दल स्पष्टीकरण द्यावं लागतंच. कधी बापाला, कधी नवऱ्याला, कधी मुलाला.

जेव्हा बक्षी कान्ताला चोरून मारून भेटू लागला, तेव्हा त्यानं तर कसलंच स्पष्टीकरण दिलं नव्हतं. त्याच्या दृष्टीनं असं स्पष्टीकरण देण्याची काहीच आवश्यकता नव्हती. समजा, रमानं ते विचारण्याचं धाडस केलंही असतं, तर त्यानं घरातल्या क्रोकरीचा चक्काचूर करून टाकला असता. प्रसंगी त्यानं रमेला दोन-चार लाफेही चढवले असते.

घरातील या शीतयुद्धानं पेट घेतला, त्याच दिवसांत केव्हातरी दोघांनी मिळून कप्पूला नैनितालला हॉस्टेलमधे ठेवण्याचा निर्णय घेतला. नैनितालमधे एवढ्यासाठी, की त्याला घरातली क्रोकरीच काय, घरही फुटल्याचं दिसू नये.

कान्तानं बक्षीच्या आयुष्यात पाऊल ठेवलं, न ठेवलं, तोच बक्षीची रमाविषयीची ओढच संपुष्टात आली.

रमाला आतून कुठं तरी तीव्रतेनं वाटायला लागलं, की बक्षी आता आपल्याबरोबर राहणं शक्य नाही – आणि तिचा अंदाज खरा ठरला. फोनची घंटी वाजायची आणि एकाएकी फोन तुटायचा. त्यानंतर लगेच बक्षीच फोनवर यायचा. अवेळीच ऑफिसचं महत्त्वाचं काम निघायचं. ही सारी लक्षणं रमाच्या पूर्ण परिचयाची झाली–त्यांचा अर्थही तिला नीट समजू लागला.

बक्षी घरी ठरेनासा झाला. ऑफिसचे दौरे हा तर बहाणा होता. तो आत्ता

कुठल्या हॉटेलमधे आहे, हे तिला नेहमीच कळायचं.

पूर्वी ती ज्या बँकेत काम करीत होती, तिथंच तिनं पुन्हा नोकरी धरली; पण स्पष्टीकरण तर द्यावंच लागलं– तिच्या वडिलांना आणि बक्षीलाही. मात्र बक्षीनं वडिलांना समजावून सांगण्यात तिला मदत केली, कारण एका पगारात दोन घरं चालवणं त्यालाही जड जाऊ लागलं होतं.

वडिलांनी बाजूला नेऊन विचारलं,

'तुम्हां दोघांत काही कुरबूर झाली आहे का?'

'नाही, डॅडी. प्रत्येक संसारात थोडं-फार असतंच ना! पण कपिल हॉस्टेलला गेल्यामुळं मला घरी फार एकटं वाटतंय्.'

वडिलांनी अधिक काहीच विचारलं नाही. ते फक्त एवढंच म्हणाले,

'कपिलला कधीकधी आजी-आजोबांकडंही पाठवीत जा.'

'होय. जरूर पाठवू.'

असं म्हणून दोघंही कानपूरहून परत आले होते. दोघांनीही स्पष्टीकरण मागायचं आणि द्यायचं सोडून दिलं होतं. सारं काही सूर्यप्रकाशाइतकं स्पष्ट होतं, तर स्पष्टीकरण का आणि कशासाठी द्यायचं? दोघांनीही ठरवलं की, एकमेकांपासून गुण्यागोविंदानं विभक्त व्हायचं; पण प्रश्न कप्पूचा होता. दोघांमधे हा जो तणाव निर्माण झाला आहे, त्याविषयी त्याला काय सांगणार? कसं समजावणार? नऊ वर्षांचा तर होता तो त्या वेळी.

रमाचा बँक मॅनेजर रमण कुमारनं मध्यस्थी करण्याचा बराच प्रयत्न केला, पण जमलं नाही. बक्षीचा स्वभाव रमाला पूर्णत: ठाऊक होता. तिच्यावरही असंच उत्कट प्रेम त्यानं केलं होतं.

रमण कुमार एकदा तिला म्हणालाही,

'तुझं रडणं मी समजू शकतो. पण मला जास्त आश्चर्य वाटतंय्, ते बक्षीचं. बोलता-बोलता त्याच्याही डोळ्यांत अश्रू येतात. तुझ्या विरुद्ध तो एक शब्दही बोलत नाही. आपण घोडचूक करून बसलो आहोत, याची तीव्र जाणीव त्याला आहे. कदाचित तो फार भावनाप्रधान असण्याचीही शक्यता आहे.'

रमाचीही खात्री होती, की बक्षीचं वागणं चूक असू शकतं; पण खोटं, बनावट मुळीच नाही. त्याच्या डोळ्यांतील अश्रू तर खोटे असूच शकत नाहीत. तो ढोंगी मुळीच नाही.

घटस्फोटाचे कागद कचेरीत दाखल होऊन त्यांवर कारवाई होईतो आणखी एक वर्ष निघून गेलं.

कधी एकेकट्यानं, तर कधी मिळून ते दोघं हॉस्टेलवर जाऊन कप्पूला भेटत.

सुट्टीत कधी त्याला दिल्लीबाहेरच्या परिसरात फिरवून आणीत. कधी कप्पू रमाबरोबर राही आणि बक्षी ऑफिसच्या दौऱ्यावर निघून जाई.

काहीतरी बिनसलंय्, हे कपिलच्या–कप्पूच्या ध्यानात आलं होतं, पण तो स्वत:शी एवढंच म्हणू शकला होता,

'आजकाल पप्पा माझ्यावर पूर्वीसारखं प्रेम करीत नाहीत...तुझ्यावरही.'

'चल्, वेडा कुठला! ऑफिसच्या कामांत फार गुंतले आहेत, दुसरं काय?'

कप्पूच्या बालमनावर काही परिणाम होऊ नये, म्हणून ती जपत होती.

'...आणि पुन्हा मीही बँकेत जाऊ लागले आहे ना?'

जेव्हा घटस्फोट मिळाला, तेव्हा तिनं मुलावर हक्क सांगितला. बक्षीनं त्याला मुळीच विरोध केला नाही. त्याला ठाऊक होतं, की कांता-प्रकरण मुलाला समजावून सांगणं कठीण आहे. त्याचा त्याच्या मनोवृत्तीवर फारच मोठा आघात ठरला असता. तो नेहमीच हॉस्टेलवर त्याला भेटायला जायचा. रमानंही त्याच्याजवळ घटस्फोटाचा विषय कधी काढला नाही.

कांता-प्रकरण फार दिवस टिकलं नाही; पण आता रमाची बक्षीसोबत पुन्हा नांदण्याची मुळीच इच्छा नव्हती, आणि बक्षीही परत येऊ इच्छीत नव्हता. दोघांत जो अंतराय निर्माण झाला होता, तो भरून निघणं अशक्य होतं. त्या वर्षीच्या सुट्ट्यांत कप्पू ज्या वेळी घरी येणार होता, त्याआधीच बक्षीची बदली हजार मैल दूर– मद्रासला झाली. बक्षीनं हे सारंच प्रकरण कदाचित स्वत:पुरतं स्मरणातून काढून टाकलं असावं. रमाला मात्र आता हे नाटक फार काळ करीत राहणं शक्य नव्हतं. तिनं ठरवलं, की कप्पू आल्यावर त्याला सारं काही सांगून टाकायचं. कप्पूला वाईट तर वाटणारच होतं. कारण बापावर त्याचं फार प्रेम होतं. पण ती हळूहळू त्याला समजावील. सारा दिवस ती त्याच्या वडिलांबद्दलच बोलेल व रात्री जेव्हा त्याला सांगेल, तेव्हा तो स्फुंदून रडू लागेल. मग ती त्याला शांत करील. झोपवील. म्हणेल,

'मी आहे ना तुझी आई!'

कप्पू आला आणि समोर येताच म्हणाला,

'आई, पप्पा आपल्याला सोडून निघून गेले? हे खरं आहे का, आई?'

रमाला स्वतःला सावरणं शक्यच झालं नाही. ती स्फुंदून स्फुंदून रडू लागली.

कप्पू पुढं येत, तिला जवळ घेत म्हणाला,

'मी आहे ना, आई. मी... तुझा मुलगा...'

ती चकित झाली. ही मुलं कधी मोठी होतात, पत्ताच लागत नाही.

–आणि आज दोन वर्षांनंतर पुन्हा कप्पू हॉस्टेलहून परत येणार होता. आता तो तेरा वर्षांचा झाला होता. गेल्या वर्षीच्या सुट्ट्यांत तो त्याच्या मित्रमैत्रिणींबरोबर दार्जिलिंगला गेला होता. रमादेखील काही दिवसांची रजा घेऊन रमण कुमार बरोबर फिरून आली. बऱ्याच वर्षांनी तिनं ही रजा काढली होती.

होळीच्या दिवसांत ती जेव्हा कप्पूला भेटायला हॉस्टेलवर गेली, तेव्हा तिला वाटलं, की कप्पूला रमणबद्दल सांगावं. पण कप्पूवर त्याचा काही वाईट परिणाम होईल, म्हणून ती घाबरत होती. किती केलं, तरी अजून लहान आहे तो.

आजदेखील सकाळपासून ती हजारदा हाच विचार करीत होती. अजून एवढासा मुलगा तर आहे. माझ्या वाढणाऱ्या पोटाकडं त्याची नजर गेलीच, तर त्याला वाटेल, मी लठ्ठ झाले आहे. काय झालं आहे, हे त्याला कसं कळणार? मात्र या वेळी आपण रमणबरोबर रजिस्टर्ड मॅरेज केलं आहे, हे तर सांगायलाच हवं. काही दिवसांनी हेही विचारावं लागेल– तुला भाऊ हवा, की बहीण?

कप्पू आला, त्या दिवशी, सारा दिवस ती आपलं पोट सैलसर कपड्यांत लपवीत राहिली. एक क्षणभरही तिनं दुपट्टा बाजूला काढून ठेवला नाही. कप्पूला खाऊ-पिऊ घालीत विचार करीत राहिली, की रात्री झोपताना हा विषय कसा काढायचा?

अचानक आतल्या खोलीतून काच फुटल्याचा आवाज आला.

काचेच्या फुलदाणीचा चुरा झाला होता आणि कप्पूनं आपल्या हाताला जखम करून घेतली होती.

'कप्पू...'

ती पुढं येत होती, तोच कप्पूनं धक्का देऊन तिला दूर लोटलं.

'माझ्या पुढ्यात येऊ नकोस!'

ती खिळल्यासारखी उभी राहिली.

कप्पूचा गळा दाटून आला होता. डोळ्यांत अश्रू दाटले होते.

'तू गरोदर आहेस का?'

रमाचे हातपाय बर्फासारखे थंड पडले. कपाळावर घाम फुटला.

'कुणाचं मूल आहे? रमण अंकलचं? बास्टर्ड...'

तिला वाटलं, हा आवाज कप्पूचा नसून, बक्षीचा आहे. हा तिचा मुलगा बोलत नसून, तिचा नवरा बोलतो आहे.

❑

फाळणी

आयुष्य कधीकधी जखमी चित्त्याप्रमाणं उंच उड्या मारीत धावत राहतं; आणि त्याच्या पावलांचे ठसे जागोजागी उमटत राहतात. हे ठसे एखाद्या रेषेनं जोडून पाहिले, तर विलक्षण आकृतिबंध तयार होतात.

एकोणीशसे चौऱ्याऐंशी-पंच्याऐंशीची गोष्ट. अमृतसरहून एका सर्वस्वी अनोळखी गृहस्थांकडून मला सतत पत्रं येत. त्यांत एकच एक उल्लेख असे. तो असा, की मी त्यांचा 'फाळणीच्या दिवसांत' हरवलेला भाऊ आहे. त्यांचं नाव इकबालसिंग होतं व ते खालसा कॉलेजमधे प्रोफेसर होते.

अशीच काही पत्रं आल्यानंतर मी त्यांना स्पष्टपणे कळवून टाकलं, की फाळणीच्या वेळी मी दिल्लीतच होतो आणि माझा कुठलाही भाऊ वा बहीण त्या धामधुमीत हरवलेली नाही.

पण इकबालसिंगांनी आपला हट्ट मुळीच सोडला नाही. त्यांची अशा पक्की समजूत झालेली होती, की मीच त्यांचा हरवलेला भाऊ आहे. त्यांचं म्हणणं होतं, की लहानपणची ही हकीकत मी विसरलो असेन, किंवा मला नीटसं माहीत नसेल, पण मी त्यांचा हरवलेला भाऊच आहे.

फार लहान असतानाच, नियंत्रण-रेषा ओलांडणाऱ्या एका काफिल्याबरोबर प्रवास करताना मी हरवलो; आणि याच एका बाबीवर त्यांचा ठाम विश्वास होता.

मला वाचवणाऱ्या लोकांनी एकतर खरी गोष्ट मला सांगितली नसेल किंवा मी त्यांच्या उपकाराच्या ओझ्याखाली दबून आता सत्य स्वीकारण्यास तयार नाही, असं त्यांचं मत झालं होतं.

मी त्यांना हेही सांगितलं की, १९४७ मधे मी दहा-अकरा वर्षांचा होतो; पण ते ऐकायलाच तयार नव्हते.

मग मी पत्रांची उत्तरं देणं बंद केलं.

काही दिवसांनी त्यांची पत्रं येणंही थांबलं.

त्यानंतर एखाद्या वर्षानंतरची गोष्ट. मला सई परांजपे यांचा निरोप मिळाला. त्याच सई परांजपे– प्रसिद्ध चित्रपट-निर्मात्री आणि दिग्दर्शिका.

'दिल्लीचे कुणी हरभजन सिंह म्हणून आहेत, ते मुंबईला येऊन तुम्हांला भेटू इच्छितात.'

भेटण्याचं कारण सईंनी सांगितलं नाही; पण अनपेक्षित असे काही विचित्र वाटणारे प्रश्न मात्र विचारले :

'फाळणीच्या दिवसांत तुम्ही कुठं होतात?'

'दिल्लीत. का?'

'असंच.'

सई अस्खलित उर्दूत संभाषण करू शकतात; पण नंतर त्यांनी इंग्रजीत विचारलं,

'आणि तुमचे आई-वडील?'

'दिल्लीतच होते. मी त्यांच्याबरोबरच होतो. पण का?'

त्यांनी पुढचं संभाषण इंग्रजीतच चालू ठेवलं होतं.

त्या इंग्रजीत का बोलताहेत, याचा मला संशय येऊ लागला. कदाचित त्यांना माझ्यापासून काहीतरी लपवून ठेवावयाचं असावं. खरं तर, त्या उर्दूत–त्या तिला 'हिन्दी' म्हणतात–उत्तम संभाषण करू शकतात.

पण त्यांनाही नंतर राहवलं नसावं. त्या मला म्हणाल्या,

'हे पाहा, गुलजार, आय् ॲम नॉट सपोज्ड टु टेल यू, पण दिल्लीत एक गृहस्थ आहेत... ते तुम्हांला फाळणीच्या दिवसांत हरवलेला त्यांचा मुलगा समजतात.'

ही एक नवीच कथा होती.

एक महिन्यानंतर अमोल पालेकरचा –प्रसिद्ध नट व दिग्दर्शक– फोन आला.

'दिल्लीच्या मिसेस् दंडवते यांना तुमच्याशी काही बोलायचं आहे.'

'कोण मिसेस् दंडवते?'

'माजी केंद्रीय अर्थमंत्री मधू दंडवत्यांच्या पत्नी.'

'कशाविषयी?'

'माहीत नाही. तुम्हांला कुठं आणि केव्हा फोन करावा, असं त्यांनी विचारलं आहे.'

मिसेस् दंडवते यांची व माझी ओळख असण्याचं काही कारण नव्हतं. कधी भेटल्याचंही आठवत नव्हतं. त्यामुळंच आश्चर्य वाटत होतं.

मी अमोलला-घरचा आणि ऑफिसचा- फोन नंबर देऊन ठेवले.

कथेत आता रंग भरत चालला होता. ती वळणं घेत पुढं सरकत होती. ही कथा सई परांजप्यांच्याच कथेचा पुढला भाग आहे, हे मला तेव्हा माहीत नव्हतं.

अमोल नेहमीसारखाच उत्तम अभिनय करून विंगेत निघून गेला. त्यानं मला कारण सांगितलं नाही, पण माझी खात्री आहे, की त्याला ही सगळीच कथा पूर्णपणे माहीत असावी.

काही दिवसांनी मिसेस् दंडवत्यांचा फोन आला. त्यांनी सांगितलं, की दिल्लीहून सरदार हरभजनसिंग नावाचे कुणी सद्गृहस्थ मला मुंबईला येऊन भेटू इच्छितात. त्यांच्या म्हणण्याप्रमाणे तुम्ही फाळणीच्या दिवसांत ताटातूट होऊन हरवलेला त्यांचा मुलगा आहात.

तो नोव्हेंबरचा महिना होता, एवढं आठवतं.

मी त्यांना सांगितलं, की इंटरनॅशनल फिल्म फेस्टिव्हलसाठी मी जानेवारीत दिल्लीला येणार आहे, दहा जानेवारीपासून माझा मुक्काम दिल्लीत राहील, त्या वेळी मी त्यांना तिथंच भेटू शकेन. त्यांनी मला भेटण्यासाठी म्हणून मुंबईस येण्याचं कारण नाही.

मी त्यांना विचारलं,

हे सरदार हरभजनसिंग कोण आहेत?

त्या म्हणाल्या,

जनता राजवटीच्या काळात ते पंजाबमधे नागरी पुरवठा मंत्री होते.

जानेवारीत मी दिल्लीला गेलो. अशोक हॉटेलमध्ये मी उतरलो होतो. सरदार हरभजनसिंग यांच्या घरामधून फोनवरून कुणीतरी विचारलं की, त्यांनी मला भेटायला केव्हा यावं? हा बहुधा त्यांचा मुलगाच असावा. हरभजनसिंग साहेबांनी फोन करून भेटण्याची वेळ विचारली.

हरभजनसिंग हे एक मान्यवर आणि वयस्क व्यक्ती आहेत, याबद्दल माझी एव्हाना खात्री झाली होती.

मी त्यांच्या मुलाला सौजन्यपूर्ण स्वरात सांगितलं,

'तुम्ही वडिलांना कष्ट देऊ नका. उद्या दुपारी तुम्ही माझ्याकडं येऊ शकाल का? आपण दोघं मिळून तुमच्या घरीच त्यांना भेटू.'

यातला गमतीचा आणि थोडा आश्चर्याचाही भाग असा होता, की सई परांजपे आणि अमोल पालेकर – दोघंही त्याच काळात दिल्लीत होते आणि त्यांना माझ्या या दुसऱ्या दिवशीच्या कार्यक्रमाची संपूर्ण कल्पना होती.

दुसऱ्या दिवशी मला नेण्यासाठी इकबालसिंग नावाचे गृहस्थ आले. ते हरभजनसिंगांचे थोरले चिरंजीव होते.

पंजाबी माणसं वयानं वाढतात; पण ती कधी म्हातारी होत नाहीत.

मला पाहिल्याबरोबर हरभजनसिंग लगबगीनं उठले आणि त्यांनी मला प्रेमानं आलिंगन दिलं.

मीही अपत्यवत आदरानं त्यांच्या पायांना स्पर्श केला.

एका वृद्ध स्त्रीकडं निर्देश करून ते म्हणाले,

'ही तुझी आई आहे, बेटा.'

मी 'आई'लाही पदस्पर्शपूर्वक नमस्कार केला.

वडिलांना सारेजण दारजी म्हणत होते.

मुलं, सुना, नातवंडं असा मोठा सुखवस्तू परिवार होता.

त्यांचं घर म्हणजे भलाथोरला ऐसपैस वाडाच होता. भोवताली प्रचण्ड मोकळं मैदान. पंजाबी हे नुसतीच ऐसपैस आणि खुली घरं बांधत नाहीत, तर त्यांचं हृदयही असंच विशाल आणि मोकळं असतं.

आमचं नाना विषयांवर बोलणं चालू राहिलं.

दरम्यान काही खाद्यपदार्थ आणि पेयंही आली.

थोड्या वेळानं दारजी मला सांगू लागले,

'त्या दंग्यांचं स्वरूप अतिशय भीषण होतं... आमच्याभोवती जे जे काही होतं, ते ते आगीत भस्मसात होत होतं.. सर्वत्र आगीच्याच ज्वाळा धगधगत होत्या... त्यांत अफवांचंही तेल ओतलं जात होतं. आम्ही मात्र निश्चल होतो. आमचं घर सोडायला तयार नव्हतो. आमच्या गावचा जमिनदार मुस्लिम असला, तरी – माझ्या वडलांचा अत्यंत जिव्हाळ्याचा स्नेही होता. पूर्वी कधीतरी केलेल्या ऋणाच्या भाराखाली वाकलेला होता. त्याची दहशत एवढी जबरदस्त होती, की आम्ही ज्या परिसरात राहत होतो, तिथला प्रत्येक इसम मनोमन समजून होता, की आमच्या घराच्या दरवाज्याच्या कडीला जो कुणी हात घालील, त्याच्या जिवाची शाश्वती राहणार नाही. या जमिनदाराचा मुलगा माझ्याच शाळेत शिकायला होता. (मला आठवतं, त्यांनी त्याचं नाव 'अयाझ' असं सांगितलं होतं.)... निर्वासितांचे लोंढेच्या लोंढे आमच्या

गावावरून जाऊ लागले, तेव्हा आमच्या काळजानं ठाव सोडला. आम्ही आतल्या आत भीतीनं थरथरा कापू लागलो. जमिनदार रोज सकाळी आणि संध्याकाळी आमच्या घरी यायचा. आमचा सुटत चाललेला धीर पाहून आम्हांला बळ द्यायचा. माझ्या पत्नीला तर त्याने स्वत:ची मुलगीच मानलेलं होतं.

'असाच एके दिवशी निर्वासितांचा एक लोंढा शिव्याशाप देत, आरडाओरडा करत चालला होता. आम्ही ती सारी रात्र घराच्या छपरावर उभं राहून घालवली– त्या लोंढ्याकडं पाहत. केवळ आम्हीच नव्हे, तर आमची सगळी वस्तीच जागी होती. का, कोण जाणे, पण आम्हांला मात्र तो शेवटचाच लोंढा असावा, असं वाटलं होतं. आपणही त्यांच्याबरोबर निघून जावंसं वाटलं होतं–जणू दुसऱ्या दिवशी प्रलय होणार होता आणि साऱ्याची विधूळवाट लागणार होती. काहीही शिल्लक राहणार नव्हतं. आमच्या हितचिंतक आश्रयदात्याचा विश्वासघात करून आम्ही गाव सोडण्याचा निर्णय घेतला.

'तो सतत म्हणायचा, 'चला...माझ्या हवेलीत येऊन राहा... तुमच्या घराला कुलूप ठोका काही दिवस... त्याला कुणीही स्पर्शसुद्धा करणार नाही, याची हमी मी घेतो.'

'आम्ही वरकरणी निश्चिंत आणि शूर असल्याचं दाखवलं, तरी आतून पूर्णपणे घाबरलो होतो. खरं सांगू, संपूरनकाका, आमच्या विश्वासाच्या चिरफळ्या उडाल्या होत्या. मुळं हादरली होती. सारे लोंढे आमच्या वस्तीवरूनच जात होते. मियाँवालीवरून एकदा जम्मूत पोहोचलो, की पुढं जाण्यासाठी पायदळातील सैनिकांचं साहाय्य मिळण्याची शक्यता होती.

'आम्ही आमचं घर तसंच्या तसं उघडं सोडून आलो. अंतर्मनानं निर्वाणीचा इशारा दिला, की आता इथं राहणं धोक्याचं आहे. आपले इथले तीळ-तांदूळ संपले. आम्ही आमची चीजवस्तू घेऊन बाहेर पडण्याचा निर्णय घेतला – दोन मोठे मुलगे, एक आठ-नऊ वर्षांची मुलगी... आणि सगळ्यांत लहान तू. मियाँवालीपर्यंत दोन दिवसांचा पायी प्रवास करावा लागणार होता. ज्या गावातून जात होतो, तिथं काहीतरी खायला मिळायचं. दंगे तर सर्वत्रच उसळले होते. दंगेखोर बाहेरगावांवरून दीन गाजवीत येत आणि धाडी घालीत. मियाँवालीपर्यंत आमचा काफिला खूपच मोठा बनला. अनेक दिशांनी लोक येऊन आमच्यांत सामील होत होते. आपल्यासारख्या अनेक संकटग्रस्तांना एकत्र पाहून मनातली भीती कमी व्हायची. आम्हांला बळ यायचं. रात्री आम्ही मियाँवालीला पोहोचलो. या धावपळीत अनेकदा मुलं दृष्टीआड व्हायची. निराश, थकलेल्या आवाजात हाका मारून आम्ही त्यांना जवळ बोलवायचो. आमच्यासारखे अनेक जण होते

आणि तिथं एक प्रचंड कोलाहल माजला होता.

'त्या रात्री अचानक बातमी आली, की मुसलमानांचा एक प्रचण्ड जमाव चालून येत आहे आणि मियाँवालीवर हल्ला होणार आहे. भीतीनं आम्ही सारे सुन्न झालो. रात्रीच मियाँवाली सोडून निघालो.'

दारजी थोडा वेळ थांबले. त्यांचे डोळे पाण्यानं डबडबले होते; पण आई मात्र मुकाट्यानं माझ्याकडं पाहत बसल्या होत्या. त्यांच्या चेहरा कोरा, निर्विकार होता.

दारजी हलकेच पुढं सांगू लागले,

'बस्स. त्या रात्रीच आमची सर्वांत लहान, अशी दोन्ही मुलं हरवली. कशी, कुणास ठाऊक... आम्हांला जर हे आधीच..'

बोलता–बोलता दारजी गप्प झाले. मला नक्की आठवत नाही; परंतु त्यानंतर त्यांची मुलं आणि सुना उठून आत गेल्या आणि जे बसून राहिले होते, त्यांनी बसल्या जागीच अस्वस्थ चुळबूळ केली. काही जागा बदलून बसले.

दारजी पुढं म्हणाले,

'जम्मूला पोहोचल्यावर आम्ही खूप वाट पाहिली. निर्वासितांच्या प्रत्येक कँपमधे जाऊन चौकशी केली. असंख्य लोक होते. कुणी पंजाबात चालले होते. कुणी डोंगराळ भागात राहणाऱ्या आपल्या नातेवाइकांकडं निघाले होते. निराश होऊन आम्ही पंजाबात आलो. तिथलेही कँप पाहिले. वांझोटा शोध चालूच होता. अखेर आम्ही आशाच सोडून दिली.

'वीस-बावीस वर्षांनंतरची गोष्ट. पंजासाहब गुरुद्वाऱ्याच्या यात्रेच्या निमित्तानं यात्रेकरूंचा एक जत्था हिन्दुस्थानातून तिकडं– पाकिस्तानात जाणार होता. वाटलं; आपणही जावं. एकदा आपलं घर पाहून यावं, असंही अनेकदा वाटलं; पण ही बिचारी त्या विचारानंच खचून जायची.' आपल्या पत्नीकडं पाहत ते पुढं म्हणाले, 'शिवाय आमच्या गावच्या जमिनदारानं आमच्या सुरक्षिततेविषयी आम्हांला ठाम आश्वासन दिलेलं असूनही, ते ठोकरून आम्ही तिथून बाहेर पडलो होतो, त्यामुळं आमच्या मनांत अपराधीपणाची भावनाही होती. आमची आम्हांलाच लाज वाटत होती.

'शेवटी आम्ही जाण्याचं नक्की केलं आणि जाण्यापूर्वी जमिनदार व त्यांचा मुलगा अयाझ यांच्या नावे पत्रं लिहून, झाल्या अपराधाबद्दल त्यांची क्षमाही मागितली. आमच्या हिजरत (यात्रा) विषयीही कळवलं. आमची, आमच्या कुटुंबाची माहितीही लिहिली आणि हरवलेल्या दोन मुलांचाही उल्लेख केला –सत्या आणि संपूरनचा. अयाझला कदाचित ओळख पटेल, न पटेल; पण जमिनदार अफजलचाचा तर आम्हांला विसरलेले नसणार. पत्रं लिहिली खरी; पण पोस्टात टाकली नाहीत. तिथं गेल्यावरच पोस्ट करू, असा विचार केला. वीस-पंचवीस दिवसांचा दौरा

होता. अफझलचाचांना भेटावंसं वाटलं, तर ते मला उत्तर पाठवतील, याची मला खात्री होती. त्यांनी बोलावलं, तर जाऊ. नाहीतर– आता जुन्या कबरी उकरण्यात काय फायदा?'

एक दीर्घ श्वास घेऊन दारजी पुढं बोलू लागले,

'ती पत्रं माझ्या खिशातच पडून राहिली, पुत्रीजी! मन धजलंच नाही पोस्टात टाकायला. परतताना कराचीमार्गे आलो. ज्या दिवशी परतणार, त्या दिवशी अचानक मन बदललं आणि ती पत्रं पोस्टात टाकली.

'मनात नसतानाही मन वाट पाहत राहिलं. काही दिवसांनंतर वाट पाहणंही संपलं... आणि अचानक आठ वर्षांनी मला उत्तर आलं.'

'अफजलचाचाचं?' मी विचारलं.

ते गप्प राहिले.

'अयाझचं?' मी पुन्हा प्रश्न केला.

हलकेच मान हलवून ते म्हणाले,

'हो. ते माझ्या पत्राचं उत्तर होतं. पत्रातून समजलं, की फाळणीनंतर काही वर्षांतच अफजलचाचा वारले होते. त्यांच्या मृत्यूनंतर स्थावर-जंगम मालमत्तेचा सारा कारभार अयाझच पाहत होता. काही वर्षांपूर्वी अयाझचाही मृत्यू झाला. त्याचे कागदपत्र चाळताना कुणालातरी माझं पत्र सापडलं. अयाझच्या दुःखी कुटुंबीयांच्या शोकसमाचाराला आलेल्यांसमोर त्या पत्राचं जाहीर वाचन झालं, एकानं सांगितलं, की हरवलेल्या ज्या मुलीचा उल्लेख पत्रात आहे, ती देखील शोकसमाचारासाठी इथं आलेली आहे. ती मियाँवालीहूनच इथं आलेली आहे. तिला बोलावून विचारलं, तेव्हा तिनं सांगितलं की, तिचं मूळ नाव सत्या आहे. ती फाळणीच्या वेळी आपल्या कुटुंबापासून हरवली होती आणि आता तिचं नाव दिलशाद आहे.

आईचे डोळे अजूनही कोरडे होते; पण दारजींचा आवाज रुद्ध झाला होता.

'वाहे गुरूचं नाव घेऊन आम्ही त्या दिवशीच निघालो. दिलशाद अफजलचाचांकडंच भेटली. तिला सारं आठवतं होतं; पण आपलं घर मात्र तिला काही केल्या आठवत नव्हतं. आम्ही विचारलं, तू हरवलीस कशी, तर म्हणाली, 'मी चालून चालून थकले होते. मला फार झोप येत होती. एका घराच्या अंगणात एक तंदूर होती. मी तिच्या शेजारीच झोपी गेले. जागी झाले, तेव्हा जवळ कोणीच नव्हतं. तीन दिवसांनी घरातली माणसं परत आली. त्यांनी मला झोपेतून जागं केलं. ती नवराबायको होती. त्यांनी मला ठेवून घेतलं. कुणी शोध घेत येईल, म्हणून वाट पाहिली, पण कुणी आलं नाही. त्यांच्याकडंच नोकर म्हणून काम करीत राहिले. ते मला जेवू-खाऊ घालत. कपडेलत्ते घेत. त्यांनी मला फार चांगलं वागवलं. आठ-दहा वर्षांनंतर मालकांनी माझ्याशी शादी केली. अल्लाच्या कृपेनं मला दोन

मुलगेच झाले. एक पाकिस्तान एअरफोर्समधे आहे. दुसरा कराचीत चांगल्या पोस्टवर नोकरी करतोय्.' '

अनावश्यक प्रश्न विचारायची लेखकांना सवय असतेच. मी विचारलं,

'तुम्हांला पाहून तिला आश्चर्य कसं वाटलं नाही? तुम्हांला भेटताच ती उन्मळून कशी पडली नाही? रडली कशी नाही?'

'अंहं. थोडी चकित झाली, एवढंच. पण जेव्हा जेव्हा मी विचार करतो, तेव्हा आठवतं– ती सारखी हसून आमच्याकडं पाहत होती–जणू आम्ही एखादी मनोरंजक, कल्पित गोष्ट सांगत होतो. आम्ही तिचे आईबाप आहो, असं तिला वाटलंच नाही.'

'आणि संपूरन? तो तिच्या सोबत नव्हता?'

'तिला त्याच्याविषयी काहीच आठवत नव्हतं.'

दारजींचं हे निवेदन चालू असतानाच, मधेच दोन-तीनदा आई जे म्हणाली होती, तेच पुन्हा एकदा अधोरेखित करत ती म्हणाली,

'बेटा संपूरन, आमच्यावर विश्वास का ठेवत नाहीस? आमच्यापासून तू स्वत:ला का लपवतो आहेस? तुझं नावही तू बदलून टाकलंस. सत्या जशी दिलशाद झाली, तसंच तुलाही कुणीतरी गुलजार करून टाकलं आहे, हे नक्की!'

थोडा वेळ थांबून तिनं पुन्हा विचारलं,

'तुझं नाव संपूर्णसिंग आहे. तुला गुलजार हे नाव कुणी दिलं?'

मी दारजींना विचारलं,

'माझी माहिती तुम्हांला कशी कळाली; आणि मी तुमचाच मुलगा आहे, असं तुम्हांला कसं वाटलं?'

'बेटा, वाहे गुरूच्या आशीर्वादानं पस्तीस वर्षांनंतर आमच्या मुलीची आणि आमची भेट झाली. कदाचित मुलगाही भेटेल, अशी आशा मनात निर्माण झाली. इकबालनं एका वर्तमानपत्रात तुझी मुलाखत वाचली. त्यात लिहिलं होतं, की तुझं नाव संपूरनसिंग आहे आणि तुझा जन्मही पाकिस्तानातला आहे. मग आम्ही तुझा शोध सुरू केला. तुला मी हे सांगितलं का– माझ्या मुलाचं नाव इकबाल हे अफजलचाचानंच ठेवलं होतं.'

आई म्हणाली,

'हे बघ, काका, तुला जिथं राहावंसं वाटतंय्, तिथंच तू राहू शकतोस. तू धर्मान्तर केलेलं असलंस, तरी आमच्या दृष्टीनं काहीही फरक पडत नाही. पण तू कबूल कर की तू माझाच मुलगा आहेस'

मी माझ्या साऱ्या कुटुंबाविषयीचा तपशील त्यांना दिला. सविस्तर माहिती सांगितली आणि नाइलाजानं त्यांना निराश करून परत आलो.

या गोष्टीलाही सात-आठ वर्षं झाली आहेत. आज १९९३ चालू आहे.

इतक्या वर्षांनी अचानक इकबालचं पत्र हाती आलं. त्यात त्यानं लिहिलं होतं,

‘दारजींचा दुर्दैवी देहान्त झाला आहे. आईनं ही दुःखद बातमी तिच्या शेंडेफळाला कळवा, असं सांगितलं, म्हणून कळवीत आहे.’

मला वाटलं, खरोखरीच माझे स्वत:चे दारजी वारले आहेत.

❑

'..हात पिवळे करा!'

मालती तरुण असतानाची गोष्ट– चार बंगल्यांच्या मागच्या खाडीला दिवसातून दोनदा भरती येई. एकदा सकाळी, एकदा संध्याकाळी. दिवसा जेव्हा मोठ्या भरतीच्या पाण्यानं खाडी भरायची, तेव्हा सुपर टेक्स्टाईलची व्हॅन बरेचसे धोबी आणि कापडाचे गठ्ठे किनाऱ्यावर उतरवून निघून जायची. डालग्याखालून बाहेर पडलेल्या कोंबड्यांसारखे धोबी किनाऱ्यावर पसरायचे आणि ड्रायव्हर रामनाथ, एका खास स्टाईलनं तीन वेळा हॉर्न वाजवायचा.

'पीं पीं पींपी, पीं पीं पींपी, पीं पीं पीं पी...'

असं म्हणतात, की भगवान श्रीकृष्णाच्या मुरलीची धून ऐकून राधा त्याला भेटण्यासाठी वेडी व्हायची; पण त्या काळी श्रीकृष्णाजवळ कार नव्हती. नाहीतर बासरी वाजवण्याची कष्टप्रद साधना त्याला का करावी लागली असती!

'पीं पीं पींपी, पीं पीं पींपी, पीं पीं पीं पी...'

हॉर्नचा आवाज ऐकून मालती आईला म्हणायची,

'आई, मी शीलाकडं जाऊ?'

'हा काय वेडेपणा? दुपार झाली, की चालली शीलाकडं!'

'आईऽऽ अं, अं...'

'बरं जा. माझं डोकं खाऊ नकोस.'

–आणि राधा आपल्या मुरलीधराकडं धावत यायची.

रामनाथ व्हॅन यमुनातटापासून दूर कुठं तरी एकांत स्थळी घेऊन जायचा.

धोबी डोकी उचलून पाहायचे, कोंबड्यांसारखे कुचकुचायचे आणि पुन्हा किनाऱ्यावर विखरून जायचे.

एखादा धोबी त्या दोघांकडं मत्सरग्रस्त दृष्टिक्षेप टाकायचा. एखादा नाट्यमय पद्धतीनं रेतीवर लोळत जोरानं गाऊ लागायचा :

'पीना पिलाना भूल गयी, एक शहर की लौंडिया...'

मालती रामनाथच्या मांडीवर डोकं ठेवून कारमधे पडून राहायची.

'काल तुझा हॉर्न ऐकून आई काय म्हणाली, माहीत आहे?'

'काय?'

'म्हणाली, बघ, दीड वाजला. मी विचारलं, कशावरून? तर म्हणाली, पाठीमागच्या खाडीत रोज दीड वाजता धोबी येतात. रोज गाडीवाला असाच हॉर्न वाजवतो, तेव्हा बरोबर दीड वाजलेला असतो!'

रामनाथ जोरानं हसला. म्हणाला,

'आईला म्हणावं, हॉर्नचं काय घेऊन बसलीस ? एक दिवस अख्खा बॅण्डच घेऊन दारात येतो!'

रामनाथ दोन-तीन तासांनंतर, मालतीला घेऊन परत येई. कोंबड्यांचा पुन्हा कलकलाट होई. हातांतलं काम पुन्हा सुरू होई.

मालती घरी आली. तिनं स्वयंपाकघर झाडून स्वच्छ केलं. बापूंचं जेवण झाल्यावर त्याला हुक्का पेटवून दिला. आई बापूंचे पाय दाबू लागली आणि मालती पलंगावर पडून मोठ्या भरतीची वाट पाहू लागली.

संध्याकाळी जेव्हा पुन्हा भरती यायची, तेव्हा खाडी पुन्हा पाण्यानं भरून जायची. समुद्राची गाज हळूहळू जवळ येऊ लागायची. लाटा जणू तिच्यावरून सरकत जायच्या. पलंग पाण्यावर तरंगत तरंगत समुद्र पार करून, कुणा अनोळखी प्रदेशांना स्पर्श करून यायचा.

डोळे उघडले, की पुन्हा तेच, घर, बापू, हुक्का आणि आई!

ती यांत्रिकपणे आपल्या कामांत गुंतण्याचा प्रयत्न करायची. मन मात्र पुन्हा भरतीची प्रतीक्षा करू लागायचं.

'पीं पीं पींपी, पीं पीं पींपी, पीं पी पीं पीं..'

'आई, मी शीलाकडं जाऊ?'

'काय वेडेपणा आहे?'

'आई– अं– अं–'

'बरं जा.'

राधा धावत जाऊन आपल्या मुरलीमोहनाच्या मिठीत शिरायची.

एके दिवशी अशीच पळत ती रामनाथजवळ येते, न येते, तोच पाठीमागून कानांचे पडदे काढून जातील, अशी एक कर्कश हाक आली :

'मालतीऽऽ'

मालती गर्रकन् वळून रामनाथापासून दूर झाली.

समोर आई उभी होती.

केस पकडून ओढीत तिला घरी घेऊन गेली.

रामनाथ पुतळ्यासारखा जागीच खिळून राहिला. तो काहीही करू शकत नव्हता.

त्या रात्री मालती पलंगावर पडून हमसून-हमसून खूप रडली.

आई बापूंचे पाय चोळत होती. चोळता-चोळता ती आणि बापू बराच वेळ काहीतरी कुजबुजत होते. मालतीनं फक्त एवढंच ऐकलं :

'मुलगी आता वयात आलीय्. चांगलासा मुलगा पाहून तिचे हात पिवळे करायला हवेत...'

प्रत्येक आई आणि बाप हेच म्हणत असतात. प्रत्येक बाप हेच म्हणतो.

रात्रभर हेच वाक्य तिच्या कानांत निनादत राहिलं. उशीत तोंड खुपसून ती रात्रभर मुसमुसत राहिली.

त्या रात्रीच चार बंगल्याच्या परिसरात एक दुर्दैवी घटना घडली.

रात्री एक चोर, भिंत ओलांडून वसतीत शिरताना त्याला चौकीदारानं पकडलं. लोकांनी त्याला पकडून निर्दयपणे खूप मारलं आणि मार-मारून थकल्यावर पोलिसांच्या हवाली केलं.

दोन दिवसांनी तो इसम पोलिस कस्टडीत असतानाच अचानक मरण पावला.

पोलिसांनी सारी केस दाबून टाकली.

काही माणसं पोलिस स्टेशनवर गेली होती, त्यांचं म्हणणं होतं, की तो इसम रामनाथ ड्रायव्हरच होता आणि तो निश्चितच मालतीला भेटायला आला असावा.

वाहत्या पाण्यात फार शक्ती असते, म्हणतात. वाहतं पाणी किनाऱ्याचं रूप बदलून टाकू शकतं. नवा किनारा कोरू शकतं. चार बंगल्यांची खाडी आता मागच्या भिंतीपासून खूप दूर सरकली आहे. इथले बरेच रहिवासी बदलले आहेत; पण मालती अजून याच मोहल्ल्यात आपल्या तीन मुलांसह राहते. मोठी मुलगी लता, धाकटी लैला आणि मुलगा राजू. तिच्या कानशिलांजवळचे केस पांढरे होऊ लागले आहेत.

सुपर टेक्स्टाईल मिल बंद होऊन बरीच वर्षं झाली आहेत; पण अजून मागच्या खाडीत मोठ्या भरतीचं पाणी आल्यावर दुसऱ्या कुठल्या तरी मिलचा ट्रक तिथं येऊन उभा राहतो. त्यातून कापडाचे गठ्ठे उतरवले जातात. तो ट्रक काठावर एखाद्या गरिबासारखा शांतपणे, दुःखी चेहऱ्यानं म्हाताऱ्यासारखा उभा राहतो. त्याचंही आता

वय झालं आहे. ट्रकमधून पूर्वीसारखेच धोबी बाहेर येतात व गाठोडी घेऊन किनाऱ्यावर विखुरतात.

मालतीचे बापू आता या जगात नाहीत. आई खूप थकली आहे. मृत्युशय्येवरच आहे. मालतीचा नवरा बिशनदास, घरी बसून, बिडी ओढत, कपड्यांवर जरीचं काम करतो. काम करता-करता थकल्यावर बिशनदास प्रेमानं आपल्या लेकीला हाक मारतो,

'लता... बेटीऽऽ'

'कारटी दिवसभर झोपा काढते. शाळेत काय नांगर ओढावे लागतात, की काय?' मालती आपल्या आईसारखीच बोलते.

'रागावतेस कशाला? मुलं नेहमी रडत-झोपतच मोठी होतात. लता बेटीऽऽ'

'आले, बाबा...'

'बेटा, जरा एक कप चहा करशील का, ग?'

लता डोळे चोळत स्वयंपाकघरात जाते. चहा करून आणून देते.

लता तशी फार समजुतदार मुलगी आहे. बिशनदास व मालती दोघांनाही तिचा अभिमान आहे. चार बंगलेवाल्यांनी उगीचच एकदा अफवा उठविली होती, की शाळेतून येता-जाता ती नाक्यावरच्या मारवाड्याच्या मुलाला भेटते, म्हणून. पण मालतीनं बोलणाऱ्यांना असं काही सुनावलं, की मग कुणाची बोलण्याची हिंमत झाली नाही. मालतीला पूर्ण विश्वास होता, की तिची मुलगी कुणा परक्या मुलाकडं पाहणारसुद्धा नाही. भेटणं तर दूरच राहिलं–

'पीं पीं पींपी, पीं पी पींपी, पीं पी पींपी...'

अचानक जेवण वाढता-वाढता मालतीचे हात थबकले. क्षणात तिचा स्वत:चा भूतकाळ तिच्या नजरेसमोरून चमकून गेला. तिचा श्वास थांबला. डोळे भयचकित झाले.

'काय झालं, ग?' बिशनदासचा आवाज जणू प्रतिध्वनित होत आल्यासारखा तिच्या कानांवर आला.

मालती तशीच बाहेर बघत राहिली.

हॉर्न पुन्हा वाजला.

'पीं पीं पींपी, पीं पीं पींपी, पीं पीं...'

मालती वळून आतल्या खोलीकडं गेली. पाहिलं, तर लता शांत झोपली होती.

मालतीच्या जिवात जीव आला.

'काय झालं?' बिशनदासनं विचारलं.

'काही नाही...' जेवण पुन्हा वाढीत मालती म्हणाली, 'काही नाही. म्हटलं, मुलगी आता वयात आलीय्, चांगलासा मुलगा पाहून तिचे हात पिवळे करायला हवेत!'

❑

मायकेल एंजेलो

मायकेल एंजेलो फ्लॉरेन्सहून इथं आला, त्याला पाच वर्षं होत आली होती. रोमचा त्याला आता कंटाळा येऊ लागला होता. रंगांत बांधून ठेवावा, असा एकही चेहरा त्याला इथं आढळत नव्हता. नुसता चेहरा पाहिला, की समग्र व्यक्तिमत्त्व प्रक्षेपित होईल, अशी एकही व्यक्ती दृष्टीस पडत नव्हती–सगळे चेहरे छापानं घडवलेले. पोप ज्यूलियस (दोन)लाही त्यानं हेच सांगितलं होतं.

'माझ्या चेहऱ्यात तुला काय दिसतं?' ज्यूलियसनं विचारलं

'एक जळणारी मेणबत्ती.'

क्षणभराचा विराम घेतल्यानंतर ज्यूलियस हसला. एंजेलोच्या औपरोधिक शब्दयोजनेची त्याला सवय झाली होती.

'तुला काय म्हणायचंय्, ते मला कळलं आहे. दु:खानं ग्रासलेली असताना माणसं चर्चमधे प्रार्थनेच्या आल्टरवर ज्या बिनचेहऱ्यांच्या मेणबत्त्या लावतात, त्यांतलीच एक जळती मेणबत्ती– एवढंच!'

एंजेलो काही बोलला नाही.

'आश्चर्य आहे! परमेश्वराच्या एवढ्या मोठ्या दुनियेत एका चेहऱ्यासारखा दुसरा चेहरा आढळत नाही आणि तुला आपल्या चित्रांसाठी योग्य चेहरा सापडत नाही, मॉडेल मिळत नाही! चार महिन्यांपासून तू ज्युडासच्या...'

पुढलं न ऐकताच एंजेलो सेंट पीटर्सच्या बाहेर निघून गेला.

पोप ज्यूलियसला एंजेलोच्या मनाचे बदलते रंग पूर्णत: ठाऊक होते. एंजेलो रोममधे येऊन जवळजवळ पाच वर्षं झाली होती. जुन्या व नव्या करारांत वर्णन केलेले घटना-प्रसंग तो सेंट सिस्टाईन या मिलागरीतील भिंतींवर आणि घुमटाच्या आतील वर्तुळाकार भागावर चित्रित करीत होता. त्यानं हाती घेतलेलं हे काम आता

पुरं होत आलं होतं.

एंजेलोशी निर्माण झालेला अनामिक नातेसंबंध ज्यूलियसला बिघडवून टाकायचा नव्हता. एंजेलोच्या संदर्भातली एक आठवण त्याच्या स्मृतीत रुतून बसलेली होती.

एंजेलोनं चर्च ऑफ होली स्पिरिट इथं एका लाकडात येशूची प्रतिमा कोरली होती. ही प्रतिमा कोरताना त्यानं चर्चच्या आवारातील मठात राहणाऱ्या एका तरुणाची मॉडेल म्हणून निवड केली होती. परंतु दुर्दैवानं हा तरुण एकाएकी मरण पावला... मात्र एंजेलोमुळं त्या तरुणाच्या देहावर अंत्यक्रिया करण्यासाठी जवळजवळ बारा तास थांबणं भाग पडलं होतं.

ब्रामान्ते आणि मायकेल एंजेलो यांच्या निर्मितिप्रक्रियाच एकमेकींहून भिन्न होत्या. ब्रामान्तेच्या चित्रांतील व्यक्ती या शास्त्राच्या नियमांनुसार रंगवल्या आहेत, असं वाटे. त्यामुळं त्या रंगारूपानं, चेहऱ्यामोहऱ्यानं एकाच कुटुंबातल्या वाटत. त्यामुळं ज्यूलियसनं ब्रामान्तेला रजा देऊन हे काम पुन्हा एकदा एंजेलोकडंच सोपवण्याचा निर्णय घेतला होता.

पाच वर्षांपूर्वी मायकेल एंजेलो रोमला परत आल्यानंतर तासन् तास तो सेंट पीटर्सच्या घुमटाखाली पडून स्वत:शीच अस्फुटसं काहीतरी बडबडत राहायचा. कधी मोठ्यानं बोलत राहायचा.

ह्याचं मानसिक संतुलन बिघडलं आहे, की काय, असं ज्यूलियसला वाटत होतं.

एकदा त्यानं एंजेलोजवळ जाऊन कान देऊन ऐकलं, तर तो बायबलमधल्या मुक्तकाव्याच्या ओळी गुणगुणत असल्याचं त्याला आढळलं.

'हे तू काय करतो आहेस, एंजेलो?'

'अं?' त्यानं चमकून पोपकडं पाहिलं होतं. 'मी मुक्तकाव्यातील शब्दांची वस्त्रं बाजूला काढून आशय शोधतो आहे.'

तो काय म्हणतो आहे, हे ज्यूलियसला समजलं. त्या चुना फासलेल्या भिंतींमधे तो चेहरे शोधत होता. येशूचा चेहरा, मेरीचा चेहरा, ज्युडासचा चेहरा– या व्यक्तींची हाडामांसाची शरीरं, त्यांच्या बाह्याकृती या दृष्टीला गोचर होऊ शकत होत्या; पण चेहरे बायबलमधल्या मुक्तकांच्या आशयात दडलेले होते. गॅब्रिअलच्या चेहऱ्याची अनेक रेखाचित्रं त्यानं कागदांवर रेखाटलेली होती.

ज्यूलियसनं विचारलं,

'गॅब्रिएलचा चेहरा तू कसा रेखाटलास? आजच्या या जगात त्याचं अस्तित्व कुठं आहे?'

'मी त्याचा आवाज ऐकला आहे– जुन्या करारात.'

'मग तर तू प्रत्यक्ष परमेश्वराचाही आवाज ऐकला असशील.' ज्यूलियसनं विनोद करण्याचा प्रयत्न केला.

'मी परमेश्वराचं मौन ऐकलेलं आहे!' एंजेलो म्हणाला.

आपण सुयोग्य अशाच कलावंताची निवड केल्याची ज्यूलियसची खात्री झाली होती.

'जरा विक्षिप्त आहे!,' ज्यूलियसनं व्हॅटिकन कमिटीला सांगितलं, 'पण हे एवढं मोठं काम हाच एकटा उत्तम रीतीनं पूर्ण करू शकेल.'

मेरीचं चित्र रेखाटण्यासाठी मायकेल एंजेलोनं मॉडेल म्हणून आपल्या आईचीच निवड केली होती.

बांबूच्या काठीची कावड खांद्यावर घेऊन पाणी आणताना ती त्याला दिसली होती.

तिच्यासारख्या आदिशक्तीचं प्रतीक वाटणाऱ्या स्त्रीच्या निरामय उदरातच ईश्वराच्या या पुत्राचा गर्भ पेलण्याची क्षमता होती.

त्याच्या आईनं चुलाण पेटवलं होतं आणि त्यावर तिनं त्याच्या बापासाठी अंघोळीचं पाणी तापत ठेवलं होतं. चुलाणातील जाळाचा उजेड तिच्या चेहऱ्यावर पसरला होता – देदीप्यमान, उबदार, तप्त सुवर्णासारखा... आणि मग त्यानं आपल्या आईच्या चेहऱ्याच्या अनेकानेक रेखाकृती काढल्या होत्या.

त्या रात्री त्याची आई स्वयंपाक करीत असताना मायकेल एंजेलो तिच्याजवळ गेला आणि त्यानं तिला विचारलं,

'आई... तू येशूला का नाही जन्म दिलास?'

'त्याचं कारण तुझा हा बाप! बघ त्याच्याकडं! कसा दारू पिऊन तर्र पडलाय्! शुद्ध तरी आहे का मेल्याला? जा त्याच्याकडं लक्ष दे जरा!'

मायकेल एंजेलोनं लगेच एका पुठ्ठ्यावर आपल्या बापाचं त्या तसल्या अवस्थेतलंच एक रेखाचित्र काढलं आणि त्याच्या शेजारीच भिंतीवर टांगून ठेवलं. आपण दारूच्या नशेत कसे दिसतो, हे त्याला पाहायला मिळावं, म्हणून! त्याखाली त्यानं लिहून ठेवलं :

'बाबा, तुम्ही असे नसता, तर माझी आई मेरी होऊ शकली असती!'

मायकेलच्या आईला ते भित्तिचित्र फारच आवडलं होतं. ते ती सतत स्वत:जवळ ठेवायची.

ती म्हणायची,

'या चित्रावरून तुझ्या बापाचं तू एखादं शिल्प का घडवीत नाहीस? बघ ना, तो किती निरागस वाटतो आहे या चित्रात!'

'माझ्या बापाचा चेहरा जसा मला प्रतीत होतो आहे, तसा शिल्पातून घडवण्यासाठी सुयोग्य असा संगमरवराचा तुकडाच मला शोधूनही सापडत नाहीय्...'

ही तशी बऱ्याच वर्षांपूर्वीची गोष्ट आहे. ते बोलोग्ना इथं राहत होते. नाक्यावरच अत्यंत लोकप्रिय असा एक दारूचा गुत्ता होता. मायकेलच्या बापाचाही तो आवडता असा गुत्ता होता. तो गुत्त्यात आतल्या बाजूला घुटके घेत बसे. त्याच वेळी मायकेल बाटली घेऊन बाहेरच्या मोकळ्या जागेत पीत बसे. त्याच्याजवळच चणे-शेंगदाणे विकणाऱ्याचा एक खोमचा होता. त्याच्याकडून कधीमधी मायकेलही दारूसोबत चघळण्यासाठी चणे-शेंगदाणे घेत असे.

तो खोमचेवाला ज्या ज्या वेळेला शेंगदाणे तोलण्यासाठी तागड्यात टाकी; त्या त्या वेळी काही शेंगदाणे टोपलीतून जमिनीवर पडत. शेजारीच एक नागडं-उघडं पोर उभं असे. ते खाली पडलेल्या शेंगदाण्यांपैकी एखादा आपल्या तोंडात टाकी आणि उरलेले टोपलीत टाकी. पुन्हा नव्या गिऱ्हाइकाची वाट पाहत ते उभं राही.

त्या पोराची ही कृती वारंवार बघायला मिळावी, म्हणून मायकेल एंजेलो पुन्हा-पुन्हा शेंगदाणे विकत घेई.

बऱ्याच वर्षांनी नंतर मायकेल एंजेलोनं ब्रुजीसच्या मॅडोनाचं शिल्प घडवलं. या शिल्पाकृतीत त्यानं बालवयातील नागड्या येशूसाठी याच मुलाला मॉडेल म्हणून वापरलं.

त्यानंतर सिस्टाईन चॅपेलमध्ये जुन्या व नव्या करारांतील घटना-प्रसंगांवरची चित्रं रंगवण्यासाठी पोपनं मायकेल एंजेलोला निमंत्रित केलं. मायकेल एंजेलो पोपला भेटण्यासाठी रोमला आला.

खरंतर, हे काम मिळवण्यासाठी इटलीमधला प्रत्येक चित्रकार आणि शिल्पकार जिवाचा आटापिटा करत होता. कारण या कामामुळं तो चित्रकार-शिल्पकार अमरपदाला पोहोचणार होता. प्रत्यक्षात मायकेलला ह्या अमरपदाच्या आश्वासनापेक्षाही भौतिक गरजांच्या पूर्तीत अधिक स्वारस्य होतं. संगमरवर खरेदी करण्यासाठी त्याला रोख रक्कम हवी होती. पोप ज्यूलियसनं त्याला पैसे द्यायचं मान्यही केलं होतं, पण प्रत्यक्षात कवडीही हातावर ठेवली नव्हती.

'या दगडामधे तुझा जीव का अडकतो आहे, कोण जाणे? तुला रंगांविषयी आकर्षण का वाटत नाही?'

'एकमेकांत मिसळले, की रंग स्वत:चं स्वतंत्र वैशिष्ट्य हरवून जातात. ते बदलतात. संगमरवर कधीच बदलत नाही.'

आता तो रोमला जेवढा कंटाळला होता, तेवढाच रंगांनाही!

दरम्यान चार-एक महिन्यांचा काळ निघून गेला.

मिलागरीमधल्या फक्त एका पॅनेलवरची चित्रं रंगवायचं काम शिल्लक राहिलं होतं. त्यासाठी त्यानं प्रसंग निवडला होता : अखेरचं रात्रभोजन.

या चित्रात एक महत्त्वाची व्यक्ती होती ज्यूडास – येशूचा तेरावा शिष्य. याच ज्यूडासनं सोन्याच्या फक्त तीस नाण्यांसाठी प्रत्यक्ष ईश्वरस्वरूप येशूला रोमवासीयांच्या हवाली केलं होतं. येशूला सुळावर चढवण्यात त्याचा मोठाच हातभार लागला होता.

अशा या ज्यूडासचा चेहराच प्रयत्न करूनही मायकेल एंजेलोच्या नजरेसमोर तरळत नव्हता. कामाचा खोळंबा झाला होता.

ज्यूलियस अधिकाधिक अस्वस्थ होत होता.

मायकेल एंजेलोनं दिवसच्या दिवस नाना प्रकारची रेखाचित्रं काढण्यात घालवले. स्वत:चीच जुनी चित्रं काळजीपूर्वक पाहिली, त्यांतून काही सापडतं का, तेही पाहिलं. पण कोणताच चेहरा त्याच्या मनास येईना.

–आणि एके दिवशी त्याला इतके दिवस तीव्रतेनं हवा होता, तो ज्यूडास रोममधल्या एका छोट्याशा, गलिच्छ गुत्त्यात आढळला.

त्याच्या डोळ्यांत एक लोकविलक्षण, परंतु अनैसर्गिक चमक होती. तो अतिशय अस्वस्थ अशा मन:स्थितीत होता. वारंवार इथंतिथं थुंकत होता. त्याचं शरीर वयामुळं वाकत चाललं होतं. फाटक्या खिशातून नाणी खाली घरंगळून पडावीत, तसे शब्द त्याच्या तोंडातून वेगात सांडत होते.

तो मायकेल एंजेलोकडं एक दिनार मागावयास आला होता; पण त्याचं सुदैव असं, की मायकेलनं त्याला आपल्यासमोर बसवून घेतलं. त्याला त्याच्यासोबत दारू पिण्याचा आग्रह केला.

मायकेल गुत्त्याबाहेर पडला, त्या वेळी तो आणखी कुणाकडं तरी दोन दिनारांची मागणी करीत होता.

मायकेलनं त्याच्याशी काही सौदा ठरवला आणि तो त्याला घेऊन मिलागरीत आला. त्यानं त्याला सारं काही समजावून सांगितलं. ज्यूडास रंगवण्यासाठी तो त्याचा मॉडेल म्हणून वापर करणार असल्याचंही सांगितलं. यामुळं तो इसम अमर होणार होता.

पडदे वर करून आतापर्यंत रंगवून झालेली चित्रं मायकेल एंजेलोनं त्याला दाखवली. छतावरचंही रंगकाम त्याला दाखवलं.

त्या इसमानं ते सारं आ वासून पाहिलं.

मग मॉडेल म्हणून स्वत:चा वापर करू देण्यासाठी त्यानं मोठ्या रकमेची मागणी केली. तीही मायकेलनं मान्य केली.

मग त्यानं काही रक्कम आगाऊ मागितली. तीही मायकेलनं दिली.

तो इसम काही दिवस नियमितपणे येत राहिला. मायकेल त्याला मिलागरीत रेखाचित्रं काढण्यासाठी बसवून घेई.

एके दिवशी हा इसम एंजेलोनं काढलेली काही जुनी रेखाचित्रं सहज चाळत होता.

मधेच त्याची दृष्टी एकाएकी काही रेखाचित्रांवर स्थिर झाली. बोलोग्ना इथं राहत असताना मायकेल एंजेलोनं नागड्या-उघड्या येशूसाठी काढलेली ती रेखाचित्रं होती.

'बऱ्याच वर्षांपूर्वी मी बोलोग्नात राहत होतो. लहान येशूच्या चित्रासाठी म्हणून ही चित्रं मी रेखाटली होती.'

'त्या मॉडेलचं नाव तुम्हांला आजही आठवतं का?'

'होय... मारसोलिनी!'

तो इसम विचित्रसा हसला. त्यानं आपल्या पैरणीची बाही दुमडून वर घेतली आणि हातावर गोंदवलेलं नाव दाखवलं : मारसोलिनी.

'ज्याला तू आज ज्यूडास म्हणून रंगवतो आहेस, तो मीच पूर्वी कधी तरी येशू होतो.'

❑

बिमलदा

भाविक त्या विशिष्ट दिवसाला 'जोगस्नानाचा दिवस' म्हणतात. गंगा, यमुना आणि सरस्वती या तीन नद्या अलाहाबादला ज्या ठिकाणी एकत्र भेटतात, त्या संगमाच्या पवित्र क्षेत्रात ह्या विशिष्ट दिवशी स्नान केल्यानं सारे रोग दूर होतात, हातून घडलेल्या सर्व पापांचं क्षालन होतं आणि माणूस शतायुषी होतो.

मी बिमलदांना विचारलं,

'ह्या साऱ्या गोष्टींवर तुमचा विश्वास आहे?'

बिमलदा हसले. म्हणाले,

'हा ज्याच्या त्याच्या श्रद्धेचा प्रश्न आहे. शास्त्रात तसं म्हटलं आहे खरं.'

पंचांगानुसार हा दिवस दर बारा वर्षांनी येतो. या वेळी सूर्याच्याभोवती भ्रमण करणारे नऊ ग्रह एकाच रेषेत येतात आणि या दिवशी सूर्य उगवल्यावर त्याचे पहिले किरण या संगमावर पडतात. या दिवशी इथं कुंभमेळा भरतो. मेळ्याची तयारी अनेक महिने आधीच सुरू केली जाते. कारण इथं येणाऱ्या यात्रेकरूंची संख्या कोटीच्या घरात जाते. अलाहाबादपासून प्रयागपर्यंत खांद्याला खांदा भिडलेला असतो. आसपासच्या हजारो गावांत पाय ठेवायलाही जागा मिळत नाही. याला पूर्णकुंभमेळा असंही म्हणतात. मेळा खूप दिवस चालतो; मात्र शेवटचे नऊ दिवस महत्त्वाचे मानले जातात. त्यांत नववा दिवस हा जोगस्नानाचा दिवस असतो.

१९५२ सालची गोष्ट. ह्या मेळ्यात त्या वर्षी एक फार मोठी दुर्घटना झाली होती. सुमारे एक लाख लोक मेले होते. आजपर्यंत त्या दुर्घटनेमागचं खरं कारण कळू शकलेलं नाही. काहीजणांचं म्हणणं आहे, की नागा बैराग्यांचे काही हत्ती एकाएकी बिथरले होते. त्यामुळं लोकांत पळापळ सुरू झाली. त्या पळापळीमुळं

होमगार्ड व सैनिकांनी बनवलेले लाकडाचे तात्पुरते पूल कोसळले. लोक वेड्यासारखे सैरावैरा धावले, पडले, तुडवले गेले. हजारो नावा गंगेत उलटल्या. कुंभमेळ्याच्या आजवरच्या इतिहासात एवढी मोठी दुर्घटना कधी घडली नव्हती.

समरेश बसूंनी या दुर्घटनेवर एक कादंबरी लिहिली : 'अमृतकुंभाचा शोध'; आणि बिमल राय– ज्यांना सारेजण बिमलदा म्हणत, या कादंबरीवर चित्रपट बनविणार होते. मी त्या वेळी बिमलदांचा सहायक होतो. कधी त्यांच्या चित्रपटासाठी एखादं गीत लिहायचो. या वेळी प्रथमच मी त्यांच्याबरोबर या चित्रपटाची पटकथा लिहीत होतो. कोणत्याही वेळी, त्यांच्या सवडीनुसार, त्यांच्याबरोबर बसून चर्चा करू शकेल, दृश्य सर्वार्थानं परिपूर्ण होण्यासाठी सूचना करू शकेल, अशा एका लेखकाची आवश्यकता बिमलदांना होती. दुसरं कारण कदाचित हेही असेल, की मला बंगाली आणि हिन्दी दोन्ही भाषा उत्तमरीत्या अवगत होत्या. कादंबरी बंगाली भाषेत होती व पटकथा हिन्दीत लिहिली जात होती.

रिकाम्या वेळी ते सतत याच पटकथेवर काम करीत असत. कादंबरीतल्या कोऱ्या जागेवर त्यांनी इतक्या काही नोंदी केल्या होत्या, की वाटावं, कादंबरीच्या पानांवरच्या ओळींच्या मधल्या जागांत आणखी एक कादंबरी लिहिलेली आहे. शिवाय ठिकठिकाणी कागदाच्या चिठोऱ्यांवर लिहिलेल्या नोंदीही टाचलेल्या होत्या. या सगळ्या चिठोऱ्यांमुळं मूळ कादंबरीचा आकार प्रचण्ड वाढल्यासारखा वाटत होता. तिचं पोट आल्यासारखं वाटत होतं – दुसऱ्या एका कादंबरीचा गर्भ धारण करणारी एक कादंबरी. बांधणीची मूळ शिवण ठिकठिकाणी उसवली होती.

बिमलदा या कादंबरीमुळं एवढे झपाटल्यासारखे झाले होते, तीमधील प्रत्येक पात्राशी ते एवढे एकजीव झाले होते की, 'कुंभ' हा जणू त्यांच्या अस्तित्वाचाच एक अपरिहार्य भाग झाला होता. तो जणू त्यांच्या रक्तातून वाहत होता.

'ही कादंबरी तुम्ही कधी वाचली?' मी एकदा विचारलं.

'१९५५ मधे. ती हप्त्याहप्त्यानं प्रसिद्ध होत होती, तेव्हा.'

'कुठं?'

'कलकत्त्याच्या 'आनंदबझार पत्रिके'त. त्या वेळी समरेश तिथंच, त्यांच्या संस्थेत काम करीत होता.'

'समरेशची आणि तुमची प्रत्यक्ष ओळख होती का?'

'हूं.' बिमलदा थांबत-थांबत बोलत आणि त्यांचा 'हूं' तर एवढा अर्थपूर्ण असे, की विचारू नका. एका 'हूं' चे हजार अर्थ निघत.

या वेळी मला वाटलं, या विषयावर पुढं बोलण्याची त्यांची इच्छा नसावी; पण

सिगारेटचे एक-दोन झुरके घेतल्यावर ते पुढं म्हणाले,

'सुरुवातीला समरेशनं कादंबरी आपल्या खऱ्या नावानं छापलीच नाही. त्यानं एक टोपणनाव घेतलं होतं : 'कालकोट'.'

'हूं..' मी वाट पाहिली.

ते पुढं म्हणाले,

'पंधरा-एक भागांनंतर कादंबरी प्रसिद्ध व्हायचं एकाएकी थांबलं. मी अत्यंत अस्वस्थ झालो. त्याच मन:स्थितीत 'आनंदबझार'ला पत्र लिहिलं, तर त्याचं उत्तर समरेशकडून आलं. तेव्हा माहीत झालं, की...'

ते खोकत उठले आणि सिगारेट फेकण्यासाठी बाल्कनीकडं गेले.

कादंबरीला निश्चितार्थानं कथानक असं नव्हतंच; पण त्यांतील व्यक्तिरेखा मात्र विलक्षण जिवंत होत्या. खास करून, ज्याच्या दृष्टिकोनातून ह्या कादंबरीचा आशय उलगडत जात होता, त्याच्या दैनंदिनीतले काही भाग बिमलदा मला वारंवार वाचावयास लावीत.

कादंबरीच्या सुरुवातीसच माणसांनी खचाखच भरलेली एक रेल्वेगाडी प्रयागहून अलाहाबादकडे जाण्यास निघते. बस्स! काही मिनिटांचाच प्रवास आता बाकी आहे. धार्मिक भावनेनं झपाटलेले काही भाविक तारस्वरात भजन म्हणत आहेत, तर काही गाडीच्या टपावर बसून, छत बडवत घोषणा देत आहेत.

ट्रेन रांगत-रांगत अलाहाबादच्या प्लॅटफॉर्मवर येऊन थांबते. एखाद्या अंधेऱ्या गुहेतून बाहेर पडावे, तसे सगळे प्रवासी गाडी थांबताच गेटच्या दिशेनं वेगानं धावत सुटतात.

या गर्दीतच क्षयरोगानं पिचलेला बलराम नावाचा एक रोगी या जीवघेण्या आजारातून बरा होण्यासाठी, किंबहुना शतायुषी होण्यासाठी जोगस्नानासाठी आला आहे. तो लोकांच्या पायांखाली तुडवला जाऊन मरण पावतो.

बिमलदांना हा प्रसंग मुळीच रुचला नव्हता. ते म्हणाले,

'समरेशनं हा मृत्यू घडवून आणण्यात मोठीच घाई केली आहे.'

माझं विश्लेषण मी त्यांना अत्यंत आदरपूर्वक सांगितलं,'बिमलदा, हा एकाकी मृत्यू कादंबरीच्या शेवटाकडं निर्देश करतो आहे; आणि दुसरं महत्त्वाचं असं, की या मृत्यूमुळं कादंबरीच्या निवेदनात एक प्रकारचं संतुलन साधलं गेलं आहे.'

'हं... पण चित्रपटाच्या दृष्टिकोनातून हा मृत्यू फार लवकर घडतो आहे... पण त्याचा विचार आपण नंतर करू... तू पुढं चल...'

नंतर तीन वर्षं आम्ही पुढंच चालत राहिलो. लेखन चालूच होतं.

१९६२ ची गोष्ट. बिमलदांनी या दरम्यान दोन चित्रपट पूर्ण केले होते. 'बंदिनी' आणि 'काबुलीवाला.' 'अमृतकुंभा'चं काम अजूनही सुरूच होतं. मेळा सुरू होता, म्हणून या मेळ्याच्या बाह्यचित्रीकरणाची काही महत्त्वाची दृश्यं आम्ही उरकून टाकली होती. कारण हा मेळा कृत्रिम पद्धतीनं स्टूडिओत उभा करता आला नसता. आम्ही अलाहाबादला संगमावर भरणाऱ्या काही इतर यात्रांचंही बाह्यचित्रीकरण करून ठेवलं. इतर यात्रा म्हणजे उदाहरणार्थ, माघ-मेळा, वगैरे.

१९६२ चा हिवाळ्यात आम्ही आमच्या चित्रपटाच्या चित्रीकरणासाठी प्रारंभिक तयारी सुरू केली. कारण आणखी दोन-एक वर्षांनंतर भरणाऱ्या पूर्ण कुंभमेळ्याच्या तारखा जाहीर झाल्या होत्या.

माघ-मेळ्याच्या काळातच आम्ही चित्रीकरणाची तयारी करण्यात गढलो असता बिमलदा एकाएकी आजारी पडले. अंगात जबरदस्त ताप असतानाही ते काही दिवस ऑफिसात येत होते. ऑफिसात बसलं नाही, तर ते अत्यंत अस्वस्थ होत. चित्रपट-क्षेत्राशी त्यांचं जणू लग्नच लागलेलं होतं. चित्रपटाची रिळं त्यांच्या उशाला असती, तर त्यांना कदाचित गाढ झोप लागली असती.

ते काही दिवस ऑफिसात येऊच शकले नाहीत. त्यामुळं मी अतिशय काळजीत पडलो आणि आमचे ज्येष्ठ छायाचित्रकार कमल बोस यांना बरोबर घेऊन त्यांना भेटायला घरी गेलो.

बिमलदा त्यांच्या घरातील व्हरांड्यात बसले होते. चहाचा एक कप आणि चेस्टरफील्ड सिगारेटचं पाकीट त्यांच्या पुढ्यात पडलेलं होतं. त्यांच्या बोटांत जळती सिगारेट होतीच.

मी त्यांच्या प्रकृतीची आस्थापूर्वक विचारपूस केली.

ते म्हणाले,

'मला अलाहाबादला येता येणं शक्य होईलसं दिसत नाही. तुम्ही सारे मात्र आवर्जून जा. येताना यात्रेचं चित्रीकरण करून या.'

–आणि यात्रेचं चित्रीकरण कसं करावं, याच्या सुस्पष्ट सूचना त्यांनी आम्हांला दिल्या. शॉट्स समजावून सांगितले.

'कुंभ'ची समग्र पटकथा त्यांच्या रोमरोमांत भिनलेली होती.

आम्हांला तपशीलवार सूचना देताना ते अधूनमधून सिगारेटचे झुरके घेत होते. कधी चहाचा घुटका घेत होते. कधी खोकतही होते.

कमल बोस त्यांच्याशी बंगालीतच बोलत. त्यांनी बिमलदांना सिगारेट कायमची

सोडून टाकावी... किंवा निदान कमी ओढावी, म्हणून अनेकदा विनवणी केली. प्रत्येक वेळी ते 'हं' असा उद्‌गार काढीत आणि आपल्या सूचना सांगायला पुन्हा सुरुवात करीत.

आम्ही अलाहाबादला निघालो, त्याच्याआधी एक-दोनच दिवस घटकबाबूंनी मला हळूच सांगितलं :

'बिमलदांना कॅन्सर झाला आहे...'

'त्यांना माहिती आहे का ते?'

'नाही.'

घटकबाबूंनी बिमलदांच्या घशात घातलेल्या कसल्याशा नळीचाही उल्लेख केला होता.

'पण मग... अशा परिस्थितीत सिगारेट ओढणं फारच धोकादायक नाही का?'

'आहेच ना... पण बिमल ऐकायलाच तयार नाही. त्याची कशी समजूत काढावी, काहीच कळत नाही. त्याला कॅन्सर झाला आहे, हे त्याला सांगावं का? तू आता फक्त काही दिवसांचाच सोबती आहेस, हे सांगावं का? पण तो फार फार भित्रा आहे...'

सुधेश घटक आमच्या संस्थेचा व्यवस्थापक होता आणि त्याचा व बिमलदांचा न्यू थिएटर्सच्या काळापासूनचा ऋणानुबंध होता.

अलाहाबादच्या मेळ्याचं बाह्यचित्रीकरण आम्ही तत्परतेनं; पण कसंबसं उरकलं – आमच्यापैकी कुणाचंच मन लागत नव्हतं त्यात. आमच्या नेहमीच्या उत्साहाचा अभावच होता तिथं. कमलदा या काळात अतिशय अबोल झाले होते. शांतपणे ते आपलं काम उरकत होते. मीही गप्प गप्पच होतो. आम्हांला खूप काही बोलावंसं वाटत होतं, खूप विषयांवर चर्चा करावीशी वाटत होती; पण आम्ही जणू ओठांवर बोट ठेवलं होतं. अंतर्मनात कुठं तरी बिमलदांच्या कॅन्सरचं मरणभय धडका देत होतं; आणि एका अनामिक मानसिक पातळीवर, आम्ही हे जे बाह्यचित्रीकरण करतो आहोत, हे वाया जाणारं आहे, निरुपयोगी ठरणार आहे, हा चित्रपट कधीच पुरा होणार नाही, असंही वाटत होतं. बिमलदा आता अधिक काळ आपल्याबरोबर असू शकणार नाहीत, या वस्तुस्थितीवर विश्वास ठेवणंही त्याच वेळी आम्हांला अवघड वाटत होतं.

आम्ही बाह्यचित्रीकरण उरकून आल्यानंतर कमलदांनी एका संध्याकाळी मला विचारलं,

'बिमलदा हे चित्र का करू इच्छिताहेत?'

'मीही हा प्रश्न त्यांना एकदा केला होता.' मी म्हटलं.

'मग? काय म्हणाले ते?'

मी त्यांना आम्हां दोघांतीलच संभाषणाची आठवण दिली.

त्या बैठकीत बिमलदा म्हणाले होते,

' 'शतायुषी होण्यासाठी अमृतकुंभाच्या शोधात निघालेला तो जो लेखक आहे ना? तो मीच आहे, अशी आता माझी खात्री झाली आहे.'

'ते बोलत होते. त्यांच्याभोवती सिगारेटचा धूरच धूर भरून राहिला होता. ते अधूनमधून खोकतही होते. त्यांचा चेहरा ढास लागल्यामुळं लालभडक झाला होता. कष्टपूर्वक श्वास घेतल्यावर ते मला म्हणाले, 'मीही अमृताचाच शोध घेतो आहे...' मला काही समजत होतं, खूपसं समजत नव्हतं. त्यांना अभिप्रेत असलेला अर्थ माझ्या कवेत येत नव्हता. म्हणून मी विचारलं, 'तुम्हांला खरोखरीच शंभर वर्षं जगायचं आहे काय?' 'हं...' त्या दिवशी तो विषय तिथंच थांबला.

'दुसऱ्या एका प्रसंगी ते मला म्हणाले, 'शंभर वर्षांचं आयुष्य... म्हणजे अक्षरशः शंभर वर्षं नव्हेत काही... मला म्हणायचं इतकंच, की या अमृतसेवनानं मनुष्य अमर होतो... अमरपदास पोहोचतो..' 'हे कोणतं अमृत म्हणायचं?' मी विचारलं, बिमलदांनी काही क्षण खोल अवकाशात आपली निश्चल दृष्टी रोवली. आज मला खात्रीनं वाटतं, की आपल्याला कॅन्सर झाला आहे, हे त्यांना कळलं असावं. ते प्रत्येक शब्दावर न्यास घेत म्हणाले, 'संस्कृती... संस्कृतीचं अमृत. या भूमीच्या संस्कृतीचा एक अविभाज्य भाग व्हावं, असं मला वाटतं. त्यामुळं मी...' मला वाटलं, '...अमर होईन!' असं त्यांना म्हणायचं असावं; पण ते तेवढ्यावर थांबले.'

दरम्यान आम्ही मुंबईला परत आलो होतो. बिमलदांच्या आजारपणानं पुढचं गाव गाठलं होतं. तरीही कंटाळा माहीत नसलेल्या या चित्रनिर्मात्यानं एका नव्याच चित्रपटाची जुळवाजुळव सुरू केली होती. या चित्रपटाचं नाव होतं : 'सहारा'.

'...अन् मग 'अमृतकुंभा'चं काय?' मी विचारलं होतं.

'तो पूर्वनियोजित वेळीच पुरा होईल. १९६४ साली बारा वर्षं पूर्ण होतील आणि पूर्णकुंभमेळा भरेल, त्यानंतर आपण आपला चित्रपट पूर्ण करू.'

१९६४ साल अजून खूप लांब होतं आणि बिमलदांजवळ अधिक वेळ नव्हता. 'सहारा'चं तीन-चार दिवसांचं चित्रीकरणही झालं.

एके दिवशी ते सेटवरून निघून जे गेले, ते पुन्हा म्हणून परतले नाहीत.

कॅन्सर चित्त्याच्या गतीनं उड्डाणं घेत पुढ सरकत होता. बिमलदांची सिगारेट बंद झाली. त्यांना रोगाची प्रकृती कळली होती. वेगवेगळ्या इस्पितळांतून त्यांच्या वेगवेगळ्या तपासण्या करण्यात आल्या आणि त्यांना उपचारांसाठी लंडनला नेण्यात आलं.

तिथूनही ते निराश मन:स्थितीतच परत आले.

'मला माझ्या घरीच अखेरचा श्वास घ्यायचा आहे...' ते एकदा कुणाजवळ तरी म्हणाले होते–मला वाटतं, अत्यंत सोशीकपणानं ते या रोगाशी लढत होते, त्या वर्षात.

ऑफिस तर जवळजवळ बंदच पडलं होतं.

त्यांचं म्हणून जे 'युनिट' होतं, त्यांनी एक नवाच चित्रपट सुरू केला. नाव होतं : 'दो दूनी चार'. परंतु हा प्रयत्न काही सुनियोजित नव्हता. कामही काही शिस्तबद्ध आणि मन:पूर्वक होत नव्हतं. अत्यंत चमत्कारिक, अशुभसूचक, अपशकुनी कालखण्डात आम्ही वावरत होतो. कारण बिमलदांच्या मृत्यूचं वृत्त कोणत्याही क्षणी अपेक्षित होतं. आम्ही सारेच मरणभयाच्या सावलीखाली वावरत होतो, हतबल झालेलो होतो.

एके दिवशी बिमलदांकडून मला बोलावणं आलं.

मी दिसताच त्यांनी मला प्रश्न केला :

'तुम्ही 'अमृतकुंभा'च्या स्क्रिप्टवर काम करताहात, की नाही?'

त्यांना काय उत्तर द्यावं, मला कळेना. मी भांबावलो. गोंधळल्यासारखा झालो.

त्यांना पाहून मला रडावंसं वाटत होतं.

ते अतिशय कृश झाले होते – सोफ्यावर ठेवलेल्या छोट्याशा उशीसारखे वाटत होते. एका हातावर सहज उचलून घेता येतील, असे.

ते नाराज होत म्हणाले,

'मी तुम्हांला म्हटलं होतं... बलरामचा मृत्यू लेखकानं फारच लवकर चित्रित केला आहे. मूळ जागेवरून ते दृश्य उचलून यात्रेच्या वेळी घ्या. नवरात्रातील पहिल्याच पूजेच्या दिवशी तो मरतो, असं दाखवा.'

मी गप्प बसलो.

ते पुढं म्हणाले,

'उद्यापासून रोज संध्याकाळी आपण या स्क्रिप्टवर चर्चा करण्यासाठी बसत जाऊ. पूर्णकुंभमेळा याच वर्षी भरणार आहे...डिसेंबर महिन्यात सुरू होईल.'

'होय.. होय... नवरात्रारंभ ३१ डिसेंबर रोजी आहे. मात्र जोगस्नानाचा दिवस १९६५मधे येईल.'

यानंतर ते फक्त 'हं...' म्हणाले आणि एकाएकी गप्प बसले.

त्यांनी सुचवल्याप्रमाणे मी त्यांना हवे ते बदल स्क्रिप्टमधे केले आणि दुसऱ्या दिवशी त्यांना भेटण्यासाठी गेलो.

आतापावेतो मूळ कथा त्यांच्या रोमरोमांत मुरलेली होती. तरीही त्यांनी स्वत:ची खास प्रत आणवून घेतली. मूळ पुस्तकाची बांधणी आता पूर्णत: विस्कटली होती. त्याचं पानन् पान सुटं झालेलं होतं. त्यांनी काही दृश्यांसंबंधी सूचना दिल्या आणि पुन्हा बलरामचा विषय काढला.

'हे पाहा, त्या बलरामचा मृत्यू आणखी पुढं घ्या. आता जिथं घेतला आहे, तिथंही तो वेळेआधी वाटतो आहे.'

त्यांच्या भावनांचा संपूर्ण आदर राखण्यासाठी मी संभाषणाचा धागा हातात घेतला, तोच ते अत्यंत निश्चयी स्वरात म्हणाले,

'खरं म्हणाल, तर नवरात्रातील पाचव्या दिवशी लेखकाची आणि श्यामाची ताटातूट होते, त्यानंतर बलरामच्या मृत्यूचं हे दृश्य यायला हवं आहे... आणि एक लक्षात ठेवा, तुम्ही मेळ्याचं चित्रीकरण करताना...'

आम्ही पटकथेवर चर्चा करीत होतो, त्याच वेळी बिमलदा चित्रीकरणाचा कार्यक्रम निश्चित करीत होते. घटकबाबूंना त्यांनी संदर्भात आवश्यक त्या सूचना केल्या आणि त्यांनीही त्या आज्ञाधारकपणे अचूक टिपून घेतल्या.

दोन-तीन दिवसांच्या चर्चेनंतर बलरामच्या मृत्यूचा प्रसंग पुन्हा पुन्हा जागा बदलत राहिला. आरंभी तो चित्रपटाच्या सुरुवातीच्या भागात होता. तो उचलून शेवटच्या भागात नेला. तरीही बिमलदांचं समाधान होत नव्हतं.

दोन-तीन महिन्यांच्या कालखंडात उलटसुलट पिष्टपेषण झालं. बलरामचा मृत्यू कधी दोन-तीन दिवस आधी घडायचा, कधी चार-पाच दिवसांनी त्याचं आयुष्य वाढायचं; परंतु हळूहळू हा मृत्यू पुढंच ढकलला जात होता.

एके दिवशी मी बिमलदांकडं गेलो, त्या वेळी ते अतिशय प्रसन्न मन:स्थितीत होते. म्हणाले,

'हे पाहा, आता मात्र मला योग्य स्थान सापडलं आहे बलरामच्या मृत्यूसाठी. जोगस्नानादिवशीच... अगदी सूर्योदयाला.. सूर्याचे पहिले किरण संगमावर पडत असतानाच...!

अतिशय उत्तेजित झाल्यामुळं ते खोकू लागले. त्यांचं सारं शरीर थरथरत राहिलं.

'तीच त्याच्या मृत्यूची वेळ! ह्या पहिल्या मृत्यूनं शेवटच्या भागातील जीवघेण्या चेंगराचेंगरीशी संतुलन साधलं जाईल. बलरामचा मृत्यू जोगस्नानाच्या दिवशीच घडेल!...'

मी बिमलदांशी सहमत झालो--घटकबाबूही.

बिमलदांच्या चेहऱ्यावर उत्साह नुसता ओसंडून वाहत होता.

ते सुधेशला म्हणाले,

'मला सिगारेट दे, सुधेश!'

'का? असं काय घडलं अचानक?'

दोघांचंही संभाषण बंगालीत चाललं होतं.

बिमलदा म्हणाले,

'अरे, दे ना लवकर!'

'तुम्हांला सिगारेट मिळणार नाही!'

'का?... का नाही मिळणार?'

'तुम्ही ती मुळीच ओढायची नाहीय्! डॉक्टरांचे आदेश आहेत तसे!' घटकबाबू खिळा ठोकावा, तसे म्हणाले.

बिमलदांच्या खोल गेलेल्या डोळ्यांत अश्रू तरारून आले. ते बाहेरही पडू शकले नाहीत, आतही जिरू शकले नाहीत.

तो प्रसंग माझ्या एवढा अंगावर आला, की मी काही कारण दाखवून तिथून निघालो आणि पुन्हा कधीही त्यांना भेटायला म्हणून गेलो नाही. मला त्या तशा अवस्थेतल्या बिमलदांना पाहवत नव्हतं. मीही इतरांसारखाच एक झालो होतो. मरणभयग्रस्त... मृत्यूच्या वार्तेची वाट पाहणारा अनेकांपैकी एक!

१९६४ साल संपत येत होतं. बिमलदाही असेच मृत्यूच्या गावाला चालले होते. त्यांना आता अंथरुणावरून उठणंही कठीण होत होतं. घटकबाबू अखेरपर्यंत त्याच्यासोबत होते. बिमलदांच्या खोलीतल्या विस्तारित हातांच्या आरामखुर्चीत ते झोपत.

घटकबाबूंनी नंतर बिमलदांच्या मृत्यूच्या रात्री काय काय घडलं, ते सांगितलं.

'रात्री अविरत खोकण्याच्या आवाजानं मला जाग आली. मी उठून पाहिलं, तो बिमलदा अंथरुणावर उठून बसले होते आणि सिगारेट ओढत होते.'

' 'काय करतो आहेस तू?' मी विचारलं.

‘ ‘सिगारेट ओढतो आहे…’ थण्डपणानं त्यांनी उत्तर दिलं.

‘मी खुर्चीतच बसून राहिलो आणि सिगारेट ओढू नको, असा त्याला इशारा केला.

‘ ‘काय होईल? सिगारेट सोडून मला काहीच फायदा झाला नाही. तेव्हा पुन्हा ओढायला सुरुवात केल्यामुळं काही नुकसानही होणार नाही.’

‘ते सारखे खोकत होते. त्यांचा श्वास रोधल्यासारखा झाला.

‘श्वास सुरळीत झाल्यावर त्यांना मी पुन्हा म्हटलं,

‘ ‘आता पुरे कर! ती सिगारेट फेकून दे! मुळीच ओढू नकोस!’

‘ ‘का? हा काही पहिलाच दिवस नव्हे…’ त्यांनी प्रतिवाद केला. ‘मी गेले दहा दिवस सलग सिगारेट ओढतो आहे. तू आज जागा झालास, म्हणून मला धाक दाखवतोय्स का?

‘बिमलनं त्या सिगारेटचा मनःपूर्वक आस्वाद घेतला आणि तो झोपून गेला. तो पुन्हा उठलाच नाही.’

मला सकाळी हे वृत्त कळलं…आणि माझ्या डोक्यावर लटकत राहिलेली डेमॉक्लीसची तरवार कायमची बाजूला झाली. ती बाजूला होताच मी श्वास घेऊ शकलो. माझ्या डोळ्यांतून घळघळा अश्रुधारा वाहू लागल्या.

हा दिवस होता : ८ जानेवारी, १९६५– जोगस्नानाचा.

❑

परंतु...

'कुठं लक्ष आहे तुझं? गाडी येतेय्, हे तुला कळलं कसं नाही? सिग्नल पाहिला नाहीस का तू?' देवराज अचानक माझ्या दण्डाला धरून आपल्याकडं ओढत मला म्हणाला.

परिस्थिती आता हाताबाहेर निघून गेल्याबद्दल माझी खात्रीच पटली.

'उरण' नावाचं रेल्वे स्टेशन आता अस्तित्वातच नाही. पूर्वी कधीतरी ते होतं; त्याचे उद्ध्वस्त अवशेष आजही दृष्टीस पडतात; पण पूर्वी कधी ते अस्तित्वात असताना त्यावरची जिवंत सळसळ मी अनेकवार अनुभवली आहे. त्या काळात जवळच एक रसायनी उभारली जात होती. तीसाठी एक स्वतंत्र रेल्वे-लाईन टाकण्यात आली होती. विविध रसायनांची निर्मिती करणाऱ्या या कारखान्याच्या उभारणीसाठी लागणारं सारं सामान याच रेल्वे-लाईनवरून येई. लोकही लोकलमधून येत.

पुढच्या काळात हा कारखाना नेहमीसाठी बंद करण्यात आला; तरीही स्टेशनपासून जरा दूरवर उभी राहिलेली एक छोटीशी वसाहत तशीच राहिली.

आता या रेल्वे-लाईनवरचं शेवटचं स्टेशन 'उरण' नव्हतं; पनवेल होतं. इथून पाच-एक मैल अंतरावर ते होतं; परंतु उरण स्टेशनवरची ही वस्ती, स्टेशन बंद झालं, तरी हळूहळू वाढतच राहिली.

उरण रेल्वे-स्टेशनवरच्या उद्ध्वस्त अवशेषांच्या दिशेनं मी पाय मोकळे करायला जात असे. रेल्वे-रुळांच्या बाजूनं प्रचंड रानगवत माजलं होतं. त्यात जंगली झाडाझुडपांची भर पडली होती. रेल्वे-स्टेशनवरची निर्मनुष्य पडकी इमारत, स्टेशनमास्तरांच्या ऑफिसचे उद्ध्वस्त अवशेष, गुदाम, छोटासा छपराचा अवशिष्ट भाग, काही सिमेन्टचे बाक... गमतीचा भाग असा, की तिकीट-खिडकी अजूनही

शाबूत होती. तिच्या अस्तित्वावरून इथं पूर्वी प्रवासी तिकीट विकत घेत असल्याचं सिद्ध होत होतं. पूर्वी तिच्या जवळच असणाऱ्या गेटवर तिकीट-कलेक्टरही असायचा. ते गेटही आजही असंच शाबूत राहिलेलं होतं. तिची लोखंडी चौकट सिमेंटच्या भिंतीमधे भक्कम बसवण्यात आली होती.

इथंच मी देवराजला प्रथम पाहिलं. गेटजवळच्या एका बाकावर तो बसला होता. मी सिगारेट पेटवण्यासाठी काडी ओठांशी नेली, तेव्हा त्यानं मान वळवून माझ्याकडं पाहिलं.

त्याचा चेहरा कमालीचा शांत होता.

मला वाटलं, माझं सिगारेट ओढणं त्याला आवडलेलं नाहीय्...

त्यानंतर त्याला मी अनेकदा तिथं पाहिला. एकदा किंवा दोनदा मी तिथं पोहोचण्याआधीच तो उठून निघून होता.

अनेकदा मी तिथं येईपर्यंत तो बसून राहिलेला असे.

एक दिवस मी त्या परिसरात जाऊच शकलो नाही. माझ्या पेन्शनच्या संदर्भात मला मुंबईला जावं लागलं होतं. मी फार उशिरा परतलो होतो.

दुसऱ्या दिवशी मी तिकडं गेलो, तेव्हा देवराज आपल्या जागेवरून उठला, गवत वाढलेल्या रूळ-मार्गावरून चालत-चालत माझ्या दिशेनं आला.

'तुम्ही काल संध्याकाळी आला नव्हतात, नाही का?'

'मुंबईला गेलो होतो काल... उशिरा परतलो.'

'अस्सं...' एवढाच उद्‌गार काढून तो किंचित हसला आणि तडक स्टेशनबाहेर पडला. तत्पूर्वी तो गेटजवळ क्षणभर थांबला होता. मग मात्र अदृश्य झाला.

त्यानंतर काही दिवसांनंतरची गोष्ट. पावसानं संततधार धरल्यामुळं मी एका संध्याकाळी नेहमीसारखा स्टेशनच्या दिशेनं फिरावयास जाऊ शकलो नाही.

दुसऱ्या दिवशी माझी गाठ पडताच देवराजनं विचारलं,

'काल तुम्ही का नाही आलात?'

'केवढा पाऊस पडत होता काल संध्याकाळी!'

'बरं... तुम्हांला कळलं का, काल संध्याकाळी गाडी येऊन गेली एक...'

'काय?' मी चमत्कारिक दृष्टीनं त्याच्याकडं पाहत म्हणालो.

'होय! गाडी आल्याचं मला जेव्हा कळलं, तेव्हा माझी खात्रीच झाली, की तो सुद्धा आला असेल!'

'कोण?' मी विचारलं.

'माझा मुलगा...श्याम. तो सात-पन्नासच्या गाडीनं आला. तिकीट-कलेक्टरला तिकीट दाखवत असताना मी त्याला ओळखलं.'

त्या दिवशी अत्यंत प्रसन्न अशा मन:स्थितीतच देवराज निघून गेला. त्याच्या चेहऱ्यावरचा आनंद ओसंडून वाहत होता. पण त्यानं मला कोड्यात टाकलं होतं. सात-पन्नासची गाडी पनवेलला पोहोचली असेल, तर... मग त्या गाडीनं आलेला त्याचा मुलगा तिकीट-कलेक्टरला तिकीट दाखवीत असताना त्यानं पाहिला, याचा अर्थ काय?

या म्हाताऱ्याचं मानसिक संतुलन अस्थिर झालं असावं किंवा त्याचं डोकं फिरलं असावं, याबद्दल माझी खात्रीच झाली.

त्या नंतरच्या दिवशी मी रूळ-मार्गावरून चालत चाललो होतो. तेवढ्यात देवराज मागून आला आणि माझ्याबरोबर चालू लागला.

'मला उशीर झाला जरा...आज!' तो म्हणाला.

'हां...' मी म्हणालो आणि गप्प बसलो. पण तरीही मला स्वस्थ बसवलं नाही. त्याला मी अखेर विचारलंच, 'श्यामची आणि तुमची गाठ पडली का मग?'

'होय ना... त्या तिथं!' त्यानं गेटच्या दिशेनं निर्देश केला. किंचित हसत तो पुढं म्हणाला, 'तिकीट-कलेक्टरला तिकीट दाखवत होता तो. मी त्याला लगेच ओळखलं. तो एक ना एक दिवस येणारच, अशी खात्री होती माझी.'

माझ्या चेहऱ्यावरचा आश्चर्याचा भाव त्याच्या लक्षात आला असावा. तो तात्काळ म्हणाला,

'कदाचित ह्या म्हाताऱ्याच्या डोक्यावर परिणाम झाला असावा, असं तुम्हांला वाटलं असेल, नाही का?'

मी होकारार्थी मान हलवली.

'या मार्गावरून आता एकही गाडी येत नाही, हे तुमच्याएवढंच मलाही माहीत आहे. पण ती पूर्वी कधी येत असे. सात-पन्नास– म्हणजे सात-पन्नासला! राइट् टाइम! मी त्याला घ्यायला रोज इथं येत असे. पुढं एके दिवशी इथं एक चमत्कारिक अपघात घडला. पेपरमधे वाचलं असेल तुम्ही त्याविषयी. एक इसम रेल्वे-रूळ ओलांडत असताना धावत्या गाडीखाली आला. त्याच्या शरीराचे तीन तुकडे झाले होते. तो इसम दुसरा-तिसरा कुणीही नव्हता. तो माझा मुलगा श्याम होता.'

मी उभा थरारलो.

काही क्षण आम्ही एक शब्दही न बोलता चालत राहिलो.

मी नंतर त्याला विचारलं,

'हा जो तुमचा मुलगा श्याम... हा रूळ ओलांडत असताना धावत्या गाडीखाली

सापडला आणि मेला... अशी खात्री आहे तुमची?'

'होय...'

'...आणि तरीही तुम्ही त्याची वाट पाहत बसता? तरीही तुम्ही म्हणता, काल तुम्ही त्याला प्रत्यक्ष पाहिलंत... त्याच्याशी तुमची भेट झाली?'

'होय.. प्रत्येकच दृश्य वस्तू ही आभासमय असते. शुद्ध दृष्टिभ्रम असतो तो.. माया असते. एवढंच काय, जीवन आणि मृत्यूसुद्धा. आपण एका भासमय सृष्टीतून दुसऱ्या भासमय सृष्टीत प्रवास करीत राहतो; आणि जे वास्तव आहे, सत्य आहे, त्याला आपण माया म्हणत राहतो.'

'मग सत्य काय आहे?'

'शोध...आशा...प्रतीक्षा...'

'शोध?... कशाचा?'

'कालाचा... तो अनंत आहे!'

'काल? तो 'अनंत' कसा काय?... तो तर निघून जात असतो...'

'जो निघून जातो, तो काल नसतो. तुम्ही-आम्ही क्षणभंगुर असतो. काल अनंतच असतो... तुम्ही म्हणता, तसा तो निघून जात असतो... तरीही तो अनंत आहे.

'पण आयुष्याचा कधी तरी अन्त होतोच, तेव्हा...'

'कालाचा अन्त कधीही होत नाही...' मला मधेच थांबवीत देवराज म्हणाला, 'आयुष्याचा अन्त होतो, काल निघून जात असतो... तो नेहमीच निघून जात असतो... परंतु त्याचा कधीही अन्त होत नाही.'

काही क्षण आम्ही दोघेही गप्पच होतो.

मग मी त्याला विचारलं,

'तुम्ही कृष्णमूर्ती वाचले आहेत का?'

'होय...' तो म्हणाला, 'मी यू. जी. वाचले आहेत.'

तो यू.जींच्या तत्त्वज्ञानानं प्रभावित झाल्याची माझी खात्रीच पटली.

मग त्यानंच मला प्रतिप्रश्न केला,

'तुम्ही यू. जी. वाचले आहेत का?'

'नाही. मी तुम्हांला जे. कृष्णमूर्तींच्या संदर्भात प्रश्न केला होता.'

'तुम्ही यू. जी. सुद्धा वाचायला हवे आहेत.'

'तुमच्याकडं त्यांची काही पुस्तकं आहेत काय?'

या वेळी तो बराच काळ गप्पच राहिला. मग या खिशातून त्या खिशात काही शोधाशोध करत राहिला. काही क्षणांनी त्यानं एक चुरगाळलेलं व्हिजिटिंग कार्ड एका खिशातून बाहेर काढलं.

'तुम्हांला सवड होईल, तेव्हा एकदा घरी या माझ्या आणि घेऊन जा वाचायला.'

त्याचं नाव त्या कार्डावर छापलेलं होतं :

देवराज
६/९, बी. पी. कॉलनी,
उरण, मुंबई.

एकाएकी त्यानं माझ्या दंडाला घट्ट धरून बाजूला खेचलं. खेचताना तो मला रागावून म्हणाला,

'कुठं लक्ष आहे तुमचं? गाडी येतेय्, हे तुम्हाला कळलं कसं नाही? सिग्नल पाहिला नाही का तुम्ही?'

आम्ही दोघंही त्या जुनाट सिग्नलच्या दिशेनं चालत निघालो होतो.

परिस्थिती आता हाताबाहेर निघून गेल्याबद्दल माझी खात्रीच पटली.

त्यानंतर दोन एक दिवस त्या जुन्या स्टेशनच्या परिसरात मी जाऊ शकलो नाही.

तिसऱ्या दिवशी मी गेलो, तेव्हा त्याच्यासाठी म्हणून मी नेहमीपेक्षा अधिक वेळ थांबलो. त्याची वाट पाहिली.

त्यानंतर चौथ्या आणि पाचव्या दिवशीही तो आला नाही.

नंतर काही कामासाठी म्हणून मला दिल्लीला जावं लागलं.

परतल्यानंतर मला राहवलं नाही. त्यानं दिलेलं व्हिजिटिंग कार्ड मी कुठं ठेवलं, ते नीटसं आठवत नव्हतं. तरीही त्याचा पत्ता मला सहजच मुखोद्गत झाला होता : '६/९, बी. पी. कॉलनी...'

दरवाजा एका तरुण मुलानं उघडला. माझ्या चेहऱ्यावर त्या वेळी नक्की कोणते भाव उमटले असावेत, हे मला आज सांगता येणार नाही; पण त्यानं माझं कसलाही प्रश्न न विचारता स्वागत केलं.

तो म्हणाला,

'या... आत या...'

देवराजचं फ्रेममध्ये बंदिस्त केलेलं एक छायाचित्र समोर भिंतीवर टांगलेलं होतं. त्याभोवती एक हारही लटकत होता.

ते पाहताच माझ्या हृदयाचा ठोका चुकल्याला भास मला झाला.

याचं काही बरं-वाईट झालं, की काय?

मी विचारलं,

‘हे छायाचित्र कुणाचं आहे?’

‘माझ्या वडलांचं...’

‘तुमचं काय नाव?’

‘श्यामचंद्र देवराज...’

‘असं..?’

‘तुम्ही कुणाला भेटायला आला आहात? मला वाटलं, तुम्ही शोभाचे ट्यूटर आहात...’

‘नाही... मी ट्यूटर वगैरे कुणी नाही... खरं म्हणजे, तुम्हांला कसं सांगावं, हे मला कळेनासं झालं आहे... मला यू. जी. कृष्णमूर्तींचं एक पुस्तक हवं होतं... तुमच्या वडिलांनीच एकदा सुचवलं होतं.. ते पुस्तक न्यायला मी...’

‘असं म्हणता होय?... पण त्यांची सगळी पुस्तकं आम्ही एका ट्रंकेत बंद करून ठेवली आहेत. तुम्ही जरा सवडीनं आलात, तर मी काढून ठेवीन ते. तुमचं होतं का ते?’

‘नाही... असू द्या आता...’

मी उठून उभा राहिलो.

‘खरं तर, पुस्तक हे एक निमित्त होतं. मला देवराजजींनाच भेटायचं होतं. पण त्यांच्या संदर्भात... मला मुळीच माहीत नव्हतं..’

‘होय..होय...’ श्यामचंद्राचा चेहरा आता अंमळ फिकट झाला होता.

धीर गोळा करून मी त्याला विचारलंच,

‘कधी वारले ते?’

‘तीन वर्षांपूर्वी. उरण स्टेशनवर एक गाडीच्या खाली त्यांचा देह चिरडला गेला... जागीच मृत्यू पावले ते...’

माझं डोकं भणभणायला लागलं. कसाबसा स्वत:ला सावरीत मी तिथून उठलो. माझे पाय विलक्षण थरथरत होते. मी हळूहळू पायऱ्या उतरू लागलो.

या पायऱ्या निरन्त आहेत, असं मला वाटू लागलं होतं.

❑

याला जीवन ऐसे नाव

'माझ्यासाठी म्हणून कुणी अश्रू ढाळण्याची गरजच काय? माझी दु:खं ही माझी स्वत:ची आहेत. मी स्वत:च ती सहन करीन किंवा त्यांची खिल्लीही उडवीन!'

समीरचं मौन हेच त्याच्या व्यक्तित्वातलं सत्त्व होतं.

तो अकरा वर्षांचा होता, त्या वेळी त्याचा उजवा हात कापला गेला. त्याच्या आई-वडिलांनी तेव्हा रडून-ओरडून गोंधळ घातला.

राजासाहेबांचा समीरसिंह हा एकुलता एक मुलगा. अपघातानंतर त्याच्या प्रकृतीची विचारपूस करावयास आलेल्यांच्या चेहऱ्यांकडं तो अत्यंत शांतपणे, थण्ड नजरेनं पाहत राहिला होता.

'माझ्यासाठी कुणीही रडलं-भेकलं नाही...' बाविसाव्या वर्षी डाव्या हातानं त्यानं आपल्या दैनंदिनीत नोंद केली होती : 'लोकांनी सांत्वन केलं, ते माझ्या आईचं. त्यांनी हळहळ व्यक्त केली, ती माझ्या वडलांच्या दुर्दैवाविषयी. कारण त्यांच्या एकुलत्या एक मुलाचा उजवा हात कापला गेला होता. परमेश्वरानं त्यांच्या पदरात एकच मुलगा घातला होता आणि आता त्याचाही उजवा हात...'

समीरच्या दैनंदिन व्यवहारात त्यामुळं काहीच विक्षेप येत नव्हता. उजव्या हातावर बांधलेल्या पट्ट्या डॉक्टरांनी खोलून तो मोकळा केला, तेव्हापासून आपल्याला जणू देवानं उजवा हातच दिलेला नाही, अशी समजूत करून घेऊन त्यानं डाव्या हाताचा वापर सुरू केला.

त्याच्या परिवारातील लोक त्याचं हे लोकविलक्षण नीतिधैर्य पाहून चकित झाले. विपरीत असं जणू काहीच घडलेलं नाही, अशा पद्धतीनं वावरणाऱ्या, हे दु:ख मुक्यानंच सोसणाऱ्या समीरला पाहून त्यांनी आश्चर्य व्यक्त केलं.

'मी आहे, म्हणून माझं शरीर आहे; शरीर आहे, म्हणून मी नाही! मी आहे, जिवन्त आहे! माझे पाय सुकत-वाळत चालले आहेत, म्हणून काय झालं? मी माझ्या छाती-पोटाच्या बळावर रांगू शकेन!'

समीरच्या उजव्या हातावर शस्त्रक्रिया झाल्यानंतर काही वर्षांनी त्याच्या आयुष्यात आणखी एक अपघात घडला. तो त्या वेळी वीस वर्षांचा असावा. आपल्या वडिलांसोबत रोज घोड्यावरून रपेट करायला तो जायचा.

एके दिवशी दोघंही घोड्यांवरून दौड मारीत असताना, त्याच्या वडिलांनी त्याला सावरण्याचा कसोशीनं प्रयत्न केला, तरी तो घोड्यावरून खाली पडला आणि त्याच्या पाठीचा कणा मोडला. त्याच्यावर पुन्हा एक शस्त्रक्रिया करण्यात आली. या शस्त्रक्रियेच्या वेळी त्याच्या शरीरात कुठल्या धातूच्या पट्ट्या बसवल्या, कोण जाणे, परिणामी समीरला स्वत:च्या पायांचा वापर करता येणंच अशक्य होऊन बसलं.

पुन्हा एकदा लोकांनी त्याच्याभोवती गर्दी केली. त्याच्या प्रकृतीची तशीच विचारपूस केली.

समीर याही वेळी या भेटीला आलेल्या सर्वांचे चेहरे त्याच थंडपणानं न्याहाळत बसला– गप्प राहून!

'ही सर्व माणसं का म्हणून हळहळताहेत? मी काही मेलेलो नाही. पायांवर उभं राहून चालणं खरोखरीच आवश्यक आहे का? एखादा पांगळा असेल किंवा एखाद्याला दुर्दैवानं पायच नसतील, तरी तो सभोवार फिरू शकत नाही का?'

समीर असाच पायांशिवाय सभोवार फिरू शकत होता; आपली कामं पूर्वीइतक्याच सहजतेनं करू शकत होता. त्यानं स्वत:ला सतत कामांत गुंतवून ठेवलं होतं. त्याला घरीच शिकवायला शिक्षक येत. या अभ्यासाचा कंटाळा आला, म्हणून त्यांचं येणं त्यानं बंद करून टाकलं. घरातच एक उत्तम ग्रंथालय होतं. थोड्याच कालावधीत ग्रंथालयातील सर्वच्या सर्व पुस्तकं त्यानं वाचून काढली. मग नवी पुस्तकं विकत घेण्यात आली. तीही वाचून झाली. त्यानं मग दैनंदिनी लिहावयास सुरुवात केली. त्यानं कुणाशीही चकार शब्दानंही संभाषण केलं नाही. तो स्वत:शीच बोलत राहिला. झालेल्या जखमा शांतपणे सोसत तो जगत राहिला.

दीड-एक वर्षानंतर त्याच्या पायांमधे एक नवीच व्याधी उद्‌भवली. डॉक्टर लोकांच्या व्हिजिट्स वाढत चालल्या.

कुणी म्हणालं, त्याच्या पाठीच्या कण्यावर झालेली शस्त्रक्रिया काही व्यवस्थित

झालेली नाही. कुणी म्हणालं, त्याच्या पायांतील रक्तवाहिन्यांमधे काही दोष उत्पन्न झाला आहे, त्यामुळं रक्ताभिसरणात मधूनमधून विक्षेप निर्माण होतो आहे.

त्या वेळी समीरनं आपल्या दैनंदिनीत नोंद केली.

'म्हणून काय झालं? अजूनही मी छाती-पोटाच्या आधारावर हिंडू-फिरू शकतो. मी माझ्या आवाजाच्या बळावर जगू शकतो. केवळ माझ्या मौनाच्या साहाय्यानं मी माझं उर्वरित आयुष्य घालवू शकेन.'

या दुर्घटनेनंतर राजासाहेबांच्या प्रकृतीत मात्र विचित्रसा बिघाड झाला. समीरच्या शारीरिक व्याधींमुळं त्यांना वेडच लागायचं बाकी राहिलं. एकही डॉक्टर, एकही वैद्य त्यांनी सोडला नाही. पीर-फकिरांचीही त्यांनी मनधरणी केली. या दोघांच्या बिघडलेल्या शारीरिक अवस्थांची देखभाल आणि या काळजी करता-करता खंगत गेलेल्या समीरच्या आईचा मृत्यू झाला.

राजासाहेब आता वेड्यासारखे समीरभोवती फिरत राहत. समीरसाठी त्यांनी काही मित्रही शोधून आणले; पण समीर फक्त स्वत:तच जगत होता. स्वत:च्या मौनातच. स्वत:च निर्माण केलेल्या स्वत:च्या जगात.

'मी आहे, म्हणून माझं शरीर आहे; शरीर आहे, म्हणून मी नाही.. मी आहे... मी जिवन्त आहे!'

एके दिवशी राजासाहेबांनी दवंडी पिटवली, की ते समीरसिंहांचं लग्न करू इच्छीत आहेत– भावी वधू कोणत्याही जातीपातीची असो, तिचं सामाजिक स्थान कोणतंही असो, ती समीरच्या व्यक्तित्वाशी सहवेदनशील असायला हवी, तिनं खऱ्या अर्थानं समीरची सहचरी व्हायचा निश्चय करायला हवा.

समीरनं वडलांबरोबर या संदर्भात वाद घातला, त्यांच्या या संकल्पाला मोडता घालण्याचा कसून प्रयत्न केला; पण वडलांची मानसिक स्थिती पाहून त्याला अनिच्छेनं माघार घ्यावी लागली. आपल्यापेक्षा आपल्या वडलांचं दु:ख फार मोठं असल्याची त्याला जाणीव झाली.

अनेक मुलींचा शोध घेण्यात आला; परंतु एकीकडूनही निश्चित असा प्रस्ताव आला नाही.

समीरनं आपल्या दैनंदिनीत नोंद केली :

'लोक इथं येतात, ते राजासाहेबांसाठी, राजासाहेबांच्या हवेलीसाठी, राजासाहेबांच्या धनदौलतीसाठी. राजासाहेबांच्या पुढ्यात त्यांना अश्रू ढाळता यावेत, यासाठी निमित्त म्हणून ते माझा वापर करतात..'

हा वधूसंशोधनाचा विचार सोडून देण्याचा विचार चालू असतानाच एक प्रस्ताव पुढं आला. ही वधू चांगल्या खानदानाची होती. चांगल्या चालचलणुकीची होती. तिला पाहताच राजासाहेबांची खात्री पटली, की हिला धनदौलतीचा मोह नाही. समीरचं दु:ख, त्याच्या वेदना तिनं सहृदयतेनं समजून घेतल्या आहेत. खऱ्या अर्थानं त्याची सहचरी होण्यास ती योग्य आहे.

विवाहसमारंभाची तयारी धूम-धडाक्यात सुरू झाली. त्यांच्या घरचं हे पहिलंच आणि शेवटचं कार्य होतं, म्हणून त्यांनी कोणत्याही प्रकारची कसूर राहू दिली नाही. या विवाहाच्या निमित्तानं ते पाण्यासारखा पैसा ओतत होते. लोक तो अवाढव्य खर्च पाहून विस्मयचकित झाले होते.

लोक कुजबुजत,

'हा जन्मदाता बाप नव्हेच, हा मूर्तिमंत उदारहृदय आईच आहे!'

आपल्या एक मुलाच्या या विवाहसमारंभाच्या निमित्तानं त्यांनी आपल्या दिवंगत पत्नीच्या साऱ्या इच्छा-आकांक्षा पूर्ण केल्या. मुलासाठी त्यांनी जेवढं केलं, तेवढंच भावी सुनेसाठीही केलं. प्रचण्ड मण्डप उभारला गेला. बॅण्डच्या सुमधुर संगीतानं साऱ्या वातावरणात चैतन्य निर्माण झालं. उत्साह सळसळू लागला. आतशबाजीमुळं सारं आकाश उजळून निघालं. चंद्राचंही तेज फिकं पडलं.

... दुसऱ्या दिवशी सकाळ होता-होताच नववधूचा भांग रक्तवर्ण कुंकवाऐवजी राखेनं भरला गेला.

समीरनं आत्महत्या केली होती.

त्याच्या दैनंदिनीत नोंद होती :

'लोकांनी माझ्यासाठी अश्रू ढाळले असते, तर बरं झालं असतं. त्यामुळं माझी अस्मिता फणा काढून उभी राहिली असती... पण मी आता काय करू? लोक मला हसताहेत!...'

❑

व्यवहार

बाबू दीनानाथ यांनी आपल्या मुलाचा – श्रवणकुमारचा विवाह मास्टर रामकुमार यांची मुलगी उषा हिच्याशी पक्का ठरवून टाकला.

मास्टर रामकुमार अत्यंत प्रसन्न अशा मन:स्थितीत होते. ते आपल्या मुलीच्या शिक्षणासाठी सतत प्रयत्नशील राहिले होते. त्या प्रयत्नांचं फळ म्हणून तिनं बी.ए. ही पदवी मिळवली होती. तिच्या मनात मास्टर रामकुमारांनी उच्च आदर्शांचं बीजारोपण केलं होतं. याचाच दृश्य परिणाम म्हणजे, उषा नोकरी करायचं म्हणाली, तेव्हा त्यांनी निषेधाचा अस्पष्टसाही सूर नोंदवला नव्हता. त्यांना एकच काळजी पोखरत होती. न जाणो उद्या ती एखादा मुलगाही स्वतःच पसंत करायची. तसं पाहिलं, तर ती अजूनही तरुणच होती. शरीर वाढलं, तरी मुलांना शहाणपण येतंच, असं नाही. उषानं मात्र आपल्या वडलांना कसल्याही प्रकारे तक्रार करण्यासाठी नखभरसुद्धा वाव दिला नव्हता. प्रत्यक्षात ज्या ज्या वेळी तिच्या विवाहाविषयी बोलणं निघे, त्या त्या वेळी ती खाली मान घालून उभी राही आणि अत्यंत आदरयुक्त शब्दांत म्हणे,

'तुमचा निर्णय हाच माझा निर्णय असेल...'

गेली तीन-चार वर्षं उषा नोकरी करत होती. आपल्या कुटुंबासाठी होणाऱ्या सर्व खर्चाची जबाबदारी तिनं आपल्या अंगावर घेतली होती. तरीही उषाचे हात आपण पिवळे करू शकलो नाही, याची खंत मास्टर रामकुमारांचं काळीज कुरतडत होती. तशी तिच्यासाठी अनेक स्थळं सांगून आली होती; पण प्रत्येक वेळी काही तरी निमित्त व्हायचं आणि बोलणी अयशस्वी होत. प्रत्येकाला हुंडा हवा असे. कुणी पंचवीस हजार रुपयांची मागणी करी, तर कुणी एक लाख. ज्यांना रुपयांत हुंडा नको असे, ते आपल्या चिरंजीवांसाठी स्कूटर किंवा कारची मागणी करत.

'खरं म्हणाल, तर हिरे काय, सोनं काय, हे सारं आशीर्वादरूपच असतं... शिवाय तुमची मुलगीच ते अंगावर घालील... तुम्हांला सांगतो, रामकुमार, वाईट दिवस कुणावर येत नाहीत? वाईट दिवसांत आपल्या आई-वडिलांचे आशीर्वादच कामाला येत असतात...'

मास्टर रामकुमारांच्या डोक्यात किडे पडायची वेळ आली. काय करावं, यातून कसा मार्ग काढावा, त्यांना कळेना. दहा-पंधरा हजार रुपयांचा प्रश्न असता, तर ते त्यांनी कुठून तरी उसनेपासने आणून उभे केले असते आणि कार्य पार पाडलं असतं. पण मागितली जाणारी हुंड्याची रक्कम त्यांच्या आवाक्याबाहेरची होती. स्वत:चं सारं अर्जित त्यांनी आपल्या लेकीच्या शिक्षणासाठीच खर्च केलं होतं. छोटंसं राहतं घर एवढंच काय ते आता त्यांच्या मालकीचं असं शिल्लक राहिलं होतं. ते विकून ते काही रक्कम उभी करू शकले असते; पण मग डोक्यावरचं छप्परच निघून गेल्यावर कुठं राहायचं?

याच दरम्यान दीनानाथांशी त्यांचा परिचय झाला. त्यांचा वेगवेगळ्या पाट्या रंगवण्याचा व्यवसाय होता. तो उत्तम चालला होता. शहरातील रस्त्यांची नावं वारंवार बदलली जात. नगरपालिकेत त्यांची चांगलीच घसट होती. संबंधितांचे हात ओले करून ते ऑर्डर्स मिळवीत. जुनी नावं विसरायला लोकांना कितीसा वेळ लागतो? नवीन नावं दिली जात. नव्या पाट्या रंगवल्या जात. खूप नावं अजूनही शिल्लक होती. घरांचे क्रमांकही कालान्तरानं अस्पष्ट होत, पुसले जात. शिवाय दुकानांच्या पाट्याही रंगवायच्या असत. जुन्या पाट्या नव्यानं रंगवायच्या असत. नवी दुकानं उघडली जात. त्यांच्यासाठीही पाट्या रंगवाव्या लागत. दुकानात चार-पाच नोकर होते. त्यांचा तरुण मुलगा हा उद्योग मोठ्या कौशल्यानं सांभाळीत असे.

दीनानाथांच्या या दुकानाचं एक महत्त्वाचं वैशिष्ट्य होतं – इंग्रजी अक्षरांतल्या पाट्यांमधे एकाही अक्षराचं स्पेलिंग चुकीचं नसे. त्यासाठी त्यांनी हिन्दी, इंग्रजी असे शब्दकोशही दुकानात हाताशी ठेवले होते.

मास्टर रामकुमार एकदा आपल्या शाळेचा एक बोर्ड रंगवून घेण्यासाठी दीनानाथांकडं आले. त्यांनी बोर्डावर कोणकोणती अक्षरं कशीकशी हवीत, तो मजकूर सुवाच्य अशा हस्ताक्षरात लिहूनच आणला होता.

ते सुढाळ हस्ताक्षर पाहून दीनानाथांनी आश्चर्यादरानं विचारलं,

'कुणाचं आहे, हो, एवढं सुंदर हस्ताक्षर?'

'माझ्या मुलीचं. ती शाळेतल्या फळ्यावर रोज सुवचनं लिहीत असे...'

'आता काय करते ती? शिकतेय्?...'

'ती पदवीधर झाल्येय्... नोकरी करते एका ठिकाणी...'

'वा, वा! उत्तम!'

मास्टर रामकुमार ठरल्या वेळी बोर्ड आणायला गेले, तेव्हा दीनानाथांशी त्यांच्या बराच वेळ गप्पा झाल्या.

दीनानाथांचे विचार ऐकून रामकुमार फारच प्रभावित झाले.

'मुलींनी नोकऱ्या कराव्यात, याच विचाराचा मीही आहे. त्यांनी स्वयंपाकघराच्या भिंती ओलांडून बाहेर पडायला हवं. बाहेरचं जग डोळसपणानं पाहायला हवं. त्यांनी केवळ स्वत:च्या पायांवर उभं राहावं, एवढं पुरेसं नाही. त्यांनी त्यांच्या पायांच्या साहाय्यानं चालायला हवं, प्रसंगी पळायलाही हवं. आता आमच्याच घरचं पाहा ना... आमच्या या श्रवणच्या आईला काही बाजारहाट करायचा झाला, तर आम्हां दोघांपैकी कुणीतरी तिच्याबरोबर जाणं आवश्यक असतं. त्यामुळं होतं काय, भाडेखर्चासाठी आमचे दुप्पट पैसे जातात. हे जरा जुन्या जमान्यातल्या- सारखंच नाही का, रामकुमारजी?'

दोघांचं मैत्र चांगलंच जुळलं.

एक दिवस दीनानाथ मास्टर रामकुमारांच्या घरी चहा प्यायला म्हणून गेले. तिथं त्यांनी उषाला पाहिलं.

पुढं केव्हा तरी दीनानाथांनी रामकुमारांना आपल्या घरी जेवायला बोलावलं.

उषाही त्यांच्यासोबत गेली.

दोन्हीही कुटुंबांत एक प्रकारच्या स्नेहभाव निर्माण झाला.

–आणि त्यानंतर एक दिवस...

बाबू दीनानाथ यांचा मुलगा चि. श्रवणकुमार आणि मास्टर रामकुमार यांची कन्या चि. सौ. कां. उषा यांचा विवाह निश्चित झाला.

दोघेही अतिशय खूश झाले होते.

मास्टर रामकुमार आपल्या लाडक्या लेकीला म्हणाले,

'बाबू दीनानाथ यांचे विचार फारच उच्च कोटीचे आहेत. तुझ्या वयाच्या कुणाही उपवर मुलीला एखादा नवरा मिळणं सहज शक्य आहे... पण असा सासरा मिळणं शक्य आहे काय? ते मला म्हणाले, 'मी एक पैसाही हुंडा मागणार नाही,

घेणार नाही. तुम्ही तुमच्या मुलीला अंगावरच्या कपड्यांनिशी आमच्या घरी नांदावयास पाठवा. तिला तिची नोकरी पुढल्या काळात चालू ठेवण्याची पूर्ण मुभा आम्ही देऊ.' त्यांनी असं म्हटल्यावर मी चकितच झालो. ते पुढं असंही म्हणाले, 'माझी म्हणून असलीच, तर एकच अट आहे... तिनं आहे ती नोकरी तशीच चालू ठेवायची. मला तिला घरकोंबडी बनवायची नाही किंवा स्वयंपाकघरातली मोलकरीणही नाही!' '

इकडं दीनानाथ आपल्या बायकोची समजूत काढत होते :

'अग भाग्यवती, रागवायचं-रुसायचं काही कारण आहे का? माझ्या लग्नात तुझ्या बापानं तुझ्या अंगावर जे सोनं-नाणं घातलं होतं, त्यातलं कितीसं आज शिल्लक राहिलंय्? ते मोडून जी रक्कम आली, तिच्यातला पाऊण हिस्सा दुकान उभं करण्यातच गेला. उरलेला कर भरण्यात. मी जिवंत सोनं घरात आणलं आहे... निर्वाह-वेतन आणि हुंडा... टू इन् वन् ! तिला महिना चौदाशे रुपये पगार आहे. शिवाय तिचं हस्ताक्षरही चांगलं आहे – सुवाच्य आणि बिनचूक! एका नोकराला कमी केलं, की आपली महिना बाराशे रुपयांची आयती बचत होईल. नाही का? '

❑

गुड्डो

आपल्या वयापेक्षा आपण प्रत्यक्षात अधिक प्रौढ दिसतो, असं तिला अधूनमधून वाटत राही.

ती आठवीत होती, तेव्हा ती दहावीतल्या मुलींसारखी बोलत असायची. ती नववीत गेली, तेव्हा तिला आपण जणू दीदीसारख्या कॉलेज-स्टूडंटच झालो, असं वाटू लागलं. तिनंही दीदीसारखीच दैनंदिनी लिहिण्यास सुरुवात केली आणि तिच्यासारखीच ती वेळीअवेळी अनोख्या विश्वात हरवून जाऊ लागली.

दीदीसारखीच ती तासन् तास आरशासमोर बसून प्रसाधन करू लागली; आणि आईनं त्याबाबत कधी तिला टोकलंच, तर मनातून ती दुखावल्यासारखी होऊ लागली.

'दीदीला ती चकार शब्दानं बोलत नाही... मी काहीही केलं, तरी झालीच माझी आरती सुरू!' ती स्वत:शीच तक्रारीच्या सुरात बोलत राही आणि मग गप्प होई.

त्या दिवशी दीदीनं तिच्यासाठी एक नवा फ्रॉक शिवला, तेव्हा ती उसळून म्हणाली,

'मी हा फ्रॉक मुळीच घालणार नाही! तू मात्र स्वत:साठी भारी भारी साड्या विकत आणायच्या आणि असला घाणेरडा फ्रॉक मी अंगात अडकवायचा!'

'हे बघ, तू मोठी झालीस, किनई, गुड्डो...'

'मला गुड्डो म्हणू नकोस! ते काही माझं नाव नव्हे!'

'ठीक आहे, कुसुमताई, तुम्ही माझ्या एवढ्या झालात, की तुमच्यासाठीही आणू या की असल्या साड्या...'

'मी काय कुक्कुलं बाळ आहे का आता? नववीत आहे मी, म्हटलं!'

तिचं हे बोलणं ऐकताच स्फोट व्हावा, तशी दीदी हसली आणि गुड्डो रागानं

पाय आपटत तिथून निघून गेली.

'दीदी कशाच्या बळावर स्वत:ला मोठी म्हणवून घेते? मी स्वत: तिच्याहून अधिक उत्तम पद्धतीनं दैनंदिनी लिहू शकते. प्रेमाची भाषा मी तिच्यापेक्षा अधिक प्रभावीपणे बोलू शकते. देवराजची गणना काही देखण्या पुरुषांत करता येणार नाही. त्याचं ते विचित्र, चमत्कारिक उंच नाक. साधा कपाळावरचा घाम पुसायला झाला, तरी हाताला हात थडकतात... आणि माझा स्वत:चा प्रियकर! तो तर लाखो लोकांचा आवडता आहे. खरा चित्रपट-अभिनेता. सुपरस्टार! देवराज त्याचंच सहीसही अनुकरण करत असतो. त्याच्यासारखेच केस वाढवतो. भांगही तस्साच पाडतो.'

क्षणभर तिला वाटलं, आपल्यापुढं दीदी किस झाडकी पत्ती! दिलीपकुमार आणि ती स्वत: यांच्या दैवी महावस्त्रापुढं दीदी आणि देवराजची जोडी म्हणजे ठिगळाठिगळांची गोधडीच जणू!

ती या विचारानं अतिशय सुखावली आणि विचाराच्या लाटेवरून वाहत-वाहत ती दिलीपकुमारच्या बाहुपाशात बुडून गेली. आकाशात स्वैरपणे विहार करणाऱ्या ढगांचे तुकडे शिवू लागली.

शाळेतील तास बुडवून ती कितीदा तरी आपल्या प्रियकराला भेटण्यासाठी गेली होती.

ती सातवी-आठवीत असेल, तेव्हा तिनं 'मधुमती' पाहिला होता.

'हाय! फुलबाह्यांच्या स्वेटरमधे तो किती चिकणा दिसतो!'

असं मनाशी म्हणत तिनं नि:श्वास सोडला.

पडद्यापर्यंत पळत-पळत जाऊन त्याच्या हाताला स्पर्श करावंसं तिला वाटलं. स्वत:च्या हातांनी फुलबाह्यांचा एक स्वेटर विणून दिलीपकुमारला स्वत:च भेट देण्याविषयीचे विचार तिच्या मनात पिंगा घालू लागले.

'नया दौर'मधे पैरण-धोतर नेसलेल्या त्याला पाहून तर तिची उरलीसुरली शुद्धही हरपून गेली. त्या दिवसापासून ती पूर्णत: दिलीपकुमारमयच झाली. घोड्याचे लगाम एका हातात धरून, दुसऱ्या हातानं चाबूक हवेत उडवत तो असा काही टांगा हाकत होता, की ते दृश्य पाहून तिनं आनंदातिशयानं आपले गुडघे पोटाशी घट्ट आवळून धरले. जणू ती स्वत:च त्याच्याबरोबर टांग्यात बसून चालली होती. टांग्याच्या वेड्यावाकड्या हिनकळण्यामुळं आपण कदाचित खाली पडू, असं वाटून ती स्वत:ला सावरीतही होती. मोडकळीस आलेल्या पुलावरून त्याचा टांगा वेगानं धडधडत चालला होता, तेव्हा तिनं आपल्या बाहूंच्या बळावर त्या पुलाला आधारही

दिला होता.

तिच्याशेजारी बसलेली तिची एक मैत्रीण एकाएकी 'उई!' करून किंचाळली आणि तिनं तिच्या हाताची घट्ट पकड सोडवून स्वत:चा हात मोकळा करून घेतला, तेव्हा आपण काय करीत होतो, हे तिच्या लक्षात आलं.

पण ही लडदू वैजयंतीमाला त्याच्या पाठीमागं का हात धुऊन लागली आहे?

एकाच वेळी तिचं मन घृणेनं आणि क्रोधानं पेटून उठलं.

'धन्नो! कसली मेली धन्नो!'

कदाचित म्हणूनच 'गंगाजमना'च्या शेवटच्या दृश्यात वैजयंतीमाला मेल्याचं पाहून तिच्या मनातली धगधगणारी आग थंड झाली होती.

अंथरुणावरून उठून तिनं टेबलाचा ड्रॉवर बाहेर ओढला आणि आपली दैनंदिनी बाहेर काढली. 'गंगाजमना'ची 'चोपडी' त्या दैनंदिनीत तिनं जपून ठेवली होती. त्या चोपडीवर दिलीपकुमार आणि वैजयंतीमाला यांचे फोटो एकत्र छापले होते. दीदीच्या कपाटातील कात्री घेऊन तिनं तो फोटो मधेच कापला. वैजयंतीमाला आणि दिलीपकुमार यांचे फोटो वेगवेगळे केले आणि वैजयंतीमालेचा फोटो चुरगाळून खिडकीबाहेर फेकून दिला. मग दिलीपकुमारच्या फोटोचं चुंबन घेऊन, ती त्याच्या केसांवरून हलकेच हात फिरवू लागली. तो कापलेला फोटो तिनं दैनंदिनीत पुन्हा अलगद ठेवून दिला आणि ती दैनंदिनी तिनं आपल्या अंथरुणावर ठेवली. तीवर डोकं टेकवून ती आपल्या स्वप्नविश्वात हरवली.

तिथं फक्त ती आणि तिचा लाडका दिलीपकुमार एवढेच होते. पुन्हा तिनं आकाशातील विखुरलेल्या ढगांना एकत्र शिवण्याचं काम सुरू केलं.

कितीतरी वेळ ती ढगांना एकत्र शिवण्याचा प्रयत्न करीत होती. परंतु ते अखेर ढग होते, ते सततच विखरून जात होते. धडाधडा पाऊसही पाडत नव्हते आणि एकत्र शिवलेही जात नव्हते. ढगांना एकत्र शिवण्याचा उद्योग ती आता किती वेळ करणार होती? त्याऐवजी ते कोसळत का नाहीत? त्यामुळं तिच्या देहाची, मनाची होणारी तगमग, थोडी का होईना, शांतवली जाईल.

'देवराज दीदीला कशी पत्रं लिहितो? तसं एखादं पत्र दिलीपकुमारनं मला का लिहू नये?' तिनं स्वत:लाच एकदा प्रश्न केला.

'पण कुठं देवराज अन् कुठं दिलीपकुमार! देवराज त्याच्यापुढं चिलटासारखा वाटतो, दिलीपकुमार जे काही लिहितो, ते आणखी कुणाला लिहिता येणं कसं शक्य आहे?'

चित्रपटातली दिलीपकुमारनं लिहिलेली पत्रं तिला आठवत होती.

तिनं आपली दैनंदिनी उघडली आणि दिलीपकुमारला ती आणखी एक पत्र लिहू लागली.

वार्षिक परीक्षा संपली आणि तिनं कधी स्वप्नातही कल्पना केली नव्हती, अशी एक सुंदर सकाळ तिच्या आयुष्यात उजाडली. अंथरुणातून उठताच तिच्या लक्षात आलं, की रात्रीच केव्हा तरी मामा आले आहेत आणि ते सर्वांना दिलीपकुमारच्या चित्रपटाचं शूटिंग पाहायला घेऊन जाणार आहेत.

शाळेला सुट्टी लागली होती. त्यामुळं कसलीच अडचण नव्हती.

'मीही तुमच्याबरोबर येणार, मामाजी!' असं तिनं मामांना बजावून सांगितलं.

'म्हणजे काय? तू आमच्याबरोबर येणारच आहेस!'

'शूटिंगच्या वेळी काय करणार ती तिथं?' दीदीनं विचारलं.

'गुड्डोबद्दलच म्हणतेय्स ना? ती स्वाक्षऱ्या घेत राहील!' मामाजी उद्गारले.

'तिला गुड्डो नका म्हणू, मामाजी. तिला त्या गोष्टीचा भयंकर राग येतो. ती आता मोठी झालीय्, हे तुमच्या लक्षात नाही का आलं अजून?' दीदी हसत होती.

गुड्डोला तिचा भयानक संताप आला. ती स्वत:च्याच मनाशी म्हणाली,

'बघालच आता तुम्ही! दिलीप माझ्या डोळ्यांत डोळे मिसळून पाहील, तेव्हाच मी मोठी झालेय्, की नाही, हे तुम्हांला कळेल!'

ती उठली आणि ड्रेसिंग टेबलाशी जाऊन आपलं आरशातील प्रतिबिंब एकटक न्याहाळत बसली.

दिलीप आणि वैजयंती स्पॉटवर आले आणि दृश्याची रिहर्सल करू लागले.

भित्र्या मांजरीसारखी एका बाजूला उभी राहून, विस्फारल्या नेत्रांनी गुड्डो ती रिहर्सल पाहू लागली.

दिलीप वैजयंतीचा हात हातात घेऊन म्हणत होता :

'लता, अब दुनिया की कोई ताकत तुम्हें मुझसे छीन नहीं सकती। मैंने हमेशा हमेशा के लिये तुम्हें पा लिया है। बताओ, मेरे साथ चलोगी, लता?'

– आणि लतानं प्रेमभरानं आपलं मस्तक आपल्या प्रियकराच्या वक्षावर टेकवलं.

'निर्लज्ज टवळी!' कुसुम मनातल्या मनात संतापानं उद्गारली.

दृश्याचं चित्रीकरण झाल्यावर मामा म्हणाले,

'गुड्डो, ये... इकडं ये... तुला स्वाक्षऱ्या हव्या आहेत ना?'

'नकोत... कुणाच्याच स्वाक्षऱ्या नको आहेत मला!' तिच्या डोळ्यांत पाणी साचलं होतं.

'अरे, काय, झालं काय एवढं?'

'काही नाही!...' आणि ती दणदण पाय आपटत निघून गेली.

घरी आल्यावर तिनं थेट आपली खोली गाठली. टेबलाच्या ड्रॉवरमधून आपली दैनंदिनी काढली आणि तिच्या पानांत दडवून ठेवलेला दिलीपचा फोटो बाहेर काढला.

त्या फोटोकडं क्षणभर पाहून तो तिनं रागानं चुरगाळला आणि खिडकीबाहेर फेकून दिला.

'जाओ... जाओ... अपनी धन्नो के पास! तुमभी जाओ!'

– आणि अंथरुणावर पडून ती हुंदक्यावर हुंदके देत रडू लागली.

❑

अद्धा

सर्वजण त्याला 'अद्धा' म्हणत. अद्धा म्हणजे अर्धा. कशाचा तरी अर्धा. पूर्ण नव्हेच, पण पावणाही नव्हे. केवळ अर्धा – अद्धा. या विशेषनामाचा त्याच्या उंचीशी थेट संबंध होता. तो फार बुटका होता. त्याला अद्धा हे नाव कुणी ठेवलं, हे नक्की कुणालाच माहीत नव्हतं. त्याचे आई-वडील हयात असते, तर त्यांना हे विचारता आलं असतं.

त्याला आठवतं होतं, तेव्हापासून त्याला सर्वजण 'अद्धा' याच नावानं हाक मारीत. आपण या चमत्कारिक नावानं ओळखले जातो, याची त्याला कधीही खंत वाटली नाही. दुःखही वाटलं नाही. खरंतर, त्याचं त्याला काहीही वाटत नव्हतं. प्रत्यक्षात तो स्वत:च्याच मस्तीत जगणारा असामी होता.

कधी एखादा खरबूज-विक्रेता त्याला हाक मारून म्हणे,

'अद्ध्या, जरा दुकानाकडं लक्ष दे... मी जेवण करून येतो...'

मग तो अतिशय आनंदानं खरबूजवाल्याच्या गादीवर बसे. हातातील छाटणी हवेत हलवीत म्हणे,

'या.. या... खरबूज घ्या... साखरेपेक्षाही गोड खरबूज घ्या!'

कधी तो खरबूज विके, कधी खजूर.

तो अंगभूत उत्साहानं अनेकांची अनेक कामं करीत राही. कधी तो वैद्याकडून नानीसाठी पाचक-गोळ्या आणून देई. तिसऱ्या मजल्यावर राहणाऱ्या केशवानीच्या छोट्या मुलीला शाळेत पोहोचवून येई–परत आणी. माधो मिस्त्रीच्या हातांखाली तो कधी मजूर म्हणून काम करी. घमेल्यात विटा भरून आणून त्याला बांधकामात मदत करी.

पण सगळ्यांत त्याला अधिक आवडायचं, ते म्हणजे वरातीपुढं नाचणं! वरात कुणाची आहे, हे कधीच महत्त्वाचं नसे. तो ज्या भागात राहत होता, त्या भागाच्या

एक-दोन मैलांच्या परिघातली कुणाचीही वरात का असेना, तो हात उंच उभावून, तालबद्ध पावलं टाकीत वरातीपुढं आपल्या छोट्या छोट्या पायांनी बेभान होऊन नाचत राही.

एकदा चांदीच्या वर्खाची निर्मिती करणाऱ्या इलियासच्या वरातीपुढं अद्ध्याला नाचताना पाहून पंडित म्हणाले,

'अबे अद्धे, मुसलमान की बारात में नाच रहा है?'

आपले हात नाचवीत अद्धा म्हणाला,

'पण्डितजी, ढोल-ताशे काय, हिंदूंच्याच नव्हे, तर मुस्लिमांच्याही वरातीत वाजवले जातात... आणि तेही अगदी अस्सेच.'

अद्धा अकरा-बारा वर्षांच्या मुलांत खेळत असला, की तो त्यांच्याच वयाचा वाटायचा. मुलं शाळेत गेली, की तो सोसायटीच्या बागेत म्हाताऱ्या माळ्याला मदत करायचा. बागेत पडलेली लिंबाची वाळलेली पानं तो खराट्यानं एकत्र गोळा करायचा आणि रात्री प्रोफेसरसाहेबांच्या घरून उसन्या आणलेल्या काडेपेटीच्या साहाय्यानं तो ढीग पेटवून द्यायचा.

एकदा प्रोफेसरसाहेबांनी त्याला एक जुना कोट देऊन टाकला. बाहेर येताच अद्ध्यानं त्यावर एक नजर टाकली आणि तो माळ्याला देत म्हणाला,

'केवढं पोतं दिलंय् प्रोफेसरसाहेबांनी, बघितलं का? माझ्याएवढे तिघेजण सहज मावतील त्याच्यात!'

त्या सोसायटीतल्या एकूण पाच इमारतींमधे एकूण ऐंशी कुटुंबं राहत होती. त्या ऐंशी कुटुंबांतली एकूण माणसं साडेतीनशे. अद्धा अनुस्वारासारखा या सगळ्या मंडळींत फिरत राही. कुणाचंही काम तसं त्याच्यावाचून अडत नव्हतं; पण तरीही तो त्या सोसायटीतला एक अनिवार्य घटक होऊन राहिला होता. अद्ध्याशिवाय त्यांना पूर्णत्व येत नव्हतं. बरेच कुटुंबीय असणाऱ्या एखाद्या भरल्या घरात एखाद्या पाळलेल्या मांजरामुळं वाढीव सुखाचा शिडकावा व्हावा, तेच स्थान अद्ध्यानं त्या सोसायटीत मिळवलेलं होतं.

पण काल याच अद्ध्यानं सोसायटीतल्या सगळ्याच रहिवाशांना ते केवढे दरिद्री, केवढे उथळ, केवढे पोकळ आहोत, हे दाखवून दिलं होतं.

सोसायटीच्या कम्पाऊंडमधे जमा झालेल्या सभेमधे प्रोफेसरसाहेब तिथल्या रहिवाशांना उद्देशून म्हणाले होते,

'तुम्ही सगळे अपूर्ण आहात – अधूरे आहात, अर्धे आहात!... आणि तुम्ही ज्याला 'अद्धा' म्हणून हाक मारता, तो कसा सर्वार्थानं परिपूर्ण आहे, हे नीट

समजावून घ्या!'

खरं तर, ही घटना काल घडली; पण ती प्रत्यक्षात गेल्या दोन वर्षांपूर्वीच सुरू झाली होती.

मुख्य घटना घडण्याआधीही एकदा असंच काही घडलं होतं, तेही तेवढंच महत्त्वपूर्ण होतं; पण ते फारच थोड्यांना माहीत होतं.

छत्रपूर सोसायटीतील सर्वांत देखणी आणि तरुण मुलगी राधा कमलानी ही एकदा हीरगंज भागातून चालत निघाली होती. रस्ता निर्मनुष्य होता. तेवढ्यात तीन मवाल्यांनी तिला बघता-बघता घेरलं. एकानं तिला डोळा घातला, दुसऱ्यानं तिला बघून अश्लील शीळ घातली आणि तिसरा तिच्या खांद्याला जोरदार धक्का मारून पुढं निघून गेला.

अनपेक्षितपणे झालेल्या या असभ्य प्रकारानं ती अतिशय घाबरली.

तेवढ्यात रस्त्याच्या टोकाला एक सावली तिच्या दृष्टीस पडली आणि ती किंचाळल्यासारखी ओरडली,

'अद्धे!'

आपल्या नावानं मारलेली हाक कानांवर येताच अद्धा राधाच्या दिशेनं धावत-पळत आला.

राधानं एकदम त्याचा हात धरला आणि ती त्याला म्हणाली,

'अद्धे, मला माझ्या घरापर्यंत पोहोचवशील, तर बरं होईल...'

अद्ध्याला काय घडलं असावं, याचा तात्काळ अंदाज आला – एखाद्या सिंहासारखा तो धैर्यानं पुढं झाला. राधाचा दंड घट्ट पकडीत तो म्हणाला,

'चला.. मी आहे ना!'

–आणि वाऱ्याची झुळूक येऊन जावी, तसा तो त्या तीन मवाल्यांसमोरून राधाला घेऊन निघून गेला.

या घटनेमुळं त्या रात्री त्याला झोप लागली नाही. आपण अठ्ठावीस वर्षांचे आहोत, हे त्याला पहिल्याप्रथम तीव्रतेनं जाणवलं.

दुसऱ्या दिवसापासून त्यानं मुलांत खेळायचं बंद केलं. त्याच्या अंगावर आता छानपैकी इस्त्री केलेले कपडे दिसू लागले. त्याच्या वागण्या-बोलण्यांत टापटीप, शिस्त आली.

अकस्मात घडून आलेलं त्याच्यातील हे परिवर्तन अनेकांच्या लक्षात आलं,

तसं राधाच्याही आलं.

ती एकदा त्याला पाहून हसत-हसत उद्‌गारलीही :

'हाऊ क्यूट!'

अद्ध्याच्या आयुष्यात जणू एक नवीनच उद्यम अवतरला. तो होता शरीरसंरक्षकाचा–बॉडीगार्डचा.

राधालाही बरं वाटलं.

सकाळी तो राधाबरोबर कॉलेजपर्यंत जाई. कधी तिच्याजवळचं वह्यापुस्तकांचं ओझं तो स्वत:कडं घेई. अधूनमधून संध्याकाळी तो तिच्या कॉलेजवर जाई. राधा त्याच्या सोबतीनं घरी परत येई.

एक दिवस अद्ध्याचं हृदय विदीर्ण होईल, असं वर्तन राधानं केलं.

ती जगदीशला भेटायला जायची. अद्धा तिला त्याच्या घरापर्यंत पोहोचवून परत यायचा.

अद्ध्याची राधेशी असणारी जवळीक जगदीशला मुळीच आवडत नसे. त्यानं तसं एकदा स्पष्ट बोलून दाखवल्यावर राधा ताडकन म्हणाली होती,

'शी:! तू त्याचा संशय घेतोस? त्या अर्ध्या पुरुषाचा?'

त्यापुढचं संभाषण ऐकण्यासाठी अद्धा तिथं थांबला नाही. तो तडक परत आला. वाटेत एक भटकं कुत्रं रस्त्यात झोपलेलं होतं. राग शांत होईतो तो त्याला निष्कारणच झोडपत राहिला. कुत्रं तारस्वरात केकाटत राहिलं. मग तो आपल्या खोलीत जाऊन अंथरुणावर पडून राहिला – जणू तो स्वत:च जबर जखमी झाला होता.

दुसऱ्या दिवशी त्याच्यात एक विलक्षण चमत्कारिक परिवर्तन घडून आलं.

स्वत:च्या वाटेल त्या कामासाठी त्याला हवं तसं वापरणारे लोक त्याच्यात एकाएकी झालेलं हे परिवर्तन पाहून चकित झाले.

कुणी काही काम सांगितलं, की तो आता प्रतिप्रश्न करी,

'मला काय देणार?'

'काय म्हणजे?'

'पैसे किती देणार?'

'तुला पैसे कशाला हवेत? काय करणार तू या पैशांचं?'

'ते माझं मी ठरवीन!'

थोड्याच दिवसांत त्याच्या घरातली पत्र्याची ट्रंक वेगवेगळ्या प्रकारच्या नाण्यांनी आणि चलनी नोटांनी भरून गेली.

मुख्य घटना घडली, त्याच्या बऱ्याच आधीची ही गोष्ट आहे.

प्रत्यक्षात जे घडलं, ते असं, की त्यानंतर सहा महिन्यांनी राधाचं लग्न झालं, तिच्या घरातल्या कॅसेट-प्लेअरवरचे कानठळ्या बसवणारे पाश्चात्त्य संगीताचे स्वर कानांवर अविरत आदळत होते आणि नाक्यावरून वळणाऱ्या बँडचाही आवाज इथपर्यंत पोहोचत होता.

अद्ध्याला ते सहन झालं नाही. अशा वेळी नाचावयास अत्यधीर होणारे त्याचे हात आणि पाय आज मात्र थरथरू लागले.

तो ताडदिशी उठला. काहीशा विचारानं त्यानं ट्रंकेत हात घातला. हातात येतील, तेवढ्या नोटा काढून खिशात घातल्या आणि तो छत्रपूर सोसायटीतल्या तेरा नंबरच्या फ्लॅटसमोर जाऊन उभा राहिला. धीटपणानं त्यानं दार वाजवलं.

तेरा नंबरच्या फ्लॅटमधे सत्या राहत होती. एकटीच. तिच्याविषयी, खरंतर, कुणीच चांगलं बोलत नसे. तिचा लौकिक भला नव्हता. सोसायटीतल्या बहुसंख्य रहिवाशांचा आग्रह होता, की तिनं हा फ्लॅट सोडून निघून जावं. कारण तिथलेच काही रहिवासी रात्रीच्या आडवेळी तिच्या फ्लॅटमधे शिरताना किंवा फ्लॅटमधून बाहेर पडताना दिसत.

अद्ध्याला हे माहीत होतं. त्याला, खरंतर, खूपच गोष्टी माहीत होत्या. तरीही तो आतापर्यंत गप्प बसला होता. आणि आज...!

फ्लॅटमधे नेमकं काय घडलं, ते कळलं नाही, पण अद्धा जवळजवळ सात तासांनी सत्याच्या फ्लॅटमधून बाहेर पडला होता.

त्या दरम्यान राधाचा लग्नसोहळा सुखरूप पार पडला होता आणि ती आपल्या नवऱ्याच्या घरी नांदावयासही गेली होती.

त्यानंतर अद्धा सत्याच्या फ्लॅटवर जाता-येताना वारंवार दिसू लागला.

अद्ध्याचे सत्याशी असलेले हे संबंध लोकांना मुळीच आवडले नव्हते. त्यामागचं मुख्य कारण असं होतं, की त्यांचे स्वत:चे जिच्याशी नित्याचे गैरसंबंध आहेत, तिनं अद्ध्यासारख्या दीडफुट्यालाही जवळ करावं? सत्या वेश्या असली, म्हणून काय झालं? तिला स्वत:ची अशी काही निवड आहे, की नाही? अन्य कुणी असतं, तर एक वेळ क्षम्य होतं; पण अद्धा?

अद्ध्यावर सोसायटीतले सारे रहिवासी रुष्ट झाले. एक-दोघां गरम रक्ताच्या तरुणांनी त्याला दोन-चार लाफेही चढवले.

तो त्यावर कमालीचा संतापला. मार खाल्ल्यानंतरही तो सत्याकडं गेला.

ती अंथरुणावर पडून होती. कदाचित आजारी असावी.

अद्धा तिला थेट, सरळसोट शब्दांत म्हणाला,

'सत्या, मला तुझ्याशी लग्न करायचं आहे!'

सत्यानं त्याच्याकडं एक दृष्टिक्षेप टाकला आणि अस्पष्टपणे 'हं...' म्हणत कूस बदलली.

तिचा हात धरून आपल्या दिशेनं ओढत अद्ध्यानं तिला विचारलं,

'माझ्याशी लग्न करायला तू नाही का म्हणते आहेस? मी काय पुरुष नाही? तुलाही असंच वाटतं का, की मी अर्धा पुरुष आहे?'

सत्यानं त्याच्याकडं खूप वेळ टक लावून पाहिलं. मग ती म्हणाली,

'हे बघ, माझ्यावर मेहेरबानी कर आणि मला जरा शांतपणानं झोपू दे. माझी तब्येत बरी नाहीय्...'

अद्ध्यानं आपल्या हातात धरून ठेवलेला तिचा हात फेकून दिल्यासारखा सोडून दिला आणि तो उद्वेगानं तिला म्हणाला,

'ठीक आहे... जा, मर तिकडं!'

असं म्हणून तो गर्रकन वळला, धाडदिशी फ्लॅटचं दार बंद करून जिन्याच्या पायऱ्या उतरून खाली आला.

खरं म्हणाल, तर ही सुद्धा मुख्य घटना नाही. कारण त्यानंतर छत्रपूर सोसायटीत अद्धा सुमारे वर्षभर होता. सत्याविषयी नाना अफवा त्याच्या कानांवर येत. 'सी' बिल्डिंग टाळूनच तो आपले नित्याचे व्यवहार उरकत होता.

कुणी तरी त्याला सांगितलं, सत्या बाळंत झाली आहे आणि तिनं एका मुलाला जन्म दिला आहे.

सोसायटीतल्या रहिवाशांना हा प्रकार मुळीच सहन झाला नाही आणि त्यांनी नंतर सत्याविरुद्ध मोठाच गदारोळ केला आणि तो सतत चालूच राहिला. त्यांनी सत्याचा पिच्छाच पुरवला.

'तिला पहिल्यांदा बाहेर काढा! कायमची हाकलून द्या सोसायटीबाहेर ही घाण!'

एवढा विरोध होत होता, तरीही सत्या पुढचे सहा महिने तिथंच राहिली.

एके दिवशी अद्धा कुणाच्या तरी वाणसामानाच्या पिशव्या घेऊन सोसायटीत आला, तेव्हा सी बिल्डिंगसमोर त्याला बरीच गर्दी जमलेली दिसली. त्यानं एका

शब्दानंही कुणाकडं चौकशी केली नाही; पण सत्यानं विषप्राशन करून आत्महत्या केल्याचं कुणीतरी त्याच्या कानाशी कुजबुजलं.

ते ऐकताच, आपल्या खांद्यांवर वाणसामानाच्या पिशव्या आहेत, याचंही त्याला भान राहिलं नाही. तो ताडताड पायऱ्या चढून तेरा नंबरच्या फ्लॅटशी पोहोचला.

लोकांनी त्याला वाट करून दिली.

सत्या तिच्या अंथरुणावरच मरून पडली होती आणि सहा महिन्यांचं तिचं मूल तिच्या मृत शरीराशी झोंबत होतं.

प्रोफेसरसाहेबांचा आवाज साऱ्या कंपाऊंडमधून प्रतिध्वनित होत होता :

'तुमच्यापैकीच एकजण या अजाण अर्भकाचा बाप आहे! तुम्ही सगळेच इथं येत-जात होतात. सत्याच्या मृत शरीरावर अंत्यसंस्कार करण्यासाठी तुम्ही सौजन्यपूर्वक पैसे द्याल, हे मला माहीत आहे. तुम्ही तेवढे सभ्य आहातच. पण तिचं हे मूल... या मुलाचा स्वीकार कोण करणार आहे?'

सारे नि:स्तब्ध झाले.

एकाएकी वाणसामानाच्या पिशव्या अद्ध्याच्या खांद्यांवरून खाली आल्या. तो शांतपणं पावलं टाकीत सत्याच्या अंथरुणाच्या दिशेनं जाताना लोकांनी पाहिलं.

त्यानं खाली वाकून हळुवार हातांनी ते मूल उचललं आणि आपल्या खांद्यावर टाकलं. कुणाकडंही न पाहता तो सावकाश फ्लॅटबाहेर आला आणि हळूहळू पायऱ्या उतरून कंपाऊंडबाहेर निघून गेला.

प्रोफेसरसाहेबांचा आवाज अजूनही सोसायटीच्या कंपाऊंडमधे प्रतिध्वनित होत होता :

'तुम्ही सगळेच अपूर्ण आहात... अधूरे आहात, अर्धे आहात, आणि तुम्ही ज्याला अद्धा म्हणून हाक मारता, तो कसा सर्वार्थानं परिपूर्ण आहे, हे नीट समजावून घ्या!'

❑

दहा पैशांचं नाणं आणि आजी

दहा पैशांच्या नाण्याचं निमित्त झालं आणि चक्कूचं त्याच्या आजीशी कडाक्याचं भांडण झालं. परिणाम? चक्कू घर सोडून पळून गेला.

दहा पैसे ही काय मौल्यवान बाब आहे का? राममनोहरच्या खिशात नेहमीच चिल्लर खुळखुळत असते. त्याला हवा, त्या वेळी तो पतंग खरेदी करू शकत असे. एकाची कन्नी कापली, की त्याची जागा नवा पतंग घेई. मांजा लावलेल्या दोऱ्यानं आसारी भरलेली असायची. घरात सद्दीचा भरपूर स्टॉक असायचा.

हे सगळं आठवताच त्याला अतिशय राग आला. दादी आहेच तशी कारस्थानी आणि दुष्टबुद्धीची. कदाचित म्हणूनच तिचा संपूर्ण चेहरा असा सुरकुत्यांनी भरलेला आहे. रामच्या आजीच्या चेहऱ्यावर कुठं आहेत सुरकुत्या!

त्याला आजीचे सगळेच दुर्गुण, सगळीच वैगुण्यं एकामागून एक आठवू लागली.

तिच्या कानाची पाळी लोंबत असल्यासारखी खाली उतरली आहेत. आजी कौतुकानं त्याच्या गालांचा मुका घेई, त्या वेळी तिचे लोंबते कान त्याचे डोळे झाकून टाकत. शिवाय तिच्या पापण्यांना केसच नाहीत. ती झोपली, की तिचे डोळे अर्धवट उघडेच असतात. तोंडही.

कल्पनेच्या साहाय्यानं आजीची व्यंग्यचित्रं मनाशी रेखीत तो अनवाणी पायांनी स्टेशनपर्यंत चालत आला. त्याच्या डोक्यात कसलाही निश्चित असा विचार नव्हता. निरुद्देश असाच तो स्टेशनवर आला होता.

तेवढ्यात गार्डनं वाजवलेल्या शिटीचा आवाज त्याच्या कानांवर आला आणि त्यानं मनाशी काही विचार करीत प्लॅटफॉर्मवर उभ्या असलेल्या गाडीत प्रवेश केला.

गाडी सुरू झाल्यावर घर सोडून पळून जाण्याचा त्याचा विचार पक्का झाला. स्वत:च्या पायांवर उभं राहणं किती महत्त्वाचं आहे, हे त्याला जाणवलं.

परावलंबी असणं, परतंत्र असणं खरं नाही. हे काय आयुष्य आहे! एका

पतंगासाठी घरातल्या म्हाताऱ्यांपुढं लाचारीनं हात पसरायला लागावा?

एवढ्यासाठीच तर त्याचा थोरला भाऊ आजीच्या जाचाला कंटाळून मुंबईला पळून गेला होता आणि गेल्या कित्येक वर्षांत त्यानं पुन्हा घराचं तोंड म्हणून पाहिलं नव्हतं.

तो डब्याच्या दाराशी बसला होता. बसल्या-बसल्याच त्याला झोप लागली होती.

बऱ्याच वेळानंतर तो जागा झाला, त्या वेळी अंधार पडू लागला होता. आपण खरंच घरापासून दूर पळून चाललो आहोत, याची खरीखुरी जाणीव त्याला त्या वेळी प्रथमत:च झाली. आजीविषयी वाटणाऱ्या भावनेची तीव्रता आता थोडी उणावली असली, तरी तिच्या संदर्भातल्या तक्रारी अजूनही जशाच्या तशाच राहिल्या होत्या.

दहा पैसे म्हणजे काही फार मोठी मामलत नव्हे. शिवाय ते काही त्यानं चोरलेले नव्हते.

देव्हाऱ्यापुढल्या ताम्हनातील दहा पैसे उचलणं म्हणजे चोरी होते का?

देवाच्या नजरेसमोर तर त्यानं ते घेतले होते.

आजी सतत म्हणत राही,

'देव सतत जागा असतो...'

'म्हणजे रात्रीसुद्धा? दिवसा एक ठीक आहे... पण रात्रीसुद्धा तो झोपत नाही का? का तो कधीच झोपत नाही?'

'एवढंच काय, पण त्यानं डोळे मिटून घेतले, तरी त्याला सर्व काही दिसत असतं.'

हं...! मग ते दहा पैसे मी उचलून घेतले, त्या वेळी कसं त्यानं पाहिलं नाही? समजा, पाहिलं असलं, तर ते त्यानं आजीला कसं सांगितलं नाही? तिला वाटतं, मी ते दहा पैसे चोरले आहेत. खरं म्हणाल, तर आजीचा देव तिच्यासारखाच म्हातारा झाला आहे, थकला आहे. त्याची दृष्टी अधू झाली आहे. त्याला ऐकायलाही कमी येतं.

कुणीतरी त्याला दारातून उठून डब्यातल्या बाकावर बसायला सांगितलं. कदाचित त्याला आता उतरायचं असेल. त्याचं स्टेशन लवकरच येणार असेल.

गाडीचा वेग कमी झाला.

ती आता थांबणार, एवढ्यात घरी परत जायचा विचार त्याच्या मनात बळावला; परंतु स्टेशनवर हिंडणाऱ्या पोलिसांना पाहताच त्याच्या छातीत धडकी भरली. आपण बिगरतिकीट प्रवास करत आहोत, याची तीव्र जाणीव त्याच वेळी

त्याला झाली. बिगरतिकीट प्रवास करणाऱ्या प्रवाशांना पकडून पोलिस त्यांना तुरुंगात खडी फोडायला किंवा जात्यावर दळण दळायला लावतात, हे आठवून तो हैराण झाला.

दरवाज्यात बसल्यानं वातावरणातली थंडी त्याला तीव्रतेनं जाणवू लागली. तेव्हा तो उठला आणि दोन बाकांमधल्या जागेत मुटकुळं करून बसला.

गाडी पुन्हा सुरू झाली, लोक पुन्हा आपापल्या जागी येऊन बसले, तेव्हा ट्रंका, वळकट्या, बोचकी यांचे चढ-उतार पार करत तो रांगत-रांगत एका खिडकीच्या खाली येऊन बसला.

आता त्याच्या पोटात भुकेची कावकाव सुरू झाली होती. तोंडालाही कोरड पडली होती. स्वतःच्या पायांवर उभं राहण्यातली एकएक अडचण त्याच्यापुढं आ वासून उभी राहू लागली होती.

वरच्या बर्थवर झोपलेल्या एका प्रवाशानं पाण्याची बाटली डब्यातल्या एका हुकाला अडकवून ठेवली होती. ती गाडीच्या वेगानं सतत हिनकळत होती आणि त्याच्या तोंडावर पालथा ठेवलेला ग्लास सारखा आवाज करत होता.

त्याच वेळी निळ्या गणवेशातल्या तिकीट-चेकरनं डब्यात प्रवेश केल्याचं त्यानं पाहिलं. त्याच्या छातीवरचा धातूचा बिल्ला लखलखत होता.

त्याच्यामागून त्याचा एक सहायक एका बिगरतिकीट प्रवाशाची कॉलर धरून ओढत आणत होता.

त्यांना पाहताच चक्कूला अक्षरशः घाम फुटला.

चालत्या गाडीत हा माणूस चढलाच कसा? गाडीत ठीक आहे, या डब्यात कसा आला? मागच्या स्टेशनवर तो या डब्यात चढल्याचं त्यानं कसं पाहिलं नव्हतं? अर्थ असा, की हे दोघं आधीच या डब्यात कुठं तरी लपून बसले असावेत.

बाकड्याखालच्या ट्रंका, वळकट्या, बोचकी कौशल्यानं ओलांडत तो, चेकर उभा होता, त्याच्या मागच्या भागात गेला. तिथून तो सरपटत डब्याच्या दुसऱ्या टोकाला पोहोचला. तिथून त्याला संडास दिसत होता. काही विचार करत त्यानं संडासाचं दार उघडलं, ते धाडदिशी बंद करून खिट्टी लावली. चड्डी खाली ओढली आणि तो संडासातील भांड्यावर बसला.

आता त्याला अधिक सुरक्षित वाटलं.

इथं संडासात कोण मरायला 'तिकीट कुठाय्?' म्हणून विचारायला येणार? बिगरतिकीट प्रवास करणारे ही युक्ती का बरं वापरत नाहीत? निदान ठोक्याच्या तपेल्यासारखा चेहरा असलेल्या ज्या प्रवाशाला तो तिकीट-तपासनीसाचा सहायक कॉलरला धरून ओढत नेत होता, त्यानं तरी हा मार्ग अवलंबायला काय हरकत होती?

तो बराच वेळ तसाच बसून राहिला. त्याच्या उघड्या पायांना थंडी झोंबू लागली. थोड्या वेळानं आपल्याला झोप येत आहे, असं त्याला वाटलं.

त्याच वेळी गाडीनं सांधे बदलले. मोठाच खडखडाट झाला. तोही बसल्याजागी वेडावाकडा हिनकळला.

गाडीचा वेग आता कमी होऊ लागला होता.

त्यानं अगदी सावधपणानं खिट्टी खोलली. दरवाजा किंचित किलकिला करून त्यानं डबाभर दृष्टी फिरवली.

निळ्या गणवेशातला तो दैत्य त्याला कुठंच आढळला नाही.

तरीही त्याची खात्री होईना. तो नक्कीच कुठं तरी दडून बसला असेल. चालत्या गाडीतून तो कुठं आणि कसा जाणार?

गाडी थांबताक्षणीच चक्कू गाडीतून खाली उतरला.

संपूर्ण प्लॅटफॉर्म निर्मनुष्य होता. मध्यरात्रीची वेळ होती. चक्कूशिवाय गाडीतून कुणीही प्रवासी खाली उतरला नव्हता. गाडी एखाद-दुसरा मिनिट तिथं थांबली असेल, नसेल, इंजिनानं कर्कश शिटी दिली आणि धडधडाट करीत चाकं रुळांवरून धावू लागली.

चक्कू प्लॅटफॉर्मवरच्या एका बाकड्यावर गुडघे वर करून, त्यांत मान खुपसून बसला. थोड्याच वेळात तो एका बाजूला उशीसारखा कलंडला.

तेवढ्यात रेल्वेचा वॉचमन हातातला कंदील हलवत आणि हातातला दंडा जमिनीवर आपटत तिथं आला. त्यानं चक्कूचा कान पकडला आणि त्याला झोपेतून उठवून बसता केला.

कान तसाच चिमटीत पकडून तो त्याला खेकसल्यासारखा म्हणाला,

'चल, नीघ इथून! घर सोडून भडवे पळून येतात.. आणि आम्हांला ताप देतात.. ऊठ.. पळ इथून! नाहीतर पोलिस पकडून नेतील आणि खडी फोडायला लावतील!'

हा एवढा दम त्याला पुरेसा होता. त्याचे पाय लटपटायला लागले.

वॉचमन बघता-बघता कुठं गेला, कोण जाणे!

चक्कू चालत-चालत प्लॅटफॉर्मच्या उतरत्या बाजूच्या दिशेनं गेला. तिथं अंधूक प्रकाशात बारदानाच्या पोत्यांचा ढीग पडलेला त्याला दिसला. त्या पोत्यांच्या आडोशाला एक म्हातारी झोपली होती. आजीसारखंच तिचंही तोंड झोपेत उघडं पडलं होतं. एक जीर्ण अशी गोधडी तिनं पांघरली होती. कदाचित एखादी भिकारीण असावी.

एव्हाना त्याला झोप एवढी अनावर झाली होती, की त्या म्हातारीच्या गोधडीत शिरून गुडूप झोपावं, असं त्याला वाटलं. तो आपल्या आजीच्या गोधडीत असाच शिरत असे.

तो अधिक विचार न करता त्या म्हातारीच्या गोधडीत हळूच घुसला.

मिरासन त्याला आपल्याजवळ घेऊन झोपायची; पण मधेच केव्हा तरी जाग आल्यावर तो उठून दादीच्या गोधडीत घुसून झोपी जाई.

जमिनीवर टेकायचा अवकाश, त्याला गाढ झोप लागली.

सकाळी त्याला जाग आली, तेव्हा त्यानं पाहिलं, तो त्या म्हातारीला घट्ट लपेटून झोपला होता.

त्या म्हातारीच्या उशाशी असलेल्या पितळेच्या वाडग्यात काही नाणी विखुरलेली होती.

त्याला आजीच्या पूजेच्या ताम्हनाची आठवण झाली. याच ताम्हनातून त्यानं ते दहा पैशांचं नाणं उचलून घेतलं होतं.

त्याला आता प्रचण्ड भूक लागली होती. कारण त्यानं काल दिवसभरात काहीही खाल्लं नव्हतं.

एवढे पैसे या वाडग्यात पडले आहेत. हे घेऊन ही म्हातारी काय करणार आहे?

एकदा त्यानं आपल्या आजीला विचारलं होतं,

'म्हाताऱ्या माणसांना पैसे कशाला हवे असतात, ग, आजी?'

'अरे बाबा, माणूस मेला, तरी त्याला पैसे लागतातच. त्याचा मुडदा जाळावाच लागतो ना! त्याला लागत नाहीत का पैसे?'

'खोटारडी!' चक्कू मनाशी म्हणाला, 'घरात केवढा लाकूडफाटा पडला आहे!'

त्या पितळी वाडग्याकडं त्यानं पुन्हा नजर टाकली.

त्यातलं दहा पैशांचं एक नाणं मी उचललं, तर काय बिघडणार आहे? इथं आजीही नाही आणि तिचा देवही नाही.

'खरं तर, मी तिला मागून घ्यायला पाहिजे. ती स्वत:हूनच मला देऊन टाकील.' तो स्वत:शीच म्हणाला.

त्यानं सभोवार नजर टाकली.

कँटीनसमोर शेगडी पेटवत घातली होती. तिचा धूर गोल गोल फिरत वर जात होता.

त्यानं त्या वाडग्यातील दहा पैशांचं एक नाणं उचललं, झोपलेल्या म्हातारीच्या अंगावरची गोधडी सरळ केली आणि तो संडासाच्या दिशेनं पळाला.

बाहेर येताच त्यानं आपला हात मातीत घोळसला आणि नंतर स्वच्छ धुतला.

त्याच्या आजीची तशी शिकवण होती. साबण मिळाला नाही, तर चुलीतल्या राखेनं हात धुवायला त्याच्या आजीनं त्याला शिकवलं होतं.

'आणि राखही नाही मिळाली, तर?' त्यानं आजीला विचारलं होतं.

'तर मग हाताला माती चोळायची आणि हात स्वच्छ धुवायचा... एक लक्षात ठेव, संडासला जाऊन आल्यावर नेहमीच असे हात स्वच्छ धुतले पाहिजेत...'

त्यानं थंड पाण्यानं हात धुतले.

स्वत:चं तोंड धुऊन झाल्यावर कुणीतरी नळाच्या शेजारच्या कट्ट्यावर थोडंसं दंतमंजन ठेवल्याचं त्याला दिसलं. त्यानं ते बोटावर घेतलं आणि दात खसाखसा घासून तोंड धुतलं. हात-पाय धुतले. बाजूला झटकून हात वाळवले आणि चाळा म्हणून सहज खिशात हात घातला. तोच त्या दहा पैशांच्या नाण्यानं त्याला जणू दंश केला.

तो परत आला, त्या वेळी तीन-चार माणसं त्या म्हातारीभोवती जमा झाली होती.

तिच्या डोक्याशेजारी बसलेला एक इसम म्हणत होता,

'ताठून तिच्या देहाचं लाकूड झालंय्, बघा. हिला मरून आठ ते दहा तास नक्कीच झाले असले पाहिजेत!'

'रात्री झोपेतच तिला मरण आलं असावं...'

चक्कू घाबरून तिथंच थांबला.

वेटिंगरूमच्या बाजूनं आणखी काही माणसं त्या म्हातारीच्या दिशेनं येत होती.

'आता काय होणार हिचं?'

'स्टेशन-मास्तर येतील. परिस्थिती पाहतील आणि कळवतील...'

'कुणाला?'

'म्युनिसिपालिटीला! तिथनं माणसं येतील आणि म्हातारीच्या प्रेताची विल्हेवाट लावतील...'

म्हातारीच्या डोक्याशी बसलेल्या इसमानं गोधडी ओढून घेतली आणि म्हातारीचं प्रेत तोंडापासून पायांपर्यंत व्यवस्थित झाकून टाकलं.

चक्कूनं खिशातनं दहा पैशांचं नाणं काढलं आणि ते म्हातारीच्या वाडग्यात लांबनंच फेकलं.

त्याची ती कृती प्रत्येकानं नीट पाहिली होती. तो मात्र आता तिथून विजेच्या वेगानं पळाला–त्याच्या आजीकडं.

❑

सीमा

पर्समधून काही काढायला जावं, तर जुन्या घराची किल्ली हातात यायची, सकाळपासून असं तीनदा घडलं. जुन्या घराची– म्हणजे सुधीरच्या घराची. सुधीर आणि त्याचं घर– ही दोन्ही नेहमीसाठी सोडून जवळजवळ वर्ष झालं होतं किंवा होत आलं होतं. सहज चाळा म्हणून पर्समधल्या वस्तूंना स्पर्श करताना कधी जुन्या घराची किल्ली बोटांना लागलीच, तर तिला वाटायचं, जणू काही आपण टॅक्सी-ड्रायव्हरला सूचना देत आहोत :

'अंहंहं... इकडून नाही... तिकडं वळवा... नुकताच मी नवरा बदलला आहे...'

याच पद्धतीनं तिनं जाता-जाता नवरा बदलला होता – एखादी टॅक्सी बदलावी, तसा.

एक वर्ष होत आलं तरी, आपण सुधीरला सोडलं आहे, असं तिला वाटतच नव्हतं.

टी.कें.चं तिच्यावर निरतिशय प्रेम आहे. वृत्तीनं ते बहिर्मुख आणि चैतन्यानं रसरसलेले आहेत. त्यांना दररोज नवीनच अशी काही तरी खोडी सुचते आणि ते तिला चकित करून टाकतात.

एके दिवशी ते संध्याकाळी नवी कोरी कारच घरी घेऊन आले आणि म्हणाले,

'चल... तुला ड्रायव्हिंग शिकवतो! मी आता गाडीवर ड्रायव्हर ठेवणार नाहीये. शिवाय तू टॅक्सीतून फिरावंस, हेही मला पटत नाहीये. आजपासून तुझ्यासाठी तुझी कार असेल; आणि मला माझी!'

तरीही ती टॅक्सीतनंच फिरत राहिली. त्याचं कारण असं होतं, तिनं गाडी बाहेर काढली, की ती कुठं तरी ठोकरायचीच. तिला ड्रायव्हिंग जमतच नव्हतं.

लग्नापूर्वी तिनं केव्हातरी म्हटलं होतं,

'मला समुद्र अतिशय आवडतो. वाळूत बसून त्याच्याकडं तासन् तास पाहत राहावंसं वाटतं...'

ही एवढी सूचना टी.कें.ना पुरे झाली. त्यांनी लगेच एक बंगलाच विकत घेतला– समुद्रकाठी असलेला.

त्यांनी तिला म्हटलं,

'चल, गाडीत बैस... तू चकित होशील, अशी भेट द्यायची आहे तुला एक!'

त्यांनी तो सगळा बंगला तिला फिरून दाखवला आणि ते म्हणाले,

'आपल्या लग्नाप्रीत्यर्थ ही तुला भेट!'

टी.के. तिची पावलं जमिनीवर ठरूच देत नव्हते.

याउलट, सुधीरनं तिची पावलं जमिनीला घट्ट खिळवून ठेवली होती. शिस्त, समर्पण, म्हणून.

सकाळी उठलं, की पहिलं काम गरम पाण्यात मीठ घालून गुळण्या करण्याचं. घशाची आणि आवाजाची शुद्धता– थिएटरचा पहिला परिपाठ. थिएटरवर वेळेवर पोहोचायचं. स्वत:चे संवाद स्वत:च्या हस्ताक्षरात लिहून काढायचे. पाठ करायचे. मनातल्या मनात घोकायचे. तालमी तो एवढ्या कठोरपणे घ्यायचा, की तेच ते करीत, बडबडत राहिल्यानं ती बोअर व्हायची. अनेकदा तिच्या डोळ्यांत टिपं उभी राहायची. रंगमंचावरच्या हालचाली, श्वास कधी घ्यायचा, कधी सोडायचा– हा सूक्ष्म विचार करून निश्चित केल्या जायच्या. भूमिका वठवणारे नट आणि नट्या या तालमींच्या यांत्रिकपणामुळं जणू नेपथ्याचाच भाग होऊन जायच्या. पण सुधीरच्या विरुद्ध ब्र उच्चारण्याचीही हिंमत कुणात नव्हती. पारंपरिक अभिनयातील सूक्ष्मातिसूक्ष्म पैलू तो उलगडून दाखवी; आणि प्रत्यक्ष प्रयोगाच्या वेळी प्रसंगावधान राखून, समयज्ञता दाखवून उत्स्फूर्त अभिनय कसा करता येतो, याचंही प्रात्यक्षिक करून दाखवी. त्यानं दिग्दर्शित केलेल्या प्रयोगाला लोक आसनं सोडून उठत, टाळ्यांचा कडकडाट करून मन:पूर्वक दाद देत.

पण ती या त्याच्या थिएटरला ती कंटाळली होती. तिला वाटायचं, आपण एखाद्या मुख्याध्यापकाशीच लग्न केलं आहे; आणि हे घर नसून, आपण शाळेच्या वर्गातच बसलो आहोत.

एक दिवस तिनं सुधीरला सहजच विचारलं,

'मी माझे केस थोडे कापून घेऊ का?...इथपर्यंत?' आपले केस गोळा करून खांद्यापर्यंतची उंची निर्देशित करत तिनं म्हटलं.

सुधीर मंदसं हसत म्हणाला,

'ते ठीक आहे... पण मग 'अदालत जारी है...' मधल्या लीला बेणारेचं काय? 'आधे अधूरे'मधल्या सावित्रीचं काय?'

ती त्यावर वैतागून म्हणाली,

'प्रत्येक वेळी बघावं, माझ्यात तुला तुझ्या नाटकांतल्या नायिकाच दिसत असतात. माझ्या व्यक्तिमत्त्वात मी म्हणून कुणी आहे, का नाही? तिच्याकडं कसं तुझं लक्ष जात नाही?'

सुधीरनं तिचा प्रश्न हसून टाळला खरा; पण ती आपल्या मुद्द्याशी घट्ट चिकटून राहिली.

'मी आणि थिएटर यांपैकी तुला कुणा एकाची निवड करायला सांगितली, तर तू नक्कीच थिएटरची निवड करशील! तुझ्या आयुष्यात माझं स्थान नेहमीच गौण राहणार आहे... आणि ते मला मुळीच आवडणार नाही!'

यावर सुधीर नेहमीसारखंच हसला आणि तिच्या हनुवटीला हलकेच स्पर्श करीत म्हणाला,

'ही निवड माझी मलाच करायची झाली, तरी मी प्रथम थिएटरचीच निवड करीन... त्यानंतर तुझी... आणि सर्वांत अखेरीस माझी!'

यावर ती गप्प राहिली, पण ते काही तिला आवडलेलं नव्हतं.

सुधीरची निष्ठा, आस्था, जिव्हाळा यांविषयी तिच्या मनात कधीच संशय उभा राहिला नव्हता. मात्र त्याच्या बोलण्याच्या पद्धतीवरून तिला नेहमीच असं वाटत राही, की हा हे मनापासून बोलतो आहे, की एखाद्या नाटकातला संवाद म्हणून दाखवतो आहे? पण ती त्याची शैली होती. तो कधीही वरचा स्वर लावत नसे. कधी आडमुठेपणा करीत नसे. वृत्तीचं संतुलन राखणं हे त्याचं वैशिष्ट्य होतं. त्यांच्या कौटुंबिक आयुष्यात चढ-उतार असे नव्हतेच. रंगमंचावर उभा राहिला, की तो कुणी वेगळाच वाटे. एकदा तो भूमिकेत पूर्णतः घुसला, की त्या त्या पात्राची सर्व व्यक्तिवैशिष्ट्यं, त्याच्या स्वभावातले चढ-उतार आपल्या अभिनयाच्या माध्यमातून अशा काही अभिजाततेनं सादर करी, की प्रेक्षक थक्क होत; आणि असा हा माणूस वैयक्तिक आयुष्यात एवढा 'बोअर' कसा असू शकतो? एवढा रुचिहीन? त्याच्या भावविश्वात थिएटरखेरीज अन्य कुठल्याच विषयाला स्थान नसावं?

एकदाच– फक्त एकदाच केव्हा तरी, आपल्याला मूल हवं, अशी आपली इच्छा त्यानं बोलून दाखवली होती. तेव्हा काहीतरी निमित्त सांगायला हवं, म्हणून ती म्हणाली होती,

‘गरोदरपणाची मला फार भीती वाटते...’

‘तर मग मलाच गरोदर राहायला हवं!...’ असं म्हणून त्यानं त्या अप्रिय संवादातील तीव्रता कमी केली होती.

पण त्यानंतर पुढं केव्हा तरी– कदाचित तिनं स्वत:चे केस कापण्याविषयी त्याला विचारलं होतं, त्याच दिवशी बहुधा– तो तिला काही कागदपत्रं बॅगेत भरत असताना म्हणाला होता,

‘तुझी समस्या नेमकी काय आहे, हे ठाऊक आहे का तुला? तुला कुठल्याही गोष्टीशी जखडून घेण्याचा... म्हणजे बिलाँगिंगचा मनस्वी तिटकारा वाटतो.. तुला तुझ्या पायांत कसल्याही प्रकारची बेडी नको आहे... तुला लांब मुदतीची कसलीच बांधिलकी नको वाटते... तुला तुझे सर्व पर्याय खुले ठेवायला हवे असतात. त्यामुळं तुझी मोठीच सोय होऊ शकते. तुला हवा, त्या वेळी तुला सहज सांधा बदलता येऊ शकतो. तुला आठवतं? आपली भेट झाली, तेव्हा तू चित्रकलेच्या वर्गात जात होतीस. त्यानंतर चित्रकला वाऱ्यावर सोडून देऊन पंडित गिरिप्रसादांकडं गाणं शिकू लागलीस.. नंतर तुझ्या तानपुऱ्यांच्या तारांवर गंज चढत चालला...’

एकदम तो तिच्या मागं येऊन उभा राहिला होता.

ती काय करते आहे, त्याला कळलं नाही.

त्यानं विचारलं,

‘हे तू काय करते आहेस?’

ती ड्रेसिंग-टेबलासमोर बसली होती आणि आयब्रो-पेन्सिलनं स्वत:च्या ओठावर मिशा रंगवीत होती.

ती हसत म्हणाली,

‘मला मिशा असत्या, तर मी कशी दिसले असते, ते मी पाहते आहे... कशी दिसते मी? मी पुरुष असते, तर?’

सुधीरनं आपला विश्लेषणात्मक सूर पुन्हा लावला,

‘मला वाटतं, तुझी समस्या हीच असली पाहिजे!’

–आणि तो हातातली बॅग हलवीत निघून गेला.

‘व्हेरी ड्रॅमॅटिक! हं...!’ ती उद्वेगानं नि:श्वास सोडत म्हणाली.

‘प्रत्येक वेळी खरं उत्तर द्यायलाच पाहिजे असतं का? प्रत्येकानं प्रत्येक अनुभव घेऊन पाहायला हवा. काहीतरी गंभीर विश्लेषण व्हावं, म्हणून काही मी माझ्या ओठावर मिशा रंगवल्या नव्हत्या. एखाद्या विनोदाला जबाब, म्हणून दुसरा विनोद फोडणं काही फार अवघड असतं, असं नाही. स्वत:ला जगातला एकमेव सर्वज्ञ समजून प्रत्येक गोष्टीवर अभिप्राय देणं आवश्यक असतं का?’

सुधीरला प्रतिक्रिया म्हणून काही झणझणीत झटका द्यावा, असा विचार तिच्या मनात ठसठसत होता.

त्या रात्री ती बराच वेळ ड्रेसिंग-टेबलाच्या आरशासमोर बसून राहिली आणि फोनची रिंग कानावर आली, म्हणून ती अनिच्छेनंच उठली.

'हॅलो...' ती म्हणाली.

तो रॉंग नंबरचा कॉल होता.

ती पलीकडून बोलणाऱ्या व्यक्तीला म्हणाली,

'छे, छे... इथं सुशीला कुणीही नाही... त्याहून छोट्या नावाचं कुणी चालणार नाही का तुम्हांला...? उदाहरणार्थ, शीला?'

पलीकडच्या टोकाला बोलणाऱ्यानं काहीतरी गलिच्छ शिवी हासडली असावी.

त्यावर सीमा मंदसं हसली आणि तिनं फोन क्रेडलवर ठेवून दिला.

तिच्या मनात दाटलेलं धुकं आता विरून गेलं होतं.

दरम्यान शेजारच्या फ्लॅटमधल्या नोकरानं– मुंडूनं बेल वाजवली.

तो दुधी भोपळ्याची किसणी परत न्यायला आला होता.

'कसली किसणी?' सीमानं त्याला विचारलं.

'आपण भाज्या किसत नाही का? ती!' मुंडू म्हणाला.

'काय करणार तू त्या किसणीनं?'

'दुधिया किसायचा आहे...'

यावर सीमाला क्षणभर वाटलं, एवढ्यात त्या रॉंग नंबरवाल्यानं हासडलेली गलिच्छ शिवी मुंडूंच्या तोंडावर थुंकावी; पण तिनं स्वत:ला त्या विचारापासून कसोशीनं आवरलं.

तो निघून गेल्यावर तिनं दार बंद केलं आणि अंगावरचे सगळे कपडे काढून टाकले; निष्काळजीपणं अस्ताव्यस्त फेकून दिले आणि संपूर्ण नग्नावस्थेत ती स्नानगृहात शिरली.

त्या दिवशी थिएटरमधे तिला बोलणी खावी लागली होती.

तिच्या स्क्रिप्टच्या फायलीतली तीन पानंच कुठं हरवली होती.

'कुठं गेली ती?'

'मला काही कळतच नाहीये...'

'मला काही कळतच नाहीये... म्हणजे काय?'

'मला ठाऊक नाही...'

सुधीरचा आवाज चेंडूसारखा उसळी घेऊन छतावर आपटला आणि तिथून तिच्या कानांवर आदळला :

'तुला ठाऊक नाही, तर मग कुणाला ठाऊक आहे? मला, की तुला?' त्यानं संतापानं स्क्रिप्टची फाईल तिच्या हातात कोंबली आणि तो पुढं म्हणाला, 'हे तुझं घर नाहीये... हे थिएटर आहे. वाणसामानाशिवाय तुला एक वेळ घर चालवता येईल; पण स्क्रिप्टशिवाय थिएटर मुळीच चालणार नाही!'

थिएटरचं कामकाज आटोपताच ती जाणूनबुजून कुठल्याशा पिक्चरला जाऊन बसली. एकटी! प्रथम तिला वाटलं, सोबत रुखसानाला घेऊन जावं, पण सुधीरशी तिचं वागणं फारच बालिशपणाचं होतं. फारूखला विचारावंसं वाटलं, पण त्याला प्रॉडक्शनच्या काही कामानिमित्तानं बाहेर पाठवून दिलं होतं. मग ती एकटीच पिक्चरला निघून गेली.

आपण घरी परतू, तेव्हा सुधीर झोपलेलाच असायला हवा, असं तिला वाटत होतं. दोघांजवळ फ्लॅटच्या स्वतंत्र चाव्या आहेत, म्हणून बरं.

ती घरी परत आली, तेव्हा समोर टेबलावर चायनीज् जेवणाची पॅकेट्स पडली होती. सुधीरनं त्यांतील काहीच खाल्लेलं दिसत नव्हतं. आत टेप चालू होता. गुलामअलीची कुठलीशी गजल ऐकू येत होती. ती ऐकता-ऐकताच सुधीरला गाढ झोप लागली असावी.

तिनं ती चायनीज् फूडची पॅकेट्स उचलली आणि फ्रीझमधे ठेवून दिली. स्क्रिप्टची फाईल शेल्फवर ठेवली. टेप-रेकॉर्डर बंद केला. दिवा मालवला आणि बाल्कनीतल्या थंड फरशीवर जाऊन ती पसरली. समुद्र दूरवर होता; पण त्याची गाज कानांवर येत होती.

किचनमधला नळ नादुरुस्त झाला होता. थेंबाथेंबानं गळणाऱ्या पाण्याचा आवाज दिवस-रात्र ऐकू येई. त्याविषयी सीमा आणि सुधीर– दोघांनीही निषेधाच्या स्वरात तक्रार नोंदवली होती; पण प्लंबरला बोलावून तो दुरुस्त करून घेणं दोघांनाही शक्य झालं नव्हतं.

सीमाला वाटायचं, काही मूलभूत क्षुद्र कौशल्यं प्रत्येक नवऱ्यानं आत्मसात करायला काय हरकत आहे? उदा., भिंतीत खिळा ठोकणं, फ्यूज बसवणं, बल्ब बदलणं, औषधाच्या बाटल्यांची बुचं व्यवस्थित काढणं वगैरे. स्वयंपाक करता यायला हवा, किंवा वेळप्रसंगी तुटलेलं बटन लावता यावं, मामूली शिवण-टिपण करता यावं, अशा प्रत्येक नवऱ्याचा आपल्या बायकोकडून अपेक्षा असतात,

तशीच हीही छोटी छोटी कामं... सीमाला वाटलं होतं, स्वत: सुधीरनंच केव्हा तरी संध्याकाळी घरी आल्यावर नळ-दुरुस्तीचा हा उद्योग करावा; पण ते काही घडलेलं नव्हतं.

तिनं स्वत:च हा प्रयोग करून पाहायचं ठरवलं आणि मग सारं किचन पाण्यात बुडून गेलं. घरात शिलकी वॉशर नव्हता. सुधीरनं नळावर फडकं बांधून पाण्याचा जोरदार फवारा थांबवण्याचा क्षीणसा प्रयत्न केला. त्याला या कामात मदत करावी, म्हणून सीमा पुढं झाली; पण पाणी एवढ्या वेगानं बाहेर पडलं, की ती पाण्याच्या फवाऱ्यानं पूर्णत: भिजून गेली. कपड्यांसहित सर्वांगसुंदर स्नान झालं. नळावरचा हात काढावा, तर फवारा जोरानं छतावर आपटत होता. दंगा वेगळा, गुंता वेगळा.

या अशा कृत्रिम वर्षावात दोघंही उभे भिजत असतानाच सुधीरचा कॉलेज-विश्वातला एक मित्र तिथं आला. कोणत्याही प्रसंगात आत्यंतिक अशी सहज वृत्ती बाळगणारा हा मित्र म्हणजे मूर्तिमंत चैतन्य होतं. त्याची वाणी रसाळ होती. विनोदबुद्धी तरल होती. आपण बऱ्यापैकी प्लंबरही आहोत, हे त्यानं त्याच वेळी थोड्या खटपटीनं सिद्धही केलं. दोनच मिनिटांत त्यानं तोटीही बसवून दिली.

आपण आज संध्याकाळी टी.के.ला जेवावयाचं आमंत्रण दिल्याचं सुधीर विसरूनच गेला होता; आणि अचानक कोसळलेल्या स्वयंपाकाच्या संकटामुळं सीमा उद्विग्नशी झाली.

टी.के. ही कमालीची अनौपचारिक व्यक्ती होती. तो म्हणाला,

'हे बघ, सीमा तू कुठल्याच गोष्टीचा चिंता करायची नाहीयेस, पंजाब्यांसारखा बुक्कीनं कांदा फोडून तो तू मला खायला घातलास, तरी मी तो आवडीनं खाईन!'

'खरं म्हणशील, तर घरात कुणी पंजाबी तर नाहीच; पण कांदाही नाही...' सुधीर मधेच म्हणाला, 'दोन्ही आणायला हवे आहेत.'

टी.के.नं हाही प्रश्न सोडवून टाकला. तो बऱ्यापैकी 'कुक'सुद्धा असावा. तासाभरात त्यानं उपलब्ध सामग्रीत काही तरी खाद्यपदार्थ सिद्ध केला.

त्याचं हे कौशल्य पाहून चकित झालेल्या सीमानं विचारलं,

'अजून काय काय येतं तुम्हांला?'

'फक्त गाता येत नाही... ट्रान्झिस्टर 'वाजवू' शकतो मी!'

सुधीरचेच कपडे त्यानं अंगावर घातले होते, त्यामुळं तो दुसरा सुधीरच वाटत होता.

ती संध्याकाळ त्यांनी मनमुराद हसत, एकमेकांची चेष्टा-मस्करी करत, अत्यंत आनंदात घालवली.

.या घरात आल्यावर ती अगदी प्रथमच एवढ्या मोकळेपणानं हसली होती. यापूर्वी असा एखादा प्रसंग या घरात घडल्याचं तिला आठवत नव्हतं.

सुधीरला ती नंतर म्हणालीसुद्धा,

'हा तुझा मित्र भलताच ग्रेट निघाला! केवढा अनौपचारिक! केवढा मनमोकळा. केवढ्या प्रसन्न वृत्तीचा! तुझ्याशी या पद्धतीनं खेळीमेळीनं, बरोबरच्या नात्यानं वागणारा, प्रसंगी तुझी खिल्लीही उडवणारा पहिला गृहस्थ पाहिला मी. थिएटरवर तर सगळेच तुझ्याशी दबून वागतात – सबॉर्डिनेट्ससारखे!'

सुधीर त्या वेळी कसलंसं पुस्तक वाचत होता. वाचता-वाचता त्यानं नजर उचलून सीमाकडं पाहिलं आणि हसतच तो म्हणाला,

'मी सुद्धा!'

–आणि त्यानं कूस वळवली.

पुढं केव्हा तरी टी.के. सुधीरचे कपडे परत करायला आला. त्या वेळी त्यानं दोघांनाही त्याच्या घरी येण्याचं निमंत्रण दिलं.

सुधीर त्या वेळी 'आधे अधूरे'च्या निर्मितीत गुंतला होता. ते लवकरच रंगमंचावर यायचं होतं. त्यानं सीमाला सुचवलं,

'हे बघ, तू थेट त्याच्या घरी ये. मी थिएटरवरून परस्परच तिकडं येईन.'

सुधीर तिथं येऊन पोहोचेतो सीमानं शॅम्पेनचा ग्लास हातात घेऊन टी.के.ला चिअर्स दिल्या होत्या.

त्या दिवशीही टी.के.नं तिला हसवून हसवून बेजार केलं होतं.

त्या दिवशी सुधीर अंमळ उशिरा आला होता. तो येताच टी.के.नं त्याला विनोदानं म्हटलं होतं,

'सांभाळ, रे, बाबा! ही एक दिवस या घरातनं नक्की पळून जाणार!'

'माझी त्याला मुळीच हरकत नाहीय्... पण जाताना तिनं मलाही बरोबर न्यावं!'

हे सारं विनोदाच्या नावाखाली चाललं होतं, पण ते दुर्दैवानं प्रत्यक्षात उतरलंही.

'आधे अधूरे' या नाटकाचं वाचन चालू असताना मधेच तिनं थिएटर सोडलं. त्या वेळी सर्वांसमोर तापलेल्या शब्दांची देवघेव– पूर्वीसारखीच.

सुधीर नाटकातले संवाद वाचत होता :

'...और फिर सामने आया जगमोहन! ऊंचे संबंध, जबान की मिठास, टिप-टॉप रहने की आदत और खर्चकी दरयादिली.. और तुमने सोचा, महेन्द्र की जगह जगमोहन होता, तो कितना अच्छा होता! हालाँकि, सच यह है, कि महेन्द्र की जगह कोई भी और आदमी होता तुम्हारी जिंदगी में, तो तुम यह समझतीं, कि तुमने

गलत आदमी से शादी कर ली है, क्योंकि तुम्हारे लिए जीनेका मतलब रहा है कितना कुछ एक साथ पाकर, कितना कुछ एक साथ समेट कर, कितना कुछ एक साथ ओढकर जीना...'

या संवादानंतर तिच्या तोंडच्या संवादाच्या दोन-तीन ओळी होत्या; पण तिला कोपरखळ्या मारून तिचा 'क्यू' तिला जाणवून द्यावा लागत होता.

'माझं लक्ष टी.के.वरच का केन्द्रित झालं होतं, कोण जाणे. मला वाटतं, जगमोहनऐवजी टी.के.चं नाव घुसडून तो मला टोमणे हाणतो आहे!'

पण त्याच्या तोंडून जे शब्दसमूह बाहेर पडत होते, तो नाटकाच्या संहितेतला एक अंश होता.

टी.के.ची भेट होण्यापूर्वीच किती तरी आधी तिनं मोहन राकेश यांचं हे नाटक वाचलेलं होतं.

तालमी सुरू झाल्या आणि तिचं 'टायमिंग' विस्कटत गेलं.

एके दिवशी सुधीर सर्वांदेखत तिच्यावर स्फोटासारखा उखडला.

तिनंही त्याला तेवढ्याच ताकदीनं प्रतिरोध केला.

'सर्वांसमोर भुंकल्यासारखा खेकसू नकोस माझ्यावर. मी तुझ्या नाटकातली आर्टिस्ट असले, तरी तुझी पत्नीही आहे!'

'पत्नी असलीस, तर घरी! इथं तू इतरांसारखीच एक आर्टिस्ट आहेस माझ्यासमोर!'

'तुझ्या इतर आर्टिस्ट्ससारखं गरीब, मुकी गाय होऊन अन्याय सोसणं मला शक्य होणार नाही. त्यांना असं वाटतं, तू कुणी दिग्दर्शक नाहीसच; साक्षात परमेश्वराचा अवतार आहेस!'

तिच्या शेवटच्या वाक्यानं त्याचे डोळे विस्फारले.

तिनं स्क्रिप्टची फाईल त्याच्यासमोर आपटली.

'मी या नाटकात मुळीच काम करणार नाही! मी तुझ्या थिएटरला कमालीची कंटाळले आहे!'

आता सुधीरच्या आवाजाची पट्टी थोडी नरम झाली होती.

'घरी तुला घराचा कंटाळा येतो आणि इथं तुला थिएटरचा कंटाळा येतो. तू प्रत्यक्षात जिथं असतेस, त्याहून आणखी कुठं तरी असावंसं तुला सतत वाटतं. तुझ्याजवळ जे आत्ता आहे, त्यावर तू कधीच समाधानी नसतेस. खरं म्हणशील, तर तू कुठं आहेस आणि तुला कुठं असायला हवं आहे, हे तुझं तुलाच नक्की कळत नाहीये...'

–आणि त्या दिवशी सर्वस्वी अनपेक्षित अशी घटना घडली.

सुधीर थिएटर सोडून निघून गेला.

ह्या प्रसंगानंतर पुढले काही आठवडे त्या दोघांत एका शब्दानंही संभाषण झालं नाही. थिएटरबद्दल तर नाहीच.

आरंभीच्या काळात ती टी.के.ला आपण होऊन फोन करी.

नंतरच्या काळात टी.के. तिला फोन करू लागला.

टी.के. तिला घरी येऊन घेऊन जाई आणि पुन्हा आणून सोडी. सुधीरच्या गैरहजेरीत, त्याला पत्ता लागू न देता आपण एकमेकांना चोरटेपणानं का भेटतो आहोत, हे त्यांच्या लक्षातच आलं नाही.

सुधीरचा स्वभाव मुळीच संशयी नाही, हे तिला माहीत होतं; पण त्यानं, समजा, तिला टी.के.च्या मिठीत पाहिलं, तर? टी.के.च्या फ्लॅटवरून निघताना त्यानं तिला बघितलं, तर?

समजा, त्यानं तसं विचारलंच, तर तिला दुःख झालं असतं,

'माझ्याविषयी संशय आला आहे का तुझ्या मनात?'

– आणि त्यानं काही विचारलंच नसतं, तर तिला अधिकच दुःख झालं असतं.

'माझ्याशी असा त्रयस्थ इसमासारखा का वागतो आहेस तू?'

लॅचमधे किल्ली घालून तिनं आपल्या फ्लॅटचा दरवाजा ढकलून उघडला, तेव्हा टी.के.चा हात तिच्या कमरेभोवती वेटोळलेला होता.

दृष्टी उचलून पाहिलं, तर समोर सुधीर उभा होता.

त्याला पाहताच दोघांनाही प्रचंड धक्का बसला.

सुधीरच्या चेहरा निर्विकार, भावहीन होता.

टी.के.नं 'नॉर्मल' राहण्याचा कसोशीनं प्रयत्न केला. त्यानं सुधीरला विचारलं,

'काय करतो आहेस तू हल्ली? कोणत्या नाटकात गुंतला आहेस?'

'खरं म्हणशील, एका अगदी वैयक्तिक नाटकात गुरफटून गेलो आहे...'

'म्हणजे?'

'म्हणजे असं, की... बैस ना, सीमा!'

ती, खरं तर, फार घाबरली होती.

सुधीर पुढं म्हणाला,

'हे नाटक प्रत्यक्षात माझं नव्हे, माझ्याशी संबंधितही नाही... मी मात्र उगीचच त्यात गुंतत चाललो आहे...'

'म्हणजे?'

'म्हणजे असं, आमच्या ग्रूपमधे एक मुखर्जी म्हणून आहेत... म्हणजे होते...'

'मुखर्जी? कोण मुखर्जी?' सीमानं विचारलं.

'तुला ते आठवणंही शक्य नाही. त्यांचं स्मरण राहावं, असं त्यांच्या व्यक्तिमत्त्वात काही होतं, की नाही, कोण जाणे; पण लोकांच्या लक्षात ते एकाच कारणासाठी राहिले आहेत – त्यांची बायको अतिशय सुंदर होती, म्हणून. नुसती सुंदर होती, असं नव्हे, ती बुद्धिमानही होती. कर्मधर्मसंयोगानं कुणी एक तिच्या प्रेमात पडला... किंवा असं म्हणा, की ती कुणा एकाच्या प्रेमात पडली.'

टी.के. आणि सीमा – दोघांनीही एकमेकांकडं चोरटा कटाक्ष टाकला.

सुधीर मात्र एखाद्या नाटकाच्या संहितेतला एखादा प्रसंग सांगावा, अशा स्वरात सांगत होता :

'प्रेम ही एक अत्यंत भयानक अशी गोष्ट आहे. भल्याभल्यांच्या मांडीखालचं आसन ते केव्हा खेचून घेतं, ते कळतसुद्धा नाही. तरी आयुष्यभर वांच्छा करीत राहावं, अशी ही एकमेव गोष्ट आहे. कलासाधना, प्रज्ञा, नैपुण्य या बाबी त्याच्यापुढं अत्यंत क्षुद्र ठरतात. केवळ देखाव्याच्या वस्तू ठरतात. त्या तुमच्याकडं असल्या काय आणि नसल्या काय, काय फरक पडतो?'

'पुन्हा तेच... सर्वज्ञासारखं विश्लेषण...' सीमानं मधेच विचारलं, 'मुखर्जींचं काय? त्यांची समस्या काय आहे?'

'त्यांची समस्या अशी आहे... ह्या प्रकरणाचे सर्व धागेदोरे त्यांच्या हातांत आले आहेत... या परिस्थितीत आपण काय करू शकतो, हा त्यांच्यापुढचा यक्षप्रश्न आहे. हे आहे तसंच निसर्गमाने विनाविक्षेप चालू द्यायचं, की पत्नीला सोडायचं... त्यांनी तिला घराबाहेर हाकलून द्यावं काय? काय करावं त्यांनी?'

सुधीरचा आवाज हळूहळू घोगरा होत चालला होता.

सुधीरच्या बोलण्यातील तथ्यांश टी.के. आणि सीमा – दोघांच्याही तात्काळ ध्यानात आला होता.

'नाटका'तील एका पात्राला तिथून उठून जाणं अत्यंत उचित वाटलं.

पण सुधीरनं थंड, जरबेच्या सुरात त्याला म्हटलं,

'बैस, टी. के., तू काही रांगतं मूल नाहीयेस. मी काय म्हणतो आहे, ते तुला नीट समजलं आहे.' तो पुढं म्हणाला, 'कायद्याच्याच भाषेचा आधार घेऊन म्हणायचं झालं, तर कुणीही कुणाची पत्नी नसते, कुणी कुणाचा नवरा नसतो. दोघांतील नातेसंबंधांवर आपण या कायद्याची सर्वस्वी अनावश्यक अशी मोहोर उठवीत असतो. या शिक्क्यामुळं कदाचित रेशनकार्ड मिळू शकतं... मनं जुळणं ही फार वेगळी गोष्ट आहे... ती या शिक्क्यामुळं जुळतातच, असं कुठं आहे?'

सुधीरचा स्वर प्रथमच संतापानं कापरा झाला होता. त्याच वेळी त्याचे डोळे पाण्यानं डबडबले होते.

तो गदगदत्या आवाजात म्हणाला,

'जे घडणारं आहे, घडू पाहतं आहे, ते थांबवण्याचं बळ कुणातही नसतं; आणि जे अपरिहार्य आहे, अटळ आहे, तेही थांबवता येणं शक्य नसतं. एवढंच नव्हे, जे घडून गेलं आहे, तेही तुम्हांला थांबवता येत नाही. हे जीवघेणं दुखणं मी आयुष्यभर उरात वागवू इच्छीत नाही. तुम्ही दोघंही वरवर प्रेमाचं नाटक करीत एकमेकांना फसवीत नसाल, दोघंही एकमेकांवर मन:पूर्वक प्रेम करीत असाल, तर एकमेकांचा हात हातात घेऊन इथून चालते व्हा! चला, निघा... आऊट! गेट लॉस्ट!'

सुधीरच्या डोळ्यांतून आता अश्रू ओघळू लागले होते.

त्याची ती अवस्था पाहून सीमाला वाटलं, उठून त्याच्या पाठीवर हात ठेवून त्याला आधार घ्यावा; पण त्याच वेळी कुणाचा तरी फोन आला. बेल वाजली, तशी ते यंत्र सुधीरनं लाथेनं उडवून दिलं होतं. जमिनीवर पडलेल्या रिसीव्हरमधून कुणी तरी 'हॅलो... हॅलो...' असा पुकारा करीत असल्याचा क्षीण आवाज कानांवर येत होता.

सुधीरनं स्वत:ला सावरलं. उठून त्यानं समोरचा दरवाजा सताड उघडला आणि ताठ उभा राहत तो म्हणाला,

'मला तुम्हां दोघांनी घेतलेला निर्णय आत्ताच्या आत्ता, या क्षणी ऐकायचा आहे!'

टी.के.शी विवाह झाल्यावर तिनं केस कापून घेतले होते. खरं पाहता, तिनं 'लीला बेणारे'चे आणि 'सावित्री'चेच केस कापले होते. तिला थिएटर विसरायचं होतं– सुधीरला नाही.

टी.के. तिला कोचीनला घेऊन गेला होता. तिथं फिशिंग ट्रॉलर्स कार्यरत होते. आठ ते दहा दिवस समुद्रावरच तरंगत राहण्याचा विलक्षण अनुभव तिनं घेतला.

टी.के. तिला गमतीनं म्हणे,

'समुद्रावर राहून खारा वारा मनसोक्त खाल्ल्यामुळं तू अधिकच लज्जतदार झाली आहेस!'

एके दिवशी तिच्या डोळ्यांत उतरलेले अश्रू पाहताच तो तिच्या शेजारी बसला. तिचा चेहरा दोन्ही हातांत घेत त्यानं विचारलं होतं,

'या अश्रूंत मला सुधीरचा चेहरा तर दिसत नाही ना?'

'हं...' तिनं सकारात्मक हुंकार भरला होता.

'भांडण-तंटा झाला, वादावादी झाली, प्रसंगी शारीरिक इजा झाली, तर नेहमीसाठी संबंध तोडून टाकणं, एखाद्याला कायमचं विसरून जाणं तुलनेनं सोपं

असतं, सीमा, पण आपल्या बाबतीत काय झालं आहे, सांगू? नियंत्रण करणारे दोर त्यानं सैल सोडले आहेत, असं वाटलं, तरी नकळत त्यानं आपल्याला अधिकच घट्ट बांधून ठेवलेलं आहे. हे जे सारं घडलं, त्याचा दोष केवळ माझ्याकडंच येतो.'

टी.के.चं प्रेम शुद्ध, निरपेक्ष होतं. त्यात औषधापुरतीही कृत्रिमता नव्हती.

ते कोचीनहून परतल्यानंतर एका सकाळी तिच्या कानांवर कुणी गुळण्या करीत असल्याचा आवाज आला.

ती ताडदिशी अंथरुणावरून उठली आणि बाथरूमच्या दिशेनं धावली.

टी.के. गुळण्या करीत वॉश-बेसिनसमोर उभा होता.

'काय करताहात तुम्ही?'

'गुळण्या करतोय्... का? माझा घसा धरलाय्...'

तिनं ते मीठ घातलेलं कोमट पाणी वॉश-बेसिनमधे ओतून दिलं आणि ती म्हणाली,

'कशाला हव्यात त्या गुळण्या करायला? मी काही गोळ्या देते तुम्हांला...'

तिनं ताबडतोब तिच्या ओळखीच्या डॉक्टरना फोन केला; पण ते नव्हते. टी.के. ऑफिसला निघून गेला.

संध्याकाळी ती डॉक्टरांच्या क्लिनिकवर गेली.

तिला पाहताच डॉक्टर म्हणाले,

'सुधीरची प्रकृती मी एवढ्यातच पाहून आलो. मला आवश्यक वाटल्या, त्या सर्व तपासण्या केल्या. त्याचं नेहमीचंच टॉन्सिलचं दुखणं पुन्हा त्याला त्रास देतं आहे.'

ती पुतळ्यासारखी निश्चल उभी राहिली. आपण आता त्या घरात राहत नाही आहोत, हे तिनं डॉक्टरांना सांगितलंच नव्हतं. कदाचित सुधीरनंही कधी त्याचा उल्लेख केला नसावा.

'खरं म्हणाल, तर ही कटकट कायमची काढून टाकायची असेल, तर त्यानं ऑपरेशनच करणं इष्ट आहे. पण तो ऐकायलाच तयार नाही! म्हणाला, सीमाला विचारतो... आणि कळवतो. तूच जर त्याला हे कडक शब्दांत पटवून दिलंस, तर कदाचित तयार होईल तो.'

सुधीर कधीच ऑपरेशनला होकार देणार नाही, ह्याची तिला खात्री होती. तो, वेदना कितीही तीव्र असल्या, तरी सोसेल, पण टॉन्सिल्स काढू देणार नाही. तो अशा बाबतीत फारच भित्रा होता. नुसतं टॉन्सिल्सना ग्लिसरीन लावायचं होतं, तर केवढं थैमान घातलं होतं त्यानं! त्याच्या दोन्ही हातांवर पाय देऊन ती त्याच्या छातीवर बसली होती आणि त्याला दहशतीच्या स्वरात म्हणाली होती,

'हे पाहा, तुझ्या टॉन्सिल्सना हे ग्लिसरीन लावायला मला तुझं पूर्ण सहकार्य हवं आहे. ते तू दिलंस, तर ठीक, नाहीतर ही अख्खी बाटली मी तुझ्या तोंडात मोकळी करीन! समजलं?'

टॅक्सी तिच्या बंगल्याशी येऊन थांबली. पैसे काढण्यासाठी तिनं पर्स उघडली आणि हात आत घातला, तर त्या जुन्या किल्लीचा स्पर्श तिच्या बोटांना झाला.

वॉचमननं टॅक्सीचा दरवाजा उघडला. त्यानं सांगितलं,

'साहेबांचा कोचीनहून फोन आला होता... ते आज येऊ शकणार नाहीत... रात्री केव्हा तरी पुन्हा फोन करीन, म्हणाले...'

एकाएकी तिच्या मनात भीतीच्या नाना कल्पनांनी कल्लोळ केला.

सुधीरला काय वाटेल? त्याची-तिची भेट कशी होईल?

त्याची प्रकृती बरी नाही, हे आजच तिच्या कानांवर आलं होतं. या सबंध वर्षात... कदाचित त्याहूनही अधिक काळ झाला असेल, त्याची – तिची फक्त एकदाच भेट झाली होती... तीही ओझरती.

ती टॅक्सीतून उतरली, तोच सुधीर पुढ्यात आला. योगायोगानं तीच टॅक्सी त्याला हवी होती. तिच्या हातात शंभराची नोट होती. सुटे पैसे नाहीत, म्हणून टॅक्सीवाला तक्रारीच्या स्वरात काहीबाही बडबडत होता, तोच त्यानं धाडदिशी टॅक्सीचा दरवाजा बंद केला आणि तो टॅक्सीवाल्याला म्हणाला,

'चलो... मैं पूरा बिल दूँगा!'

–आणि तो निघून गेला होता.

त्यानंतर आज टॅक्सी सुधीरच्या घरासमोर पुन्हा थांबली होती.

लिफ्टच्या साहाय्यानं ती नेहमीच्या माळ्यावर गेली.

सुधीरच्या फ्लॅटच्या दाराशी ती क्षणभर विचार करत उभी राहिली.

पुन्हा काही विचारानं दाराला कान लावून तिनं कानोसा घेण्याचा प्रयत्न केला. कसलीच चाहूल लागली नाही. कदाचित तो घरात नसेलही.

त्याच वेळी शेजारच्या फ्लॅटचा दरवाजा उघडला गेला आणि मुंडू–नोकर बाहेर पडला. तिला पाहताच त्यानं घाईतच 'नमस्ते, मेमसाहेब' म्हटलं आणि धाडधाड जिना उतरत तो खाली निघून गेला.

लिफ्ट त्याच माळ्यावर, तशीच उभी होती.

सारं बळ हातात एकवटून तिनं लॅचमधे किल्ली घातली आणि फिरवली, हळूच दरवाजा उघडला आणि फ्लॅटमधे प्रवेश केला.

पण ती क्षणभर तिथंच खिळल्यासारखी उभी राहिली. अस्वस्थचित्त अशी.

घरातल्या वस्तू पूर्वी जशा आणि जिथं होत्या, तशाच होत्या. फक्त जरा अस्ताव्यस्त पडल्या होत्या.

जमिनीवर पडलेली गिरदी ती उचलून हातात घेणार, तेवढ्यात सुधीरच्या खोलीतून कुणा मुलीचा किनरा आवाज तिच्या कानांवर आला. ती मुलगी म्हणत होती :

'हे पाहा, हे मला नीट लावू द्या... तुमच्या टॉन्सिल्सचं दुखणं त्याशिवाय बरं होणार नाहीय्... चला, उघडा तोंड, नाहीतर....'

त्यानंतर पाठोपाठ सुधीरच्या खोकण्याचा आवाज आला आणि त्यानंतर त्या मुलीच्या खळखळून हसण्याचा.

सीमा तात्काळ वळली. पावलांचा आवाज होऊ न देता दरवाज्याच्या दिशेनं गेली. दरवाजा उघडून हळूच बंद केला. लिफ्टमधे घुसली आणि खाली उतरून आली.

खाली येताच तिच्या लक्षात आलं, फ्लॅटची किल्ली लॅचमधेच अडकून राहिली आहे.

बरं झालं..., पर्समधे हात घालताच, ती आता बोटांना पूर्वीसारखा स्पर्श करू शकणार नाही.

❑

सातरंग्या

अर्धी रात्र उलटून गेल्यावर चौफाळ्यावरून खैरूनं म्हटलेल्या गाण्यांच्या वाऱ्यावर लहरत आलेल्या लकेरी कानांवर आदळताच अनेकांनी अहेतुकपणं नाकावरून हात फिरवला, मानेच्या बुंध्याशी खाजवल्यासारखं केलं आणि अंथरुणातल्या अंथरुणातच कूस बदलली.

'अरारारा! या येड्याला दिवसभर काम म्हणून काही नाही; आणि त्याच्या जिवाला रात्री आराम म्हणून नाही.'

ममदूची बायको अजूनही जागीच असावी. आळसावलेल्या आवाजात जड जिभेनं ती म्हणाली,

'हा नसराणा एखादा उद्योग-धंदा का लावून घेत नाही मागं?'

दोघंही नवरा-बायको कूस बदलून पुन्हा झोपेच्या अधीन झाली.

एकटा खैरू चौफाळ्यावर पडून बराच वेळ गाणी आळवीत राहिला.

त्या गावात कुणालाही पळाची उसंत नव्हती. जो तो आपापल्या कामात गर्क होता. खैरू एकटाच असा होता, की ज्याला काडीचाही उद्योग नव्हता. चक्क रिकामटेकडा होता तो. चौफाळा हेच त्याचं राहण्याचं ठिकाण होतं. तो तिथंच आढळायचा. तिथंच झोपायचा. सकाळी लवकर उठून तो थेट पाणचक्कीवर जायचा. तिथं एका झाडाच्या फांदीला आपली पिशवी अडकवायचा. अंगावरचे कपडे उतरवायचा, तो धुवायचा आणि वाळत घालायचा. ते वाळून होईतो तो निवांत पाण्यात डुंबत राहायचा.

त्याला, स्वत:चं म्हणावं, असं घर नव्हतंच. नात्यागोत्याचंही कुणी नसावं. जाऊन जाणार कुठं?

तो ममदूच्या शेताच्या दिशेनं निघाला. तिथं पोहोचला, तरी ममदूचं त्याच्याकडं

लक्ष गेलं नाही. जाणार कसं? बैल जोडणं, शेतात नांगर चालवणं, ताली घालणं, ढेकळं फोडणं, इ. शेतकामांत त्याच्या पाठीचा मणीन् मणी ढिला व्हायचा. घामानं शरीर थबथबायचं.

खैरू पिशवीतून आपली बासरी काढायचा आणि रुमणं हातात धरून नांगर चालवीत असलेल्या ममदूबरोबर पावलं टाकत रात्री पाहिलेल्या स्वप्नाविषयी सांगायचा.

त्याच्याशी अशा परिस्थितीत कसं वागावं, हे ममदूला सुधारायचं नाही. तो त्याचा वाक्प्रवाह थांबवू शकत नसे; किंवा त्याला तिथून हाकलूनही लावू शकत नसे.

एके दिवशी नांगरणी चालू असतानाच नांगरापुढं उभं राहून तो बैलांची शिंगं रंगवू लागला. तेव्हा मात्र ममदू खवळला. तो खैरूला म्हणाला,

'तू तुझ्या आचरट कळाशी थांबवितुय्स, का न्हाई? चल, चालायला लाग हितनं! तुझ्याबरं खेळत बसायला येळ नाही मला!'

तेवढ्यापुरती खैरूनं माघार घेतली खरी; पण दुपारी ममदूनं जेवायसाठी सुटी केली नाही, तोच तो धावत-पळत बैलांजवळ गेला आणि त्यानं राहिलेली रंगरंगोटी पुरी केली.

ममदूच्या बायकोनं त्याला जेवणासाठी बोलावलं, पण तो हातांतलं काम अर्धवट सोडायला तयार झाला नाही.

नज्जो ममदूला म्हणाली,

'तुमचं जेवण लवकर आवरा, बघू! मला घरी जाऊन समीनाला दूध पाजायचं आहे अजून!'

'ताजूला दवापाणी कर!' ममदूनं नज्जोला बजावलं.

'तुम्ही खाऊन घ्या. तोवर मी पाणी भरून घेते.'

'सकाळी का नाही भरलंस?'

'सकाळी गिरणीत जावं लागलं. घरात पिठाचा कण नव्हता.'

'बुशचाचाकडं जाऊन रजईत कापूस भरून घे.' ममदूला आणखी काही तरी आठवलं.

'मला अजून तांदूळही निवडायचे आहेत...'

खैरूला ही सगळी कामं तद्दन बिनमहत्त्वाची, भिकार वाटत होती. परंतु असलीच कामं करण्यात प्रत्येकजण कमालीचा गढलेला होता. गढलेलाच होता.

दुसऱ्या दिवशी असाच प्रकार घडला.

ममदूनं जेवायला बसताना खैरूला हाक मारली.

खैरू पिशवीतून छोट्या छोट्या पितळी घंटा काढून एका दणकट दोरीत ओवत होता.

'खैरू, उभा काय करतोय्स तू?'

'या घंटा मी बैलांच्या गळ्यांत बांधणार आहे. त्यांनी साधी इकडून तिकडं मान हलवली, तरी त्यांचा छान, मंजुळ आवाज सतत कानांवर येत राहील.' खैरू मनातल्या मनात खूश होत म्हणाला.

'पहिल्यांदा इकडं ये.. दोन घास पोटात घाल... आणि हे बघ, हे असले पालथे धंदे सोडून दे आता तू.. बैल काय, गळ्यांत घंटा बांधल्या नाहीत, तरी काम करीतच राहतात. त्यांचं कामच असतं ते...'

'तूही बैलच आहेस, बघ!... तुझ्याही गळ्यात घंटा बांधली पाहिजे एक!'

संध्याकाळच्या वेळी खैरू पाणवठ्याजवळ येऊन पोहोचला. त्याला जबर तहान लागली होती. पण त्याला पाणी पाजण्याएवढी फुरसत कुणालाच नव्हती. जो तो कमालीचा गडबडीत होता. कुणा बाईला कोरड्यासाची डाळ घाटायची होती. कुणी कणीक मळून आली होती. चुलीवर तवा ठेवून तिला अजून पोळ्या करायच्या होत्या. कुणाला आपल्या आजारी आईची काळजी होती. चवथी लिंबाच्या अर्ध्या तुकड्यानं तांब्याची घागर घासत होती. दोघी-तिघी एकाच वेळी पाणी शेंदीत होत्या.

खैरू एका बाजूला उभा राहिला होता. त्यानं पिशवीतून काही रंग काढले आणि एका माठावर चित्राकृती रेखण्यास सुरुवात केली.

'खैरू...'

त्या मुलीनं त्याच्याकडं वळून पाहिलं खरं; पण त्याच्या हातांतील माठ हिसकावून घेण्याचं धाडस काही तिला झालं नाही. खरी अडचण तर इथंच होती. खैरूचे सगळेच धंदे पालथे होते. रिकामटेकडेपणाचे होते. ते ज्यांना मनोमन आवडत नसत, तेही त्याला परावृत्त करू शकत नसत. ज्यांना त्याची या निरुद्योगीपणातून जन्माला आलेल्या उपद्व्यापांविषयी कणव वाटे, ते 'बिच्चारा!' असं स्वत:शीच पुटपुटत आणि गप्प बसत. तरीही खैरूमुळं या गावातलं कामाचं अव्याहत चाललेलं रहाटगाडगं थांबलं आहे, असं कधीही झालं नव्हतं. पाणी शेंदायसाठी तिची पाळी आली, तेव्हा तिनं खैरूच्या मांडीवरचा माठ जवळजवळ हिसकावूनच घेतला. खैरूही या दरम्यान तज्ज्ञ झाला होता. लोकांच्या दोन कामांतील विश्रांतीच्या वेळात केवळ स्वत:साठी म्हणून एक कोना राखून ठेवण्यात तो कुशल झाला होता.

एके दिवशी तो हिरा विणकराच्या घराशी थांबला. थेट आत गेला. मागावर बसून हिरा सतरंजी विणत होता.

इकडून तिकडं धावणाऱ्या धोट्याचा लयबद्ध आवाज ऐकत खैरू बराच वेळ तिथं उभा राहिला.

'धुतंग तुंग! धुतंग तुंग! धुतंग तुंग!'

नंतर दिवसभर तो ही धोट्याची लयबद्ध धून गुणगुणत राहिला.

त्या दिवशी गावच्या प्रमुखानं जाहीर केलं :

'खैरूच्या डोक्यावर परिणाम झाला आहे.'

दुसऱ्या दिवशी खैरू पुन्हा हिरा विणकराच्या घरी आला.

'हिराकाका, तुम्ही एकाच रंगाच्या सुताचे तोबे का बनवता? दोन किंवा तीन रंगांचे का नाही बनवत?'

'त्याचं काय आहे, खैरू... माझं डोकं अजून ठिकाणावर आहे, म्हणून!'

'पण खरं सांगू का, काका? अशी विणलेली सतरंजी अधिक सुंदर दिसेल!'

'अरे येड्या, सतरंजी अंथरण्यासाठी असते; बघण्यासाठी नाही!'

खैरूला कसं कळणार?

हिरा विणकराची मुलगी बरखा सुताचे तोबे भरलेला हारा डोक्यावर घेऊन तिथं उभी होती. हा चाललेला मनोरंजक संवाद ऐकून तिला हसू आलं.

हारा खाली ठेवत असतानाच बरखानं बांधलेला केसांचा अंबाडा एकदम सुटला आणि सुळकन् सगळे केस मोकळे होऊन पाठीवर पसरले. बरखा मोकळे झालेले केस एकत्र करून पुन्हा अंबाडा बांधत आत निघाली, तेव्हा खैरू स्वत:च, का, कोण जाणे, एकाएकी लाजला.

'बरखा!...' त्यानं तिच्या नावाचा स्वच्छ उच्चार करीत हाक मारली.

बरखा आत जाता-जाता थांबली आणि तिनं मागं वळून पाहिलं.

'मला थोडंसं सूत देशील का?'

'काय करणारेस सूत घेऊन?'

'एक गळपट्टा बनवीन मी तुझ्यासाठी...' खैरू जेवढा लाजाळू होता, तेवढ्याच निलाजरेपणानं तो उद्गारला.

'पण सूत मात्र सगळ्याचं रंगांचं हवं आहे, बरं का!'

सगळ्या रंगांची सुतं घेण्यासाठी त्याला बरेच वेळा हेलपाटे मारावे लागले. आणि हव्या त्या सर्व रंगांची सुतं हातांत आल्यानंतर उभा दिवस वडाच्या झाडाखाली बसून तो गळपट्टा विणण्यात दंग राहू लागला. विणताना त्याचं स्वत:शीच चालू असायचं :

'धुतंग तुंग... धुतुंग तुंग...'

सारे क्षणभर थांबून त्याच्याकडं पाहत, स्वत:शीच हसत आणि निघून जात.

फक्त शाळेतल्या मास्तरांनी न राहवून त्याला विचारलं,

'हे तू काय करतो आहेस, खैरू?'

तो क्षणभर गप्प राहिला मग हसून उद्गारला,

'काळ्या काळ्या मोठ्या ढगांसाठी रंगीबेरंगी गळपट्टा विणतो आहे मी!'

खरं तर, काही काम करीत असताना त्याला कुणीच कधीही पाहिलं नव्हतं. तरीही तो रिकामटेकडा आहे, निरुद्योगी आहे, असंही कुणी छातीठोकपणे म्हणून शकत नव्हतं.

सकाळी पाणचक्की आणि रात्री चौफाळा ही दोन ठिकाणं सोडली, तर तो दिवसभर साऱ्या गावभर पायाला भिंगरी लावून फिरत राही. एखाद्या घरावरून त्याच्या हजारभर चकरा होत; पण एखाद्याच दिवशी तो घराच्या दाराशी थांबे. पिशवीतून धारदार चाकू काढून त्याच्या साहाय्यानं त्या घराच्या दरवाज्यावर सुंदर वेलपत्ती कोरून काढी. कधी मोर, हरण! कधी साधं शुभसूचक स्वस्तिक. त्याच्या खांद्यावर असलेल्या त्या पिशवीशिवाय त्याची काहीच मालमत्ता नव्हती; पण तो साऱ्या गावाचा मालक असल्यासारखा गावभर फिरत राही. वाटेल, तिथं थांबावं; वाटेल, तेव्हा उठून मन मानेल, तसं चालायला लागावं. ज्यानं त्याला सांभाळून घेतलं, त्याच्या शेजारी बसून त्यानं कधी चार सुखदुःखाच्या गोष्टी कराव्यात, कुणी हाकलून दिलं, तर मुकाट चालायला लागावं. कुणी काही दिलं, तर ते अगत्यपूर्वक स्वीकारावं. कुणी काही मागितलं, तर ते निरिच्छपणे त्याच्या हवाली करावं. हा एक प्रवासच दूरचा प्रवास, कुठंच न पोहोचणारा... होता; परंतु दिशा नसलेला, पावलांखालच्या हरवलेल्या रस्त्यावरचा प्रवास...

अर्धी रात्र उलटून गेल्यावर चौफाळ्यावरून खैरूनं म्हटलेल्या गाण्यांच्या वाऱ्यावर लहरत आलेल्या लकेरी कानांवर आदळताच अनेक अहेतुकपणं नाकावरून हात फिरवत, मानेच्या बुंध्याशी खाजवल्यासारखं करत आणि अंथरुणातल्या अंथरुणातच कूस बदलून पुन्हा झोपी जात.

आता लोकांच्या सहनशक्तीची मर्यादा संपत आली. हे होणं अपरिहार्यच होतं. लोकांनी त्याला कुठंवर पोसायचं, खायला-प्यायला घालायचं, अंगावर घालायला कपडे शिवून द्यायचे?

खैरूची प्रकृती आता बिघडत चालली. तरीही आपल्या रंगांत तो आपलं दुःख बुडवून आला दिवस कसाबसा ढकलू लागला.

एके दिवशी मध्यरात्र उलटून गेल्यावर गावचा प्रमुख अंगावरचं पांघरूण

फेकून देत अंथरुणावरून उठला आणि तणतणतच चौफाळ्यावर आला.

'तुझ्या आयला तुझ्या ऐतखाऊ लडदूच्या!' असं म्हणत खैरूची पैरण डाव्या हातात धरून गावप्रमुखानं त्याच्या कानाखाली काडकन् जाळ काढला.

अनपेक्षितपणे बसलेल्या त्या जोरदार तडाख्यानं खैरू हेलपाटला आणि जमिनीवर कोसळला.

त्या आवाजानं आसपासच्या काही खिडक्या किंचित किलकिल्या झाल्या आणि लगेच पुन्हा बंदही झाल्या.

दुसऱ्या दिवशी जवळजवळ प्रत्येक गावकरी चौफाळ्यावरून काही ना काही निमित्तानं आला-गेला; पण कुणालाही खैरू दिसला नाही. त्याची पिशवी नेहमीसारखी तिच्या जागीच लटकत होती. गावकऱ्यांनी एकमेकांत त्याच्या संदर्भात नाना प्रकारे चौकश्या केल्या; पण त्याचा काहीच पत्ता लागला नाही. पाणचक्कीपाशीही तो कोणाला दिसला नाही. शेतात नाही. पाणवठ्यावरही नाही.

मग एकाएकी लोकांना त्यानं दरवाज्यावर कोरलेले नाचणारे मोर दिसले. ममदूनं पहिल्यांदाच बैलाला थांबवून त्याच्या गळ्यातल्या घंटांचा आवाज ऐकला. कुणीतरी रंग भरलेली मातीची केळ कडेवर घेताना मंद उसासा सोडला. अविरत, अखंड चालणारी कामं क्षणभर थांबली, त्यांनी अंमळ श्वास घेतला, पावलापावलावर अडखळली. जणू ती खैरूची वाटच पाहत होती.

खैरूचं नाव जणू ओठांवरून उडून डोळ्यांत उतरलं होतं.

अर्धी रात्र उलटून गेली होती. चौफाळ्यावर अडकवलेली खैरूची पिशवी झोके घेत होती;

...आणि त्या आवाजाशिवाय सारा गाव जागाच होता.

❑

हाबूची आग

आग हे काही खेळणं नव्हे. तिच्याशी मस्ती करायला गेलं, तर ती कडकडून चावा घेते, मांसाचे लचकेही तोडते. खरं तर, आग हा एक हिंस्र पशू आहे. हे थोडंसं विचित्र वाटण्याचीही शक्यता अशी, की ती हिंस्र अशी पशू असली, तरी त्याच वेळी ती एक पक्षीही आहे किंवा एक छोटासा किडासुद्धा आहे–छोट्या नाकतोड्याएवढा, पिवळसर रंगाचा– शरीरावर जिथं चावा घेईल, तिथं व्रण ठेवणारा.

जवळजवळ पंधरा लाख वर्षांपूर्वी माणूस जेव्हा टोळ्याटोळ्यांनी राहत होता, तेव्हा जंगलांतील हिंस्र पशूंपासून स्वत:चा बचाव करण्यासाठी झाडांवर चढून त्यांच्या फांद्यांवर झोपत होता. गुहांमधून लपून राहत होता. त्या काळात माणूस आणि पशू यांत फार फरक नव्हता. माणूस पशूंची शिकार करीत होता; पशू माणसांची. बळिवंताची सरशी होत होती. जंगलचा कायदाच होता तो. जंगली जनावरं आणि माणूस– दोघंही टोळ्याटोळ्यांनी जंगलातून हिंडत, एकमेकांची शिकार करत.

त्यांपैकी एका टोळीत सर्वांहून वेगळा असा एक मुलगा होता. त्याच्या डोक्यात सतत नाना प्रकारचे विचार घोंगावत असत. त्यांपैकी काही असे :

रात्र का आणि कशी 'पडते'?

सूर्य कुठं निघून जातो?

त्याचं घर बहुधा या डोंगराच्या पलीकडं असलं पाहिजे. पण मग जर तसं असेल, तर तो नेमक्या उलट्या बाजूनं– समुद्र असणाऱ्या बाजूनं कसा वर येतो?

त्या मुलाचं नाव हाबू. त्याला वाटे,

सूर्य नक्कीच समुद्रात अंघोळ करण्यासाठी जात असावा. पण तो जातो

कुठल्या रस्त्यानं? तो नक्कीच चोरवाटेनं जात असला पाहिजे, कारण अंघोळीसाठी नागवं व्हावं लागतं ना?

त्याला आणखीही वाटलं, की सूर्याविषयी आवश्यक तो तपशील हातात आला की, तो एक दिवस नक्कीच त्याला गाठील. जाताना एखाद्या मेलेल्या जनावराचं कातडंही सोबत घेऊन जाईल -- त्याच्या अंगावर लपेटण्यासाठी. एकदा गाठ पडली, की हाबू त्याला म्हणणार होता,

'तू आता या डोंगरावरच नेहमीसाठी राहायला ये. म्हणजे आम्हांला सतत उजेड मिळत राहील.'

माणूस आणि पशू यांमधे अत्यंत महत्त्वाचा फरक हा होता, की माणूस विचार करू शकत होता, पशूला ते शक्यच नव्हतं.

रात्रीच्या वेळी टोळीबरोबर सुरक्षित ठिकाणी विश्रांती घेताना हाबूची दृष्टी आभाळातल्या विलक्षण दृश्यावर खिळून राही. दूर, अगदी खूप दूर त्याला ग्रह-तारे-नक्षत्रं दिसत. कधी चंद्रही दृष्टीला पडे. चांदण्या रात्री जंगलात छानपैकी चांदणं पडे. तेवढ्याशा उजेडात हिंस्र प्राण्यांपासून स्वत:चा बचाव करता येणं शक्य होई.

चंद्र कदाचित सूर्याचा लहान भाऊ असावा. ...की मुलगा? आणि त्याच्याभोवती दिसणारे तारे-ग्रह-नक्षत्रं ही मंडळी आमच्यासारखीच त्याच्या परिवारातील असावीत. सूर्य हा त्या टोळीचा प्रमुख असावा. कदाचित आईला हे माहीत असलंच पाहिजे, त्याला वाटलं.

आई म्हणाली,

'बारवाला विचार. त्याला माहीत असेल.'

बारवा हा त्यांच्या टोळीचा प्रमुख होता. टोळीतल्या प्रत्येकाच्या खाण्यापिण्याची व्यवस्था करण्याचं काम त्याच्याकडं होतं. त्यांचं संरक्षण करण्याची जबाबदारीही त्याचीच होती.

बारवा म्हणाला,

'या साऱ्या देव-देवता आहेत. आकाशातच त्या राहतात. त्यांच्याही आपल्यासारख्याच टोळ्या असतात.'

'तिथं इथल्यासारखे जंगली पशूही असतील, नाही का?'

'नाहीत...'

'मग ते खातात-पितात काय?'

'काहीच नाही!'

'आँ? मग मरून कसे जात नाहीत ते?'

'नाहीत मरत...'

मेंदूला शीण येईतो हाबू विचार करीत राही. हजारो प्रश्न त्याच्या मनात गर्दी करत. त्यांपैकी अनेक त्याला पुन्हा आठवतही नसत.

कधी त्याच्या मनात विचार येई :

मुलं फक्त बायकांनाच का आणि कशी होतात? पुरुषांना का होत नाहीत? त्याला स्वत:लाच एक मूल व्हावं, असं त्याला वाटत होतं. त्याला पाखरासारखं उडता आलं असतं, तर कुठल्याही हिंस्र पशूपासून सहज संरक्षण होऊ शकलं असतं. एखाद्या पशूनं पाठलाग केलाच असता, तर तो हवेत उडून एखाद्या कावळ्यासारखा हत्तीच्या पाठीवर बसू शकला असता. एकदा त्यानं एका झाडावर चढून हवेत उडण्याचा प्रयत्न करून पाहिला होता; पण तो दाण्णकन जमिनीवर आदळला. वर बारवानं असल्या मूर्ख कृत्याबद्दल त्याच्या पेकाटात लाथ घातली. झाल्या प्रकारामुळं ज्या दुखापती झाल्या, त्यांच्या वेदनांनी तो कळवळत होता आणि भोवतालचे त्याच्याकडं बघून खी: खी: हसत होते.

त्याला होणाऱ्या वेदना त्याच्या आईलाच फक्त कळू शकत होत्या.

एका रात्री प्रचण्ड पाऊस पडला.

जुम्बीनं हाबूला विचारलं,

'एवढं पाणी कुठून येतं, रे?'

हाबू तिला लगेचच समजावून सांगत म्हणाला,

'देवांची एक टोळी आकाशात वसतीला आहे. ते एकत्र लघवी करतात, तेव्हा असं पाणी ओतल्यासारखं पडत राहतं.'

एवढं तत्पर आणि अपूर्व बुद्धिविलास दाखवणारं उत्तर ऐकून जुम्बीच्या आश्चर्याला पारावार उरला नाही. तो कौतुकभरल्या शब्दांत हाबूला म्हणाला,

'एक ना एक दिवस बारवासारखा तू टोळीचा प्रमुख होणार, हे नक्की! तुझ्या पोटात एवढा ज्ञानाचा साठा मावला आहे तरी कसा?'

हाबू हा केवढा बुद्धिमान आहे, असंच त्याला म्हणायचं होतं; आणि त्या काळात, पोट हे ज्ञान साठवण्याचं केन्द्र आहे, अशीच समजूत रूढ होती.

हाबूचं ज्ञान त्याच्या वयाबरोबर वाढत होतं.

त्याच्या मनात जे जे प्रश्न फणा काढायचे, त्यांची उत्तरं तो स्वत:च शोधून काढायचा. आपल्या गाठीला जमा केलेल्या अशा चित्तचक्षुचमत्कारिक गोष्टी हाबू सांगू लागला, की त्याच्या टोळीतले लोक त्याच्या बुद्धीचा, ज्ञानाचा लखलखता चमत्कार पाहून चकित होत. बारवाही अनेकदा आश्चर्यानं तोंडात बोट घाली.

आकाशात मोठमोठ्यानं गडगडणाऱ्या ढगांचं रहस्य हाबूनं एक दिवस सांगितलं, 'आकाशात राहणाऱ्या देव-देवतांमधे आपापसांत मारामाऱ्या होतात. त्या मारामाऱ्यांत अनेक देवांची हाडं कडाकडा मोडतात. विजांचा कडकडाट म्हणजेच तो हा हाडं मोडण्याचा आवाज!'

स्वत:ला सतावणारे प्रश्न निर्माण करण्याऐवजी त्यांची उत्तरं शोधण्यास त्यानं सुरुवात केली, तेव्हापासून त्याचा त्याच्या टोळीवरचा प्रभाव वाढावयास सुरुवात झाली होती.

हाबूनं एकच दृश्य वारंवार पाहिलं होतं – हत्तीच्या पाठीवर बसून उचापती करणाऱ्या कावळ्यांचं. सुपासारख्या कानांचा फडफडाट केला, शेपटी हलवून धमकावण्याचा प्रयत्न केला, तरी ते तसेच ढिम्म बसून राहत.

त्यानं अनेकदा एक एकूर हत्ती पाण्याच्या दिशेनं जाताना पाहिला होता. तो दररोज रमत-गमत नदीवर जाई. पाण्यात बसून नाना प्रकारच्या क्रीडा करीत राही. पाण्यातून बाहेर येऊन वाळूवर लोळण घेई.

जमिनीच्या वरून, हवेतून सफर करण्याची हाबूला तीव्र इच्छा झाली होती.

एके दिवशी त्यानं मनोमन निर्धार केला आणि तो एका झाडावर बसून त्या हत्तीची वाट पाहू लागला.

हत्ती झाडाखालून जात असतानाच त्यानं झाडावरून खाली उडी घेतली आणि तो हत्तीच्या पाठीवर पाय फाकून बसला. हत्तीला हा प्रकार सर्वस्वी अनपेक्षित असाच होता. त्याच्या दृष्टीनं हा नवाच अनुभव होता. त्यामुळं तो जागच्या जागी खिळून उभा राहिला. त्याचं सर्वांग थरथरलं. मग भानावर आल्यावर तो गोल गोल फिरला, सोंड फिरवून पाठीवर बसलेल्या हाबूला पकडण्याचा प्रयत्न केला, शेपटीही हलवून पाहिली आणि आपण काहीच करू शकत नाही, याची जाणीव झाल्यावर तो जंगलाच्या दिशेनं पळत सुटला.

हाबूला अस्वस्थ हत्तीच्या लीला पाहून हसू येत होतं.

मग वाटेत आडव्या आलेल्या एका झाडाची फांदी पकडून तो हत्तीच्या पाठीवरून खाली उतरला आणि मग धूम पळाला.

हाच प्रयोग हाबूनं पुन्हा एकदा दोन-तीन दिवसांनी केला. हत्तीनं चीं चीं करून बराच आरडाओरडा केला. वाकडंतिकडं पळून पाहिलं. कानांचा जोरजोरानं फडफडाट केला. शेपटीही जोरजोरात हलवून पाहिली.

पुन्हा एकदा झाडाची फांदी पकडून तो हत्तीवरून खाली उतरला आणि त्याच्या

तावडीतून स्वत:ची सुटका करून घेतली.

एके दिवशी हाबू आणि त्याचे काही मित्र डोहात पोहत होते. त्यांना पाहताच त्या हत्तीनं खूपसं पाणी स्वत:च्या सोंडेत ओढून घेतलं आणि हाबूच्या चेहऱ्यावर त्याचा जोरदार फवारा उडवला, हत्तीला पाहताच हाबूचे सगळे मित्र अतिशय घाबरले आणि पाय लावून पळून गेले; परंतु हाबूला मात्र हत्तीनं सोंडेत वेटोळून घेऊन उचललं आणि स्वत:च्या पाठीवर बसवलं.

हाबू आता विलक्षण गोंधळलेला होता. त्याला काय करावं, हे सुचत नव्हतं. तेवढ्यात हत्ती खोल खोल पाण्यात उतरला. हाबू आता मोठमोठ्यानं किंकाळ्या फोडू लागला. हत्ती पुन: पुन्हा सोंडेत पाणी भरून घेत होता आणि त्या पाण्याचा जोरदार फवारा हाबूवर मारत होता. हत्तीला या खेळामुळं फारच मजा वाटत होती.

थोड्या वेळानं हाबूच्या लक्षात आलं, की हत्तीचा काही आपल्याला मारून टाकायचा विचार दिसत नाही. तो फक्त आपल्याशी खेळू पाहतो आहे. मग त्याच्या किंकाळ्या थांबल्या.

या दरम्यान हाबूच्या टोळीतली बरीच माणसं नदीकाठी जमा झाली होती. त्यांतला प्रत्येकजण हाबूचं हे कृत्य पाहून आश्चर्यचकित झाला होता.

हत्ती आणि हाबू मित्रांसारखे एकमेकांबरोबर खेळत होते. असं कधी पूर्वी घडलं नव्हतं. बघितलं नव्हतं. एक हिंस्र, भयावह प्राणी हाबूनं लीलया माणसाळवला होता. हाबूनं आता टोळीवाल्यांच्या मनांत स्वत:विषयीची प्रचण्ड दहशत रुजवली होती.

–आणि एके दिवशी तर तो त्या हत्तीच्या पाठीवर बसून मजेत फिरत-फिरत आलेला पाहताच साऱ्या टोळीवाल्यांची जणू शुद्धच हरपली. आता त्यांना हत्ती या प्राण्याची भीती वाटेनाशी झाली. त्यांच्यापैकी काहीजण धीटपणानं त्याच्याजवळ गेले आणि त्यांनी आपल्या हातातील गवताच्या पेंड्या त्याच्यापुढं धरल्या. त्या त्यानं सन्मानपूर्वक आपल्या सोंडेत घेतल्या आणि दाढांखाली सरकवल्या.

त्या दिवसापासून तो हत्ती त्या टोळीचा अविभाज्य भागच झाला.

या जंगली जनावरांचं पाळीव प्राण्यांत रूपान्तर करता येऊ शकेल, असं ही घटना घडेतो कुणाही माणसाला कधी वाटलं नव्हतं, माणूस आणि प्राणी यांच्यांतलं हे पहिलंच मैत्र प्रस्थापित झालं होतं.

माणसाला थंडी आणि उष्णता यांचा अनुभव होता; परंतु उकडतं कशानं आणि थंडीच्या दिवसांत शरीर का कुडकुडतं, हे मात्र त्याला कळत नव्हतं. अविरत

झरणाऱ्या पावसापासून स्वत:चं संरक्षण करण्यासाठी त्यांनी काही सुरक्षित नैसर्गिक निवारे शोधले होते. कधी झाडांच्या पानांनी शाकारलेलं सपार बनवलं होतं. पण हा सारा वातावरणातील बदल ऋतुचक्रामुळं होतो, याचं ज्ञान त्याला झालं नव्हतं. कालमापनाची दृष्टी त्यांना आलेली नव्हती. दिवस आणि रात्र हे त्यांना समजत होते; पण महिने आणि वर्ष त्यांना माहीत नव्हते. परिणामी एखाद्या ऋतूचा काळ किती आणि पुढच्या वर्षी तो नेमक्या वेळी कसा सुरू होतो, याचंही ज्ञान नव्हतं. सूर्य आणि पाऊस हे आज आपल्या जीवनाचे अविभाज्य भाग आहेत, तसे ते त्या वेळीही होते आणि पुस्तक ही वस्तू अजून अस्तित्वातच न आल्यानं अर्जित ज्ञान हे मौखिक माध्यमातूनच पिढ्यान् पिढ्या संक्रमित होत होतं.

एकदा ऐन हिवाळ्यात आकाशात कडाडत्या विजेचा प्रचण्ड लखलखाट झाला. हा असला लखलखाट हाबूनं यापूर्वीही अनुभवला होता. एवढंच नव्हे, तर असा लखलखाट होताच बऱ्याच अंतरावरचा परिसर उन्हासारखा उजळून उठतो, हेही त्यानं अनुभवलं होतं. पण या वेळी कडाडलेल्या विजेनं कानांचे पडदे जणू फाटल्यासारखे झाले; आणि हा लखलखता उजेड एकाएकी जंगलावर कोसळला. थोड्याच वेळात दिसलं, की एक लवलव करणारा एक प्रचण्ड हिंस्र व चमत्कारिक पशू एका वाळलेल्या झाडावर बसून ते गपागपा खाऊ लागला आहे. त्या झाडाच्या फांद्या दुभंगून खाली पडू लागल्या, तसा तसा तो खाली उतरत आला. तो प्राणी सूर्यासारखा प्रकाश प्रक्षेपित करत होता. त्या प्रकाशात सारं काही स्वच्छ दिसत होतं.

हाबूच्या टोळीतली सारी माणसं पळत-पळत आली आणि त्या झाडाच्या भोवती गोलाकार उभी राहून ते दृश्य अनिमिष नेत्रांनी पाहू लागली.

असा एखादा चमत्कारिक प्राणी कोणीच, कधीच पाहिला नव्हता. बारवाच्या वाडवडिलांनीही तो कधी पाहिला नव्हता.

तो अग्नी होता– आग!

हे नाव त्या विलक्षण प्राण्याला केव्हा आणि कसं दिलं गेलं, हे कळत नाही. त्याच्या पुंलिंगी नामाचं रूपान्तर स्त्रीलिंगामधे कसं झालं, हेही कळलं नाही. पण अगदी आरंभी त्याचा उल्लेख पुंलिंगी होत होता.

हा जळलेला वृक्ष आकारानं प्रचण्ड असा होता. त्याच्या शेजारी आणखी काही वाळून वठलेली झाडं होती. आगीच्या ज्वाळा त्या झाडांच्या दिशेनं झेप घेऊ लागल्या, तेव्हा टोळीतले काही जण ओरडले,

'बघा... बघा! तो आता ती झाडंही खाऊ लागला आहे!'

तेवढ्यात ते झाडही अग्नीच्या भक्ष्यस्थानी पडलं होतं. त्याच्या ज्वाळा उफाळून

वर झेपावू लागल्या होत्या आणि त्यांचा कडकड आवाज होत होता. एव्हाना झाडाचा शेंडा दिसेनासा झाला होता.

त्यांचं सर्वांचं एकमत झालं :

'बघा... त्यानं तेही झाड खाऊन टाकलं!'

एक अख्खं उभं झाड एका विचित्र प्राण्यानं बघता-बघता खाऊन टाकल्याचं दृश्य त्यांनी प्रथमच पाहिलं होतं.

मग रात्रभर हा प्राणी झाडापाठीमागून झाड गिळत राहिला. सकाळ झाली, तरीही त्याची भूक भागलेली नव्हती. इतर पशू आपली शिकार खाऊन निघून जात. पण हा प्राणी तिथून हलायलाच तयार नव्हता. शिकार करून तो तिथल्या तिथं उभंच्या उभं झाड खाऊन टाकत होता. जवळच आणखीही काही झाडं होती. कदाचित या प्राण्याला ती दिसली नसावीत किंवा आता त्याचं पोट भरलेलं असावं, असं हाबूला वाटलं. न राहवून त्यानं त्याविषयी बारवाला विचारलं.

बारवानं त्याला अंमळ शहाणपणाचं उत्तर दिलं,

'मला वाटतं, तो फक्त वाळलेलीच झाडं खातो आहे... पण त्याला यापूर्वी कधीही पाहिल्याचं मला आठवत नाही.' बारवानं आपल्या उत्तरात थोडी सुधारणा केली, 'मला वाटतं, तो एक विचित्र असा पक्षीच असावा. जंगलावरून उडत जात असताना त्याला हा वाळलेला वृक्ष दिसला असावा आणि तो खाली उतरून आला असावा.'

'मी असला आकाशात उडणारा पक्षी अजून तरी पाहिलेला नाही.' बारवा आपलं म्हणणं अधिक सुधारून घेत म्हणाला, 'मला वाटतं, तो एखादा आकाशातून खाली उतरलेला प्राणीच असावा. देव-देवतांच्या महाद्वारातून खाली पडलेला... त्याचा रंगही देवांसारखाच नाही का?'

स्वतःच्या या समजुतीवर बारवानं अखेर शिक्कामोर्तब केलं.

बाकीच्यांनी त्याच्या या म्हणण्यावर पूर्णतः नव्हे, तरी अंशात्मक विश्वास ठेवला.

हाबूच्या मनाचा गोंधळ उडाला होता. त्याला एकाच प्रश्नानं घेरलं होतं. आवश्यकतेपेक्षा अधिक खाल्ल्यास माणसं लठ्ठ लठ्ठ होत जातात. हा प्राणी एवढं भरमसाट खातो आहे, तरीही लहान लहान होत जातो आहे, याचं काय रहस्य असावं? शिवाय हा प्राणी जिथं जिथं बसून खातो आहे, ती ती जागा लालभडक होत जाते आहे.

जुम्बी म्हणाला,

'याच्या सवयी सिंहासारख्या दिसताहेत. शिकार खाऊन झाल्यावर त्याला झोप लागली असावी.'

तुंबा इतरांपेक्षा अधिक धाडसी होता.

‘तो झोपला असेल, तर मी त्याला उठवू का?’

त्यानं त्याला उठवण्याकरता हात पुढं केला आणि बोटानं त्याला डिवचून पाहिलं. त्याच क्षणी विजेच्या वेगानं त्यानं हात मागं घेतला आणि जोरानं किंकाळी फोडली.

त्याच्या बोटाला आगीनं चांगलाच झटका दिला होता. यापूर्वी भाजलं जाण्याचा अनुभव कुणाच्याही गाठीशी नव्हता. ‘आग’ या शब्दानंतर ‘भाजणे’ या क्रियापदाचा जन्म झाला. तुंबाच्या हातावर चांगलेच फोड टरारले होते आणि त्या भागावरचे केस जळून नाहीसे झाले होते.

‘आपल्या जिभांनी चाटलं मला त्यानं!’ हातावरच्या फोडांकडं निरखून पाहत तुंबा म्हणाला.

‘त्याच्या दातांचे वण असावेत ते!’

‘दात कुठं आहेत त्याला? दिसले का कुणाला ते?’

‘मग केस कसे तोडले त्यानं हातावरचे? तो नक्कीच चावला असला पाहिजे... रक्त न काढता!’

तुंबा आता कमालीचा संतापला होता. त्यानं एका झाडाची बारीकशी फांदी तोडली आणि तिच्या साहाय्यानं तो तिच्याशी खेळू लागला. त्याचं हे कृत्य पाहून बाकीचे चार पावलं मागं सरकले. आग काही क्षण तशीच भगभगत राहिली. मात्र तिच्या पोटात खुपसलेल्या झाडाच्या फांदीचं टोक अधिकाधिक काळं होत चाललं होतं. अचानक तिच्या टोकाला एकदम जाळ झाला आणि ती पेटली. भिऊन तुंबानं ती फांदी हातातून फेकून देण्याचा प्रयत्न केला. या प्रयत्नात ती तुम्बानं कमरेला बांधलेल्या जनावरांच्या चामड्याच्या उपवस्त्रात अडकली आणि त्या चामड्यानं एकदम पेट घेतला. चामडं आणि पेटती फांदी खाली जमिनीवर पडली.

ते पाहून टोळीवाल्यांनी भिऊन आरडाओरडा केला.

तुंबा त्यांच्यासमोर पूर्ण नग्नावस्थेत होता.

थोड्याच वेळात ते चामड्याचं उपवस्त्र आणि ती फांदी यांची जळून राख झाली.

‘या प्राण्याची पुन्हा वाढ झालेली दिसते.’ तुंबी म्हणाली.

‘तो आता काहीही खाऊ शकतो आहे!’

दोघा-तिघांनी मोठमोठे दगड आगीच्या दिशेनं फेकले आणि ते वाट पाहू लागले.

आगीनं त्यांना हातही लावला नाही.

हाबू म्हणाला,

‘त्याला दातच नाहीत. त्यामुळं दगड काळे पडत चालले आहेत. पण त्यांचा चुरा करणं त्याला जमलेलं नाही.’

हाबूला आणखीन एक नवा शोध लागला :

या प्राण्याला अनेक तोंडं आणि अनेक जिभा आहेत. त्यामुळं तो एकाच वेळी अनेक बाजूंनी खाऊ शकतो आहे. दुसरी एक महत्त्वाची गोष्ट म्हणजे, याला मुळी पायच नाहीत. त्यामुळं स्वत:चं भक्ष्य मिळवण्यासाठी त्याला कुठं बाहेर पाऊल टाकावं लागत नाही. त्याला जेवढं जरूर आहे, तेवढंच तो खातो आहे. समोरचं अन्न संपलं, की तोही मरणपंथाला लागतो आहे.

यापूर्वी त्यानं एक हत्ती माणसाळवून पाळला होता. या कामात यशस्वी झाल्यानंतर एक सिंह पाळून पाहावा, असं त्याला वाटत होतं. पण आता त्याला आगही 'पाळावी'सं वाटू लागलं.

आग विझू आली आहे, असं दिसताच त्यानं झाडांच्या इकडच्या तिकडच्या खाली पडलेल्या वाळलेल्या काड्या निखाऱ्यांवर टाकल्या. आग पुन्हा एकदा मोठी झाली.

त्या रात्री तो आपल्या आईला म्हणाला,

'ही आग 'पाळाय'ची झाली, तर त्यासाठी एकच काम सतत करावं लागेल. तिला सतत खायला घातलं पाहिजे. तिला खायला घातलं नाही, तर ती मरून जाईल.

'तू ही आग पाळून काय करणारेस?' त्याच्या आईनं विचारलं.

'हे बघ, आपल्या सोबतीला आग असेल, तर आपल्याभोवती प्रकाश पडलेला असतो. त्या प्रकाशात रात्रीसुद्धा आपण पाहू शकतो आणि मुख्य म्हणजे, हिंस्र प्राणी हिच्यापासून खूप लांब राहतात. घाबरून ते पळूनच जातात. आपण आग 'पाळली', तर आपल्याला या प्राण्यांपासून मुळीच धोका राहणार नाही.'

हा युक्तिवाद विश्वासार्ह असाच होता.

बारवानंही त्याला संमतिदर्शक मान डोलावली. खरं म्हणजे, हाबू एवढ्या तर्कशुद्ध पद्धतीनं आपली मतं ठामपणे मांडत होता, की त्याच्याशी प्रतिवाद करण्याचा प्रयत्न कुणीही केला नाही.

हाबूच्या टोळीनं त्याची सूचना शिरसावंद्य मानली. शिकार करण्याऐवजी ही मंडळी या नव्या, विचित्र प्राण्यांसाठी दिवसभर वाळल्या काटक्या शोधत राहत.

या विचित्र प्राण्याला स्पर्श करून पाहण्याची त्यांना उत्कट इच्छा असे; पण प्रत्येक वेळी त्याला स्पर्श करताच हात भाजून निघे.

हाबूचा लौकिक आता टोळीतच काय, टोळीबाहेरही पसरला होता. इतर टोळ्याही ही आग बघण्यासाठी गटागटानं येत.

एके दिवशी एक विलक्षण हकीकत घडली.

त्या दिवशी एकाएकी मुसळधार पाऊस पडला आणि सगळ्या टोळीच्या देखत तो लाल-सोनेरी प्राणी वेदनांनी विव्हळत मरण पावला. त्यातून प्रथमच वर जाताना दिसणारा धूर पाहून त्यांना वाटलं, की त्याचे प्राण आता स्वर्गाची वाट चालू लागले आहेत. तो इथं जमिनीवर आला, तो देवांच्या महाद्वारातून आणि आता तो परत तिकडंच चालला आहे.

थोड्या वेळानं तिथं एक राखेचा ढिगारा शिल्लक उरला. त्यांना ते आगीचे मृतावशेषच वाटले.

तुंबीनं एक चमत्कारिक विधान केलं,

'याचा अर्थ असा, की प्रत्येकाचाच जीव वर जात असेल...'

हाबूने विचारलं,

'मग तो दृष्टीस का पडत नाही?'

तुंबीला या प्रश्नाचं उत्तर माहीत नव्हतं; परंतु हा प्रश्न माणसाच्या मनात तेव्हापासून रुतून राहिला आहे.

लोक अजूनही विचारत असतात,

'माणूस मेल्यावर त्याचा जीव कुठं जातो?'

❑

जांभळाचे झाड

'जिऑ...र्...जी' एक चढ्या, किनऱ्या स्वरातील हाक रस्त्याच्या ह्या टोकापासून त्या टोकापर्यंत भिरभिरत राहिली.

फ्लोरा – जॉर्जची आई काळसर वर्णाची, परंतु नाकीडोळी अत्यंत तरतरीत अशी मध्यम वयाची बाई होती.

'अंथरुणातून उठला नाहीस, तोच गोट्या खेळायला बाहेर गेलास! काय म्हणावं तुला? पप्पा बोलावताहेत, बघ...'

'एक मिनिट, मम्मी.. एवढा माझा डाव पुरा करतो आणि लगेच येतो...' जॉर्जनं रस्त्याच्या पलीकडून ओरडून सांगितलं.

फ्लोराचा आवाज ऐकून शेजारच्या घरातल्या बाबूनं आपली मान खिडकीतून बाहेर काढली, स्क्रूसारखी वळवली आणि उजवी पापणी मिटून तिला चक्क डोळा घातला, हा इशारा अर्थपूर्ण होता.

फ्लोरा त्याच्याकडं पाहून हसली आणि आत गेली.

अहमदनं बोटांनी डोळ्यांची चिपडं साफ केली. थोडी मोठी गोटी – हडकी बोटांच्या बेचक्यात घट्ट धरली, ओठावर ओठ जोरात दाबले, नजर केंद्रित करीत ती छोट्या गोटीच्या दिशेनं वेगानं मारली. छोटी गोटी उंदराच्या पिलासारखी घाबरून गदीत जाऊन पडली आणि हडकी गदीजवळ येऊन थांबली. अहमदनं पुन्हा एकदा डाव जिंकला होता.

जॉर्जनं शेवटची गोटी खिशातून बाहेर काढली. आपल्या पँटवर घासून त्यानं तिच्याकडं एकवार अर्थपूर्ण नजर टाकली आणि ती अहमदच्या हवाली केली.

'जिंकलास ना तू, बेट्या! काही हरकत नाही.' आठ वर्षांचा जॉर्ज नऊ वर्षांच्या अहमदला सांगत होता, ' 'अंटी' खेळताना तू नेहमीच जिंकतोस...माझ्याशी 'गुत्थी' खेळून बघ एकदा!'

'मग गुत्थी खेळू या... चल!'

'पप्पा ऑफिसला जाऊ देत... मी लगेच येतो.'

जॉर्जनं पळत-पळत रस्ता ओलांडला. घराच्या पायऱ्या चढून तो दरवाज्यातून आत शिरला आणि पाहता-पाहता नाहीसा झाला.

शेजारीच असलेल्या जांभळीच्या झाडाच्या खोडाला पाठ देऊन अहमद खाली बसला आणि त्यानं आपल्या गच्च भरलेल्या शर्टाच्या खिशातला ऐवज हातात घेतला. त्यांतून त्यानं एकेक अशा चांगल्या गोट्या निवडल्या. त्या एकामागोमाग तोंडात घालून, शर्टाच्या पंख्यानं पुसून स्वच्छ केल्या आणि एका स्वतंत्र पिशवीत ठेवून दिल्या. त्याच वेळी मीनारावरच्या घड्याळानं साताचे टोले दिले.

'आवर... आवर, अग, अम्मा! उशीर होतो आहे मला शाळेत जायला!'

'ही घे...' अम्मानं दोन पैशांची गुडदाणी निक्केच्या खिशात घातली.

'काय, रे, निक्के! माझी गोटी कुठाय्?'

निक्के घाबरून जागच्या जागीच उभा राहिला. त्यानं मदतीसाठी आईकडं पाहिलं.

'जाऊ दे त्याला... जाऊ दे... उशीर होतोय् त्याला शाळेला जायला!' अम्मा आपला हारा भरत म्हणाली.

अहमद एकदम पुढं झाला आणि त्यानं निक्केच्या दप्तराच्या गळपट्ट्याला हात घातला.

'का ऐकत नाहीयेस तू?' असं म्हणत अम्मानं अहमदच्या दिशेनं हात केला.

तेवढ्यात अहमदनं जबरदस्ती करीत निक्केच्या खिशात हात घातला. बोटांत मावेल, तेवढी गुडदाणी घेतली आणि गपकन तोंडात घातली.

दरम्यान अम्मानं अहमदचा शर्ट बटनपट्टीशी घट्ट धरला आणि ती त्याला दरडावत म्हणाली,

'तुला, मुडद्या, आता दिनूच्याच ताब्यात देते. उंडगा मेला! सक्काळी सक्काळी गल्लीतल्या पोरांना त्रास द्यायला येतो लडदू!'

'ए म्हातारे, शर्ट सोड माझा पहिला... नाहीतर तंगडीच मोडून टाकीन! सांगून ठेवतो... सोड! सोड! नाहीतर हाडं मोडून ठेवीन!' अहमद किंचाळला.

'चल! त्याच्याकडंच नेते तुला आता. तोच तुझा बंदोबस्त करू शकेल!

'दिनू काय करणार आहे माझं वाकडं? मुकाट्यानं मला सोड! नाही तर मी तुझा हा हाराच मोडून तोडून टाकीन!'

'बापाचा असा उद्धार करताना तुला लाज नाही वाटत?'

अम्मानं अहमदच्या मानेखाली हलकेच टप्पल मारली.

त्या धक्क्यानं अहमदच्या खिशातील गोट्या उधळल्या आणि खाली धुळीत पडल्या.

'म्हातारडी...थेरडी...म्हातारडी...थेरडी...' गोट्या उचलून खिशात ठेवत पळता-पळता अहमद ओरडला.

'तुझ्या मायला तुझ्या... इकडं ये, भाडखाऊ! बघतोच तुझ्याकडं! पालतू साला' रस्त्याच्या अगदी टोकाशी घड्याळाच्या मीनाराजवळ असलेल्या दुकानाच्या दारात उभा राहून दिनू लोहारानं आपल्या लेकाचा-अहमदचा सत्कार केला.

'पालतू साला!' ही दिनूला मुखोद्गत असणाऱ्या अनंत गलिच्छ शिव्यांपैकी अत्यंत आवडती शिवी. त्याची सकाळ शिव्यांच्याच सहस्त्रनामानं सुरू व्हायची. साला, हरामजादा ह्यांनी आरंभ व्हायचा, मग शेवटी आई-बहिणींच्या संदर्भात कराव्याशा वाटणाऱ्या क्रियेच्या इच्छेची वाचिक परिपूर्तीनं सांगता व्हायची, या साऱ्या शिव्या अर्वाच्य असत.

दिनूचं वय पंचेचाळीसच्या आसपास होतं. सतत वाकून मेहनतीचं काम करावं लागायचं; त्यामुळं त्याच्या कमरेला किंचितसा बाक आला होता. शरीरयष्टीनं किरकोळ वाटणाऱ्या आणि बुटका असलेल्या ह्या इसमाच्या शरीरात प्रचण्ड ताकद होती. घाणेरडी, मळकट लुंगी आणि वर खाकी वर्णाचा बनियन घालणारा दिनू डोक्यावर वेताची विणलेली टोपी घालायचा आणि भात्यासमोरच्या धगीशी बसून, ऐरणीवरच्या लोखंडाशी लढा देत राहायचा.

दिवसभराचं काम संपलं, की तो त्याच्या दुकानाबाहेर टाकलेल्या खाटेवर येऊन बसे. महमूद त्याच्यासाठी हुक्क्याची सिद्धता करी. तो त्याच्याशेजारी आणून ठेवी. हनीफ आणि अक्रम दिवसाची सुट्टी घेण्यापूर्वी दिनूचे पाय दाबत बसत. दिनू नाक शिंकरून हात लुंगीला पुशी. मग महमूद येई. खाट आणि हुक्का आत घरात घेई. दरवाजा बंद करून कडी-कुलूप घाली. मग दिनू 'आल अहमदो रब इल आलेमीन...' म्हणत घरात येई.

दिनू 'फसीह बिल्डिंग'मधे राहायला येऊन जवळजवळ वीस वर्षं झाली होती. १९४५ सालची गोष्ट आहे. त्या वेळी रस्त्याच्या त्या बाजूला जांभळीच्या झाडाच्या मागं ही बिल्डिंग काही बांधली गेलेली नव्हती. या जांभळीच्या झाडाखाली बसन्ती आपलं फुलांचं दुकान लावून बसायची. दिनू त्याच चौकात घोड्यांना नाल मारायचं काम करायचा. दोघंही एकमेकांसाठी वेडे झाले होते. फुलांनी गच्च भरलेला हारा डोक्यावर घेऊन निळसर डोळ्यांची आणि शिडशिडीत बांध्याची बसन्ती ठुमकत चालली, की दिनूचे दंड फुलायचे, मनगटं फुरफुरू लागायची आणि तो गलिच्छ शिवी तोंडात घोळत अंमळ अधिक ताकदीनं

हातोडा उचलायचा आणि घोड्याच्या नखीवर बसवल्या जाणाऱ्या नालावर मारायचा.

बसन्ती हलकंसं स्मित त्याच्या दिशेनं फेकून निघून जायची.

पुढं घाऊक मंडईतल्या मालिकनं बसन्तीच्या बापाला पाचशे रुपये दिले आणि त्या बदल्यात तिच्याशी निकाह लावून, तिच्या इच्छेविरुद्ध तो तिला घेऊन घरी आला. मालिकच्या पैशाच्या बळापुढं कुणाचं काहीच चाललं नाही. कायदा तर राहोच, पण दिनूचा हातोडाही तिथं निष्प्रभ ठरला.

वीस वर्षांनी, फसीह बिल्डिंग बांधल्यानंतर बसन्ती इथंच मालकीण म्हणून राहायला आली. दिनू आता केवळ नालबंदच राहिला नव्हता, तो परिपूर्ण लोहार झाला होता. रस्त्याच्या टोकाशी त्यानं आपल्या व्यवसायासाठी दुकान घातलं होतं.

सरदार सोहनसिंह याच फसीह बिल्डिंगमधे, दिनू राहत होता, त्याच्या वरच्या मजल्यावर राहत. त्यांचा सावकारीचा व्यवसाय होता. त्यांच्या दिनूच्या विरोधात अनंत तक्रारी होत्या. त्यांतली एक महत्त्वाची अशी, की दिनू अगदी सकाळी सकाळी त्याच्या दुकानात ठोकाठोकीस सुरुवात करतो. त्यामुळं सोहनसिंहांची झोपमोड होते. दुसरी महत्त्वाची तक्रार अशी, की त्याचा आवाज फारच भसाडा आहे आणि तो अर्वाच्य शिव्या निरंतर थुंकत राहतो. त्यांनी आपल्या या तक्रारी बिल्डिंगमधे राहणाऱ्या जवळजवळ प्रत्येक रहिवाशाच्या कानांवर एकाहून अधिक वेळा घातल्या होत्या. परंतु या तक्रारी खुद्द दिनूच्या तोंडावर बोलून दाखवण्याचं धाडस त्यांच्याच्यानं कधीच झालं नव्हतं.

'आता तुम्हीच सांगा... त्या फाटक्या तोंडाच्या माणसाच्या नादी कुणी लागावं? मलाच उलटून शिव्या दिल्या, तर?' आपल्या निवेदनाचा शेवट सोहनसिंह या वाक्यांनीच करायचे.

एके दिवशी दिनूनं सरदार सोहनसिंहाच्या मुलालाच चार शिव्या दिल्या. मग मात्र सोहनसिंह एकदम भडकले. सगळा राग त्यांनी दिनूवर ओतला.

सरदार सोहनसिंह थोडेसे थंड झाल्यावर दिनू म्हणाला,

'कोणत्या भडव्यानं तुमच्या पोराला शिव्या दिल्या? तुमच्या मुलावर डोळे वटारणारा कोण आहे तो पालतू साला? तुमचा मुलगा मला माझ्या मुलांसारखाच आहे...'

सरदार सोहनसिंह खेटर मारल्यासारखे घरी परत आले.

'टण् ... टण् ... टण् ...!'

गज्जूनं मान वळवून, उचलून मीनारावरच्या घड्याळात पाहिलं.

दहा वाजले होते.

मुलाची औषधं खिशात नीट ठेवत त्यानं पायांची गती वाढवली.

सरदारजींना दुकानाबाहेर पाहताच त्याची पावलं किंचित अडखळली. त्यानं रस्ता ओलांडून पलीकडं जाण्याचा विचार केला.

दरम्यान सरदारजींनीही त्याला पाहिलं होतं.

त्याची पावलं अधिकच रेंगाळली.

'जय रामजी की!' गज्जू दोन्ही हात जोडत सामोरा आला.

डोकं कळत-नकळत झुकवून सरदारजींनी त्या अभिवादनाचा स्वीकार केला.

'तुझ्याकडनं अजूनही दुसरा हप्ता आलेला नाही...' सरदारांनी विषयाला तोंड फोडलं.

'पुढच्या महिन्यात नक्की भागवतो... काय झालंय्, माझा मुलगा जरा आजारी आहे...'

'ठीक आहे... पुढच्या महिन्यात मात्र नक्की दे... आणि हे बघ, ही खाट त्या जांभळीच्या झाडाखाली घेऊन चल आणि त्या मिर्झाला, मी बोलावलंय्, म्हणून निरोप दे. त्याला म्हणावं, येताना बुद्धिबळं आणि पट घेऊन ये!'

गज्जूनं खाट जांभळीच्या झाडाखाली ठेवली आणि तो मिर्झाजींना निरोप सांगायला गेला.

'हं... खेळ तुझा पत्ता! हा इस्पिकचा एक्का आहे!'

'अरे हट्! मी वर खूण करून ठेवली आहे. हे बघ, हा बदामचा गुलाम आहे. नाहीतर सगळे पत्ते पुन्हा एकदा बघून घे.'

नूरा, मोहन, बाबू आणि कल्लन शेजारच्या खाटेवर बसून पत्ते खेळत होते. एक पत्ता फाटून गेला होता म्हणून जाड कागदाचा तेवढ्याच आकाराचा तुकडा ते डमी पत्ता म्हणून वापरत होते.

'या खुणा इस्पिकच्या आहेत... बदामच्या नाहीत.'

'हा तुला राजाचा चेहरा वाटतो आहे का ?'

'मुळीच नाही! तुझाच वाटतो आहे!'

'तुझ्या बापाचा असेल!' मोहन भडकून म्हणाला.

'तुझ्या आईचा असेल नाहीतर!' नूराही चिडला होता.

'हातात झाडू घेऊन तुला सडकून काढणाऱ्या त्या काळुंद्र्या झाडूवालीचा असेल.' मोहननं घाव घातला.

संतापून नूरानं हातातले पत्ते फेकून दिले.

‘पत्ते खेळताहेत भडवे!’

‘अबे, जा जा! तू काय खेळणार पत्ते!’

जांभळीच्या पलीकडून अहमदनं ओरडून विचारलं,

‘नूरा, ‘अंटी’ खेळू या का?’

‘ ‘अंटी’ नाही काही... ‘गुत्थी’ खेळणार असशील, तर खेळू या!’

‘ठीक आहे... तीन-तीननी खेळू या.’

‘चला, कचू या...’

‘मी पहिला...’

कल्लनसुद्धा हातातले पत्ते फेकून देत उठला आणि जांभळीच्या झाडाच्या पलीकडं गोट्या खेळणाऱ्या मुलांत जाऊन मिसळला. एक भिडू कमी झाला. पत्त्यांचा खेळ थांबला. मोहनचे हात पत्ते पिसत राहिले होते.

‘चलो, यार... पाच-तीन-दोन खेळू या!’ चच्चडनं सूचना केली.

‘नको... गुलामचोर खेळू या!’ बाबू म्हणाला.

‘नको नको! बदामसात खेळू या! एवढ्यातच आणखी कुणी तरी येईल. अजून कसे आले नाहीत भडवे? जोगेन्द्रची वेळ केव्हाच होऊन गेली.. येईलच तो एवढ्यात. तो बघ, इक्बाल येतो आहे. हाक मार त्याला!’

चच्चडनं रस्त्याच्या वळणावरून येणाऱ्या पोस्टमनकडं इशारा केला आणि हवेतच त्याला इकडं येण्याची खूण केली.

इकबालची दृष्टी जांभळीकडंच लागलेली होती. त्यानं दुरूनच हात हलवून उत्तर केलं,

‘क्यों, मियाँ, काय चाललंय्?’

‘पत्ते खेळतोय्, यार! कल्लन पळून गेला. ये, खेळू दोन-चार डाव!’

‘मला मुळीच वेळ नाही, बाबांनो! हातातला हा गठ्ठा पाहिलात का? वाटायचा आहे अजून!’

‘अगदी आत्ताच वाटला पाहिजे का? नंतर वाट की. रोज अगदी वेळच्या वेळीच पत्रं वाटतोस का तू?’

‘नाही, नाही... कुणी तक्रार-बिक्रार केली, तर नोकरीवरून काढून टाकतील मला!’

‘आता बसतोयस, का नाही? तीन वर्षांत कुणीही तक्रार नोंदवलेली नाही तुझ्याविरुद्ध एकही.. आत्ताच कोण नोंदवायला निघालंय्?’ मोहननं इक्बालला दंडाला धरून खाटेवर बसवलं.

‘नाही... नाही... मला गेलंच पाहिजे... मला माफ करा...’ इक्बाल उठून उभा राहिला.

‘मला माहीत आहे, बेट्या! तुझ्या ‘लैला’च्या नावचं पत्र द्यायचं असेल आज एक!’ कल्लननं टोमणा मारला.

दरम्यान पटावरचं एक प्यादं बोटांनी उचलत मिर्झाजींनी इक्बालला विचारलं,

‘आमच्या नावचं काही आहे का आज?’

‘तुमच्या नावचं काही नाही... पण लालाजींच्या नावाचं मात्र आहे एक!’

सरदार सोहनसिंहाना चाल समजावून देता-देता मधेच लाला लेखराज जागेवरून उठले आणि म्हणाले,

‘तुमचं पांढरा राजा गेला खड्ड्यात. वाचवा, मिर्झा!’

आपल्या मिशांना पीळ भरत सरदार सोहनसिंहांनी एकवार मिर्झाजींकडं कटाक्ष टाकला आणि पुढच्या चालीवर आपलं लक्ष केंद्रित केलं.

एव्हाना बारा वाजायला आले होते. जांभळीच्या झाडाखालचं विश्व आता अधिकच जिवंत झालं होतं, चैतन्यानं रसरसलं होतं. दिवसभर त्या जांभळीच्या झाडाखाली कमालीची वर्दळ असायची; पण ऐन दुपारी तो भाग बाजारासारखा गजबजून जायचा. शाळेतून परत आलेली मुलं त्या जांभळीच्या झाडाखाली गोट्या आणि लंगर खेळायला येत. रात्रपाळी करून पहाटे तीन-चार वाजता परत आलेले कामगार एव्हाना झोपा काढून तरतरीत झालेले असत आणि दुपारचं जेवण झाल्यानंतर पत्ते, बुद्धिबळं, सोंगट्या, इत्यादी खेळांत रंगून गेलेले असत. फसीह बिल्डिंगमधली इतर निरुद्योगी माणसं जांभळीच्या सावलीत निवांत बसून आजूबाजूची गंमत बघत आणि पिकलेली एका बाजूला गट करून राजकारणावर गप्पा हाणत.

‘तुमच्या म्हणण्याप्रमाणं, काँग्रेसचा विचार सोडून देऊ.. मुस्लिम लीग का होईना... पण स्वातंत्र्य एवढं एकच ध्येय असायला हवं!’ वैद्यजी निर्णायक स्वरात म्हणाले.

‘खरं म्हणाल, वैद्यजी, तर या गोऱ्यांना आपण प्रथम हाकलून दिलं पाहिजे! बाकीच्या गोष्टी पुढच्या पुढं पाहून घेऊ. आपण सारे भाऊ-भाऊच आहोत. आपण भांडलो, तरी एकत्र बसून एकविचारानं मार्ग काढू शकू.’ जयचंदला विस्तारपूर्वक विषय मांडायचा असे.

‘तुम्ही म्हणताहात, ते बरोबरच आहे. हिंदू, मुस्लिम, शीख... आपण सगळेच भाऊ-भाऊ आहोत...’

लाला लेखराज हे भावनोद्गार शांत राहून ऐकत होते. अनेकदा अशा चर्चेच्या वेळी ते जागेवरून उठत आणि काहीही न बोलता निघून जात. गणेश मिल्समधे ते एका अतिमहत्त्वाच्या पदावर होते. ते इथं चालणाऱ्या चर्चेत सक्रिय भाग घेत नसले, तरी मिलमधल्या कामगारांपुढं भाषण करताना ते म्हणत :

'आपणांस स्वातंत्र्य मिळालं, तर ते फक्त महात्मा गांधींच्या मार्फतच मिळेल... आणि गांधीजींना ते गोऱ्यांना दुखवून नको आहे. काही म्हटलं, तरी ते आज राज्यकर्ते आहेत. त्यांना वाटलंच, तर त्यांच्याविरुद्ध लढा उभारणाऱ्या प्रत्येकाला ते गोळी घालून ठार करू शकतात. पण ते त्यांना करायचं नाहीये. उलट, तुम्हां सर्वांना ते अन्न, वस्त्र, निवारा पुरवताहेत. त्यांच्यांत काय वाईट आहे एवढं? ते केव्हाही गांधी आणि जवाहरलाल यांना यमसदनास पाठवू शकतात. पण त्यांच्या मनांत या भल्या माणसांविषयी अतिशय आदर आहे...'

राजकीय विषयांवरची ही चर्चा नेहमीच दोन-तीनच वाक्यांशांभोवती फिरत राहायची. तीत वास्तवापेक्षा भावविवशताच अधिक असायची.

कधी कधी ही चर्चा वेगळंही रूप घ्यायची.

सरदार सोहनसिंह आणि मिर्झा यांच्या फौजा जांभळीच्या सावलीत अटीतटीनं लढत राहत. वजिराच्या रूपानं पंडित नेहरू चाल करत. घोड्याच्या रूपानं वल्लभभाई आणि हत्तीच्या रूपानं जीना चाल करत. या युद्धात गांधीजी अनुपस्थित असत. कारण गोऱ्यांचा नायनाट करण्यासाठीच या युद्धाचा मांड मांडलेला असे आणि युद्धात अहिंसा काय कामाची? तरीही या खेळात बरच गांधीवादीही प्याद्यांच्या रूपानं असत आणि हळूहळू आपापल्या चाली करत.

रात्रपाळीला जाणारे कामगार दिवसभर बुद्धिबळं, नाहीतर सोंगट्या खेळत राहत. पत्ते खेळणारे डाव संपला, की पत्ते पिसत. पत्ते प्रत्येक डावाच्या वेळी दोनदा पिसले जात. म्हणजे एकदा शफल करून, नंतर पारंपरिक पद्धतीनं. दरम्यान माश्यांचं गुणगुणणं चालूच असे.

एखादा म्हणे,

'इस्पिकचा छक्का कशाला टाकलास गाढवासारखा! तो टाकला नसतास, तर डाव तुझाच होता!'

'खरं म्हणशील, तर तू एक रंग कटाप करायला हवा होतास.'

या संभाषणाला छेद देणार एक चढा, खणखणीत आवाज शेजारच्या गटामधून वातावरणात वर उठे.

'हात्तिच्यायला! पुन्हा, सालं, तीनचंच दान पडलं!' बिशना कवड्या गोळा करत म्हणे.

'काही हरकत नाही, पठ्ठ्या! बघ, मी पुढच्या कसं वेळी दान पाडतो!'

निक्का, वीरा आणि शोकी जांभळीच्या झाडावर चढत पानवाल्याच्या ठेल्यावर लंगर लटकावून ते तिघंही भसाड्या आवाजात गात:

'कालेकी छाबडी पर लाई लंगर...'

–आणि लाला आपल्या ठेल्यावर डुलक्या घेत राही.

कधी कधी लंगरचा दोरा थोडा सैल होऊन लालाच्या टकलावर लोळे, त्या वेळी लाला ताडकन् झोपेतून जागा होई आणि सावरून बसे.

'जी.. बनारसी लावू का?' लाला अनवधानानं विचारी.

पोरं खदखदा हसत. पुन्हा गाणं म्हणायला लागत :

'लाले की खोपडी पर लाई लंगर...'

अहमद, कल्लन, शिब्बू 'गुत्थी' आणि 'अंटी' या गोट्यांच्या खेळात मग्न झालेले असत.

'माझी हडकी दे जरा...'

'कचा, रे...'

–आणि हे हडकीचं, कचण्याचं सत्र दिवसभर चालू राहायचं.

या काळात अनेकदा जांभळीच्या झाडासमोरच्या इमारतीतील पायऱ्यांवरून एक किनरा, किंचाळणारा आवाज रस्त्याच्या या टोकापासून त्या टोकापर्यंत भिरभिरत जाई :

'जि ऑ र्.... जी...'

'मी इथंच आहे, ममा...' जॉर्ज तिथूनच ओरडून प्रत्युत्तर देई.

खेळात मग्न असलेला बाबू त्या आवाजानं सावध होई. मान वळवून तो उजव्या डोळ्याची पापणी मिटवून हसत अर्थपूर्ण इशारा करी आणि फ्लोरा मंद हसत घरात जाई.

मालिक एका कोपऱ्यात खाटेवर पडून असे आणि त्याची पत्नी त्याच्याशेजारी बसून दिवसभर त्याची सेवा करत राही.

बोस बाबूंच्या छोट्या मुली दिवसभर लोचनच्या मागंमागं असत. त्याला चिडवत राहत:

'लोचे, दाल-भात खाचे, लोचे!'

कधी कधी दिनू भात्यासमोरच्या भट्टीच्या धगीमुळं हैराण व्हायचा आणि हातात हुक्का घेऊन, लुंगीनं नाक पुसत जांभळीखाली येऊन बसायचा आणि मग धो धो शिव्यांचा वर्षाव सुरू व्हायचा.

काही मुलं चिनी कापडविक्याच्या मागं धावत. नाना गाणी म्हणत त्याला चिडवत :

'चिनी मामा, चूं चूं... चिनी मामा, चूं चूं...'

जांभळीच्या शेंड्यावरच्या फांदीवर बसून बिहारी फिल्मी गाणी गात राही :

'पीना-पिलाना भूल गयीं इक शहर की लौंडियाँ...'

–आणि मग संध्याकाळ उतरू लागे.

दिवसभर जांभळीच्या झाडाखाली चाललेला हा कालवा आता आस्ते आस्ते कमी होत जाई. दिवसभर खेळून खेळून दमलेली मुलं घरी परत येत. बुद्धिबळांचे डाव आवरले जात. सोंगट्याचा पट घडी करून बासनात गुंडाळला जाई. अम्मा आपलं दुकान आवरू लागे. मंदिरांत वाजणाऱ्या घंटांच्या आवाजानं वातावरण ओझावल्यासारखं होई. जांभळीच्या झाडावर एक अनामिक औदासीन्य उतरू लागे. जांभळीचं झाड एखाद्या वत्सल बापाप्रमाणं आपल्या फांद्यांचे हात दोन्ही बिल्डिंगच्या पाठींवर ठेवून उभं असे.

जांभळीचं हे झाड या परिसरातलं साऱ्या चैतन्याचं केन्द्र होतं. त्या परिसरातलं सारं जीवन या एकमेव झाडाभोवतीच फिरत होतं. या झाडाच्या सावलीत या परिसरातली कितीतरी लहानाची मोठी झाली. याच झाडाच्या सावलीत अनेकानेक वृद्ध जीवनातल्या अडी-नडींशी लढा देत विसावले होते. जांभळीच्या या झाडानं आजवर हजारो रहस्यं स्वत:च्या उरात जपून सांभाळली होती.

जांभळीचं झाड दक्ष पित्याच्या कठोर दृष्टीनं या दोन्ही बिल्डिंगची निगराणी करीत राही. तिथल्या रहिवाशांची काळजी घेई. सकाळ फटफटताच छोटी छोटी मुलं आपल्या सावलीखाली केव्हा येतात, त्याची वाट पाहत राही.

१९४७ साल उजाडलं, आणि बुद्धिबळाच्या खेळात इंग्रजांवर मात झाली. स्वातंत्र्य आलं खरं, पण परिणामी सोहनसिंह आणि मिर्झाजी यांच्यामधून विस्तव जाईनासा झाला. जातीय दंगे उसळले. सदरबाजार, पहाडगंज अशा मार्गानं धुमसणारी आग भाजी-मंडईपर्यंत येऊन पोहोचली. जांभळीच्या झाडावर एका बाजूला मुस्लिम लीगचं निशाण फडकू लागलं. दुसऱ्या बाजूला तिरंगा. पण थोड्याच दिवसांत दोन्हीही निशाणं एकमेकांशी टक्कर घेत फांद्यांसह खाली कोसळली. दक्ष, कठोर बापाचे दोन्ही हात तुटून जमिनीवर पडले. मग त्याच्या मुलांनी वेड्यासारख्या परस्परांच्या छातीत आपल्या नख्या घुसवल्या. उष्ण रक्ताच्या उसळणाऱ्या चिळकांड्या बापाच्या तोंडावर कोसळत राहिल्या.

घराघरांतून प्रचण्ड प्रमाणात लूटमार सुरू झाली.

दिनूचं रक्ताळलेलं प्रेत जांभळीच्या झाडाखाली फेकून देण्यात आलं.

एक दंगेखोर म्हणाला,

'हा मुसलमान आहे!'

दुसरा म्हणाला,

'याला आपण अग्नी देऊ या, म्हणजे हा थेट नरकात पोहोचेल!'

तिसऱ्यानं जांभळीच्या झाडाच्या फांद्या तोडून दिनूच्या प्रेतावर रचायला सुरुवात केली.

चौथ्यानं त्याच्या घरातील सामान त्या सरणावर आणून टाकायला सुरुवात केली.

पत्र्याचा एक छोटासा डबा प्रेताच्या छातीवर येऊन पडला आणि त्या धक्क्यानं त्याचं झाकण उघडून सगळ्या गोट्या रानभैरी झाल्या.

अहमदचं प्रेत तंगडीला धरून कुणीतरी तिथं ओढत आणलं. जळत्या चितेत ते फेकून द्यायचा त्याचा विचार होता. पण तो मधेच थांबला.

'काय झालं, रे?'

'अरे, हा निक्का आहे... अहमद नव्हे!'

'अरे, मग लगेच जाळून टाकू या. सोहनसिंहांना अजिबात कळायला नको!'

जांभळीच्या झाडाच्या फसीह बिल्डिंगच्या बाजूच्या फांद्या रहिवाशांनी तोडून त्यांचं सरण रचलं आणि त्या सरणावर प्रेतं जाळून टाकली. सर्व प्रेतं पूर्ण जाळून होईतो एकेक फांदी चितेत जळत राहिली.

–आणि गोऱ्यांवर मात होत राहिली.

❑

कागदाची टोपी

लहान होतो, तेव्हा होतो त्याहून मी अधिक बथ्थड आणि मूर्ख वाटत असे. मुन्नी मात्र जेवढी तीक्ष्णबुद्धी होती, त्याहून अधिक सुंदर होती. प्रत्येकाचाच अभिप्राय असा होता. त्यामुळं व्हायचं काय, की आम्ही शेजार-पाजारची मुलं लग्नाचा खेळ खेळू लागलो, की मुन्नी नेहमीच नवरी असायची. नवरा कुणीही असायचा. फुलांच्या मुंडावळ्या घातलेला वर घोड्यावर बसल्याचं नाटक करीत मांडवात यायचा. लग्नसमारंभाप्रीत्यर्थ वऱ्हाडी मंडळींना साखर आणि चपातीचे तुकडे वाटले जात. नंतर वधूची पाठवणी व्हायची. वर आपल्या नवपरिणीत वधूला घेऊन मिरवणुकीनं निघे. मिरवणुकीत अग्रभागी चालत वर गाणं गुणगुणत असे : 'मैं तो दिल्ली से दुल्हन लाया, रे...'

वधू त्याच्यामागं साखरेचे बकाणे भरत चाललेली असे...

एकदा मी मुन्नीला म्हटलं,

'या वेळी मी तुझा नवरा होईन...'

माझ्याकडं चमत्कारिक दृष्टीनं पाहत ती म्हणाली,

'तोंड बघितलं आहेस कधी स्वत:चं आरशात?'

मग मी घरी परत आलो आणि खरोखरीच माझा चेहरा मी आरशात पाहिला – खूप वेळ पाहत राहिलो. मग माझी, कशी, कोण जाणे, खात्रीच झाली, मी भातुकलीतल्या लग्नसमारंभात सुद्धा नवरदेव होण्यासाठी मुळीच लायक नाही! मला स्वत:लाच मी अधिक मूर्ख वाटलो.

मुन्नी तशी आमच्या नात्यातलीच होती. आम्ही एकत्रच खेळायचो. ती तिची नवी नवी खेळणी घेऊन यायची आणि आमच्याबरोबर खेळायची. मीही तिला माझ्याजवळचं मौल्यवान भांडार उघडून दाखवायचो. नाना रंगांचे विलास दाखवणाऱ्या

काचेच्या गोट्या, सोडा-वॉटरची टोपणं, काचेचे रंगीबेरंगी तुकडे... मुन्नीला लाल रंग फार आवडायचा. माझ्या ते लक्षात आल्यावर माझ्या खजिन्यातील लाल रंगाचे सगळे काचेचे तुकडे मी तिला देऊन टाकले. नंतर लाल रंगाचे काचेचे तुकडे आणखी कुठं मिळताहेत का, याचाही शोध घेतला. मला ते कुठंही मिळाले नाहीत, म्हणून मी वडलांच्या टेबलावरील लाल रंगाची फुलदाणीच फोडून टाकली आणि तिचे तुकडे मुन्नीला दिले.

दुसऱ्या दिवशीच मुन्नीचं आणि माझं कशावरून तरी भांडण झालं आणि तिनं मी तिला दिलेले लाल रंगाचे सर्वच काचेचे तुकडे फेकून दिले.

तिच्या या कृतीनं मी फारच दुखावल्यासारखा झालो.

मग मी कल्लूला बाजूला ओढलं आणि जिन्याच्या पायरीवर बसून मी माझी दुःखद कहाणी त्याला निवेदन केली.

त्यानं त्यावर प्रतिक्रिया म्हणून मुन्नीच्या नावानं चार कडवट शब्द उच्चारावेत आणि माझ्याविषयी सहवेदना व्यक्त करावी, असं मला तीव्रतेनं वाटत होतं. पण तो मख्खपणे बसून वाहणाऱ्या नाकातला शेंबूड पुसत राहिला. मी जे काही याआधी बोललो, ते त्यानं नीट ऐकलं आहे किंवा काय, याचीच मला शंका वाटू लागली.

मुन्नीविषयी वेडावाकडा असा एकही शब्द उच्चारण्याचं धाडस कुणीच करत नव्हतं.

घरीसुद्धा माझे दोन भाऊ मुन्नीबरोबर खेळत आणि माझ्याकडं दुर्लक्ष करत. मी एकटाच जुन्या रद्दी वर्तमानपत्रांचे तुकडे करून त्यांतून खेळणी बनवीत राही. कधी बोट, कधी टोपी, कधी विमान, कधी काही.

या कागदांच्या खेळण्यांनी धमाल उडवली. आसपासच्या मुलांमधे माझा भाव एकदम वधारला. मीच बनवलेली कागदाची टोपी मी एकदा स्वतःच्या डोक्यावर घातली होती. त्या टोपीत मला पाहिल्यावर मुन्नीनंही, मी आता नवरदेव म्हणून चालू शकेन, असं मान्य केलं होतं; आणि अशा तऱ्हेनं मी नवरदेव झालो होतो.

एका दिवशी मी काही तरी रंगवीत बसलो होतो.

तेवढ्यात नीरज आता आला. त्यानं माझ्याकडं डोळे वटारून पाहिलं.

मी किंचित घाबरलो.

'नीरजभय्या, हा घे तुझ्यासाठीच मी हा पतंग बनवला आहे.'

नीरजनं माझ्या हातातील पतंग हिसडा मारून हिसकावून घेतला, बघता-बघता त्याच्या फाडून चिंध्या केल्या आणि काही न बोलता तो पळून गेला.

मी रागानं थरथर कापू लागलो; पण मग नंतर मी स्वतःला सावरलं. त्याचं महत्त्वाचं कारण असं, की तो मला ताकदीनं भारी होता. त्यानं सहज म्हणून माझा

हात पिरगाळला असता, तरी तो सांध्यात निखळला असता. शारीरिक दृष्ट्या मी तसा अशक्त आणि दुबळा होतोच.

संध्याकाळी शिकवणीसाठी गुरुजी आले, तेव्हा येतानाच त्यांनी नीरजला बखोटीला धरून ओढत आणलं.

'मी सांगितलेल्या सगळ्या बेरजा केल्या आहेस का तू?'

'होय...' नीरज उर्मटपणानं म्हणाला.

'आणि इंग्रजीत भाषान्तर करण्यासाठी दिलेला परिच्छेद?'

'आँ?...होय!'

'दाखव मला!'

आता केल्या कर्माचं योग्य ते प्रायश्चित्त नीरजला मिळणार, म्हणून मी मनोमन सुखावलो होतो. तेवढ्यात त्यानं माझीच वही उचलली आणि गुरुजींच्या पुढ्यात धरली. मी काही बोलणार, एवढ्यात त्यानं माझा हात असा काही पिरगाळला, की मी एक शब्दही उच्चारू शकलो नाही.

काळाचं चक्र फिरतच राहिलं.

मी मुंबईला आलो होतो.

मुन्नीच्या थोरल्या भावानं – प्रकाशनं जुहू बीचवर एक मोठा फ्लॅट भाड्यानं घेतला होता. मीही त्याच्यासोबत त्या फ्लॅटवर राहू लागलो. बाकीचे सगळे डेहराडूनला निघून गेले. मुन्नीचंही शिक्षण तिथंच सुरू झालं.

दोन महिन्यांपूर्वी प्रकाशचं लग्न झालं. त्यानिमित्तानं त्याचे सगळेच कुटुंबीय मुंबईला आले. मुन्नीही आली. प्रथमदर्शनी ती मोठी झाल्यासारखं वाटत होतं; पण थोड्याच दिवसांत तिनं लहानपणच्या मुन्नीचं रूप घेतलं होतं. तिच्या व्यक्तिमत्त्वातला तो खट्याळपणा आणि अहंकार आजही जसाच्या तसा शाबूत होता. जोपर्यंत तिचं वागणं-बोलणं औपचारिक स्वरूपाचं होतं, तोपर्यंत मी अत्यंत सुखी होतो. तिनं या औपचारिकपणालाच फाटा दिला, तेव्हा मात्र माझी कंबक्तीच भरली.

एक दिवस मी काहीतरी लिहीत बसलो होतो, तेवढ्यात ती वादळासारखी माझ्या खोलीत घुसली आणि मला खुर्चीतून उठवून बाहेर ओढत घेऊन गेली. समोरच्या बीचकडं निर्देश करीत ती मला अत्यंत लाडीकपणानं म्हणाली,

'आपण या बीचवर जाऊ या जरा!...'

'ते कशाला?'

'चाट खाऊ या...'

आता तिचा हा नित्यक्रमच झाला : संध्याकाळी बीचवर चाट खाणं आणि सकाळी पोहोणं.

एकदा ती समुद्रात पोहायला म्हणून उतरली. पोहत असता कसं, काय झालं, कळलं नाही, पण तिनं एक गटांगळी खाल्ली. तोंडात गेलेलं पाणी नाकातून बाहेर पडलं.

स्वत:ला त्या अवस्थेतून सावरत, ती बीचवर सावकाश पावलं टाकत चालत आली. तोंडात गेलेलं खारटघोट पाणी तिनं वारंवार थुंकून टाकलं.

'ऑक् थू.... ऑक् थू थू थू...!' मी तिच्या थुंकण्याची नक्कल केली.

तिनं सारा ताव माझ्यावरच काढला.

त्या दिवशी माझ्यावर सूड घेण्याच्या उद्देशानं तिनं माझ्या चहाच्या कपात साखरेऐवजी भरपूर मीठ टाकलं आणि तोच कप मी तिच्या आईच्या हातात जाणूनबुजून दिला, तेव्हा तिच्या हातातील तो कप हिसकावून घेऊन ती पाय आपटत तिथून निघून गेली.

तिच्या आईला काय घडलं आहे किंवा काय घडलं असावं, हे काहीच कळलं नाही. मलाही त्या वेळी मुळीच कळलं नव्हतं.

हे सगळं घडून गेल्यानंतर बऱ्याच दिवसांनी मला खरा प्रकार कळला.

एके दिवशी मी माझ्या टेबलाशी बसून काही लिहीत होतो. तिनं, मी काय करीत आहे, ते डोकावून पाहिलं आणि ती मला म्हणाली,

'ए मिस्टर, काय करतोय्स तू?'

तिच्या हातात आईस्क्रीम होतं.

'ए मिस्टर!'

मी चकित होऊन तिच्याकडं पाहिलं.

'काय करतोय्स तू?'

मी नुसतं हसून तिच्याकडं पाहिलं. उत्तरादाखल काहीच बोललो नाही.

'मी काय विचारते आहे? ऐकायला आलं नाही का तुला?'

ती किंचाळल्यासारखं म्हणाली आणि तिनं मी लिहीत असलेल्या कागदांवर हातातलं आईस्क्रीम फेकून दिलं.

मी संतापानं उठून उभा राहिलो; पण दरम्यान ती अदृश्य झाली होती.

कधी ती मूडमधे असली, तर ती माझ्या खोलीत येई आणि आपल्या कॉलेजमधल्या गमतीजमती रंगवून सांगत राही. कधी मैत्रिणींचे किस्से सांगे.

'माझी एक मैत्रीण आहे... एक मुलगा तिच्या वसतिगृहावर तिला भेटायला जवळजवळ रोजच येई. एके दिवशी...'

'पण तो तुझ्या मैत्रिणीला कशासाठी भेटायला येत होता?'

'ते मला कसं माहीत असणार? ते दोघांनाच ठाऊक... मला त्याविषयी काहीही माहिती नाही..!' ती उत्तर टाळण्याच्या हेतूनं म्हणाली.

'तू तुझ्या मैत्रिणीला का नाही विचारलंस त्याबद्दल?'

ती चिडून म्हणाली,

'मी काही महत्त्वाचं असं सांगण्याचा प्रयत्न करत असते तुला आणि तू मात्र विनाकारण मधेच अडथळे आणत असतोस!' असं म्हणत दाणदाण पावलं टाकीत निघून जाई.

तिनं माझ्या हातातील पेन हिसकावून घ्यावं, माझ्या समोरचं पुस्तक मिटवून ठेवावं, पाय लोंबकळत ठेवून माझ्या टेबलावर बसावं, गुडघ्यावर ठेवलेल्या हातावर हनुवटी टेकवावी आणि थट्टेच्या स्वरात तिनं मला विचारावं,

'तुला लिहायला जमत नसेल, तर उगीचच चांगले चांगले कागद का चिताडत राहतोस?'

काही दिवसांनी डेहराडूनहून एक पत्र आलं आणि त्यातून मला कळलं, की नीरज लवकरच मुंबईला येतो आहे.

नीरज येताच सगळ्या कुटुंबात चैतन्य सळसळू लागलं.

दरवेळी काही ना काही गडबड-गोंधळ-गाणी चालूच असत. सैनिकी पेशातील जीवनानं नीरजच्या आयुष्यातलं उरलंसुरलं गांभीर्य हाकलून लावलं होतं. तो नाना तऱ्हेच्या हकीकती, गमतीजमती सतत सांगत राही. हास्यकल्लोळानं हॉल सतत दणाणत नाही. साऱ्यांना तो स्वत:भोवतीच्या मेळाव्यात सहजपणे सामील करून घेई. त्याला चेष्टा-मस्करीच्या नवनवीन कल्पना सुचत, खेळ सुचत आणि मुन्नी त्याच्या त्या खेळात समरसून सामील होई. प्रत्यक्षात त्याच्या सहवासात तिचा वेळ कसा आनंदात निघून जाई, हे तिलाही कळत नव्हतं. खरं म्हणजे, मुन्नी नीरजच्या सहवासातच अधिक रमली होती. त्याच्याशिवाय तिचं पान हलेनासं झालं होतं.

हळूहळू ती माझ्याकडं दुर्लक्ष करू लागली.

मीही जास्तीत जास्त वेळ फ्लॅटपासून बाहेर-बाहेरच राहू लागलो.

एके दिवशी मी घरी परत आलो, पाहतो, तो मुन्नीनं नीरजचा मिलिटरीतला यूनिफॉर्म स्वत:च्या अंगावर चढवला होता. तिनं बोटांत सिगारेटही धरलेली होती. धूर कोंडला गेल्यामुळं तिला ढास लागली होती आणि ती चमत्कारिक खोकत होती.

ते दृश्य पाहून मी आल्या पावली परत फिरलो,

काही दिवसांनंतर ती माझ्या खोलीत आली आणि म्हणाली,

'माझे फोटो मला परत हवे आहेत...'

'मी त्यांचं केव्हाच लोणचं घातलं आहे...' मी हसून म्हणालो.

'मुकाट्यानं देऊन टाक. माझे फोटो तुला तुझ्याकडं ठेवून घ्यायचा काय अधिकार आहे?'

मी शांतपणे उठलो आणि काहीही न बोलता तिचे फोटो तिला परत करून टाकले.

'एवढेच? मी समुद्रात पोहत असताना घेतलेले? ते कुठं आहेत सगळे?'

'कुठं ठेवले आहेत, ते मला आठवत नाहीत.. शोधावे लागतील.'

'मला आत्ताच हवे आहेत ते!'

'माझ्याजवळ आत्ता नाहीत ते!'

तिनं मी दिलेले सगळे फोटो संतापून टेबलावर फेकून दिले.

मी ते सर्व दोन्ही हातांनी एकत्र गोळा केले. त्यांचे तुकडे-तुकडे केले आणि खिडकीतून फेकून दिले.

माझ्या या विलक्षण कृतीवर तिचा विश्वासच बसला नव्हता.

एक शब्दही न बोलता ती तिथून ताडताड निघून गेली.

त्यानंतरच्या काळात आम्ही एकमेकांशी एका शब्दानंही बोलत नव्हतो. दोघंही संतापानं धुमसत होतो.

नीरज मात्र आवश्यक त्याहून अधिकच बकबक करीत होता.

आम्हां दोघांतील अबोला कुणाच्याच ध्यानात आला नव्हता.

संध्याकाळी मी फ्लॅटवर परत येई, तेव्हा ती व्हरांड्यात नीरजबरोबर पत्ते तरी खेळत बसलेली असे, नाही तर वहिनीबरोबर कॅरम तरी खेळत असे. तिनं चाट खायचंही सोडून दिलं होतं.

एके दिवशी मी परत आलो, तेव्हा खूपच रात्र झाली होती.

मी माझ्या खोलीत आलो, तेव्हा ती माझ्या टेबलाशी बसलेली होती. कदाचित वृत्तपत्र वाचत असावी.

माझ्या पावलांची चाहूल ऐकताच ती खुर्चीतून उठली आणि शेल्फवरचं पुस्तक काढत असल्याचा बहाणा तिनं केला.

मी पाठमोरा उभा होता आणि अलमारीत कपडे हँगरला अडकवून ठेवत होतो. तेवढ्यात तिनं महत्त्वाचं असं एक वृत्त मला सांगितलं,

'आम्ही उद्या परत जाणार आहोत...'

'केवढी छान बातमी आहे!' मी उद्गारलो.

माझे शब्द जणू जमिनीवरून उशी घेत तिच्या कानांवर आदळले.

ती दुखावल्यासारखी झाली आणि क्षणभरच खिळल्यासारखी उभी राहिली.

मी एवढ्या कठोरपणं माझी प्रतिक्रिया का व्यक्त केली, मला कळलं नाही.

'अम्मी म्हणत होती... आपल्याला उद्या परत जायचं आहे.'

'तू काय ठरवलं आहेस?' मी विचारलं.

ती काही क्षण तशीच उभी राहिली.

मी तिच्याकडं पाहिलं.

तिचा चेहरा पांढराफटक पडला होता. डोळ्यांत अश्रू जमा झाले होते.

ओलावल्या स्वरात तिनं मला विचारलं,

'माझ्यावरचा तुझा राग अजूनही गेलेला नाही का?'

आता पुढच्याच क्षणी ती मोडून पडेल आणि आपल्या अश्रूंना वाट करून देईल, असं मला वाटलं.

तिचं सांत्वन करावं, म्हणून मी दोन पावलं पुढं सरलो, तोच पाठमोरी होत ती दाराच्या दिशेनं निघून जाऊ लागली.

तिच्या हातात काही तरी वस्तू असल्याचं मला ओझरतं दिसलं. ती वस्तू ती, माझ्यापासून लपवत, घेऊन चालली होती.

लगबगीनं मी तिचा हात पकडण्याचा प्रयत्न केला; पण हातातली वस्तू सोडून देत, स्वत:ची सोडवणूक करून घेत ती तिथून लगबगीनं निघून गेली.

मी त्या वस्तूवर दृष्टी केंद्रित केली.

कागदाच्या तुकड्यापासून तयार केलेली ती एक टोपी होती.

❑

बखर एका जंगलाची

तराईचं घनदाट जंगल जिथं संपतं, तिथूनच पूर्णा नदी वाहते. सामान्यत: ही नदी तशी शांतच म्हणायला हवी; पण पावसाळ्यात तिच्या जणू अंगात येतं आणि ती दोन्ही काठांवर मन:पूत विस्तारत, वाटेत येईल, त्याचा विध्वंस करीत, प्रचण्ड उसळ्या घेत, फेसाळत, धो धो वाहत राहते. कधी कधी आपल्या सोबत काठांवरची माती, ढेकळं, छोटे छोटे दगड आणि खडीही घेऊन जाते.

नदीच्या पलीकडच्या काठाच्या बाजूला एक छोटीशी टेकडी आहे. या टेकडीवर माणसांची वस्ती आहे. पूर्वी कधी तरी तोही जंगलाचाच भाग होता आणि चित्ता, अस्वलं, माकडं, उंदरं, मुंगसं हे प्राणी आणि वेगवेगळे सर्पही तिथं वैपुल्यानं आढळत. आज मात्र तिथं माणसांची गुलाम झालेली फक्त कुत्रीच आढळतील; आणि वानिक संस्कृती सोडून आता पाळीव झालेल्या प्राण्यांपैकी गाई, बैल, म्हशी, रेडे आणि शेरडं, गाढवांच्या बाबतीत बोलायचं, तर ती बोलून-चालून गाढवंच.

असं म्हणतात, की या वस्तीचा कुणी एक चौधरी नावाचा प्रमुख आहे, त्यानं आपल्या पदरी बरीच घोडी आणि महाबली नावाचा एक हत्तीही बाळगला आहे. ही घोडी मुळातच जंगली असावीत, पण त्यांचंही त्यांच्याच भाऊबंदांनी पाळीव प्राण्यांत रूपान्तर करण्यास साहाय्य केलं आहे.

हल्लीहल्लीच, पूर्णा नदीच्या या अलीकडच्या काठावरच्या जंगलातच राहणाऱ्या बुजुर्गांमधे अत्यंत गंभीर अशी चर्चा सुरू झाली होती. काही दिवसांपासून जंगलात एक विलक्षण चमत्कारिक असं दहशतीचं वातावरण निर्माण झालं होतं. वेगवेगळ्या ठिकाणी एकत्रित जमलेल्या प्राण्यांच्या गटांत कुजबुजीच्या स्वरात चर्चा होत होत्या. कुठं लांडगा आणि कोल्हा यांच्यात खलबतं चाललेली दिसत. कुठं काही शहामृग एकमेकांच्या गळ्यांत माना अडकवून रहस्यांची देवाण-घेवाण करीत.

सामान्यत: ही सारीच प्राणिमंडळी चित्ता येताना दिसताच एकाएकी गप्प होत. बोलायची थांबत. पण तरीही यांपैकी प्रत्येक जण संधी मिळाली, निमित्त मिळालं, की अलीकडच्या काठाशी जाऊन पलीकडच्या माणसांच्या वस्तीकडं पाहत तिथं काय चालू आहे, याचा बाहेरून अंदाज घेई. त्या वस्तीत राहणाऱ्या माणसांची संख्या आता बेसुमार वाढली होती आणि त्यांच्यापैकी कुणी ना कुणी नदीच्या पलीकडच्या काठावर काही ना काही काम करीत असल्याचं त्याच्या दृष्टीस पडे.

गेले काही दिवस नदीच्या प्रवाहातच बरीच माणसं दिवसभर काही तरी बांधकाम करत असल्याचं दिसून आलं होतं; आणि हे बांधकाम म्हणजे दुसरं-तिसरं काही नसून, दोन्ही काठ जोडणारा पूल असणार आहे, याचं भय प्रत्येक प्राण्याला वाटत होतं.

पूर्वी कधी तरी पूर्णा नदीच्या पलीकडच्या काठावरही असंच घनदाट जंगल होतं. त्या वेळी त्या जंगलात सर्व प्राणी भयानक आवाजात ओरडत, गर्जना करत; नाना प्रकारच्या आवाजांनी सारं जंगल दणाणून सोडत आणि मनमुक्त जीवन जगत.

कसं, काय घडलं, कुणालाच कळलं नाही, त्या टेकडीच्या आश्रयानं मानवानं आपली पालं ठोकली, तरीही त्या प्राण्यांची त्या घटनेवरची प्रतिक्रिया 'आपल्याला काय घेणं आहे!' अशीच त्रयस्थपणाची होती. या जंगलात राहण्याचा आपल्याला जेवढा हक्क आहे, तेवढाच माणसालाही आहे, अशीच त्यांची धारणा होती.

ही सगळीच भूमी आरंभी प्राण्यांच्याच मालकीची होती. पण या जंगलात राहणाऱ्या काही प्राण्यांनी आपल्या त्याग करून मानवी संस्कृतीचा स्वीकार केला, तेव्हा तर उरलेल्यांची प्रतिक्रिया अशी होती, की ज्याला त्याला निवडलेल्या पद्धतीनं जीवन जगण्याचं स्वातंत्र्य जन्मानंच बहाल केलं आहे; आणि आजही हा जन्मसिद्ध हक्क ते मागत आहेत.

मानवी संस्कृतीचा जसजसा विकास होत गेला, लोकसंख्यावृद्धी होत गेली, तसतसा माणूस अधिकाधिक बुद्धिमान होत गेला; आणि याच बुद्धीमुळं तो अधिकच उर्मटही होत गेला. शस्त्राचा उपयोग त्याच्या ध्यानात आल्यावर तर आपण सर्वश्रेष्ठ, सार्वभौम आहोत, असंच त्याला वाटू लागलं आणि परिणामी त्यानं पशूंवर दात धरला. तो पशूंवर जूलम-जबरदस्ती, अत्याचार करू लागला. आरंभीच्या काळात हे अत्याचार प्राण्यांनी मुकाट्यानं सहन केले; पण प्रत्येकालाच जगण्याचा हक्क असल्यानं त्यांनी या अन्याय-अत्याचारांचा कडवा प्रतिकार केला. परिणामी माणूस जंगलातून बाहेर पडला आणि सपाट भूमीवर, टेकडीवर, डोंगरावर

वस्त्या करून राहू लागला. त्यांनी वानिक संस्कृतीचा पूर्णत: त्याग केला आणि ते घरांत आणि लाकूडफाट्यांच्या साहाय्यानं उभारलेल्या झोपड्यांत इतरेजनांच्या सोबतीनं राहू लागले. शेती करू लागले आणि धान्य पिकवून स्वत:ची गुजराण करू लागले.

मग प्राण्यांनी माणसाला आपल्या सृष्टीतून बहिष्कृत केलं. जातीबाहेर काढून टाकलं.

माणूस घरांत, वस्त्यांत, गावांत राहू लागला, तरी त्यानं आपली पाशवी गुणवैशिष्ट्यं मुळीच त्यागली नव्हती. आपल्यांतल्याच दुर्बळांना तो गुलाम म्हणून पदरी वागवू लागला. त्यांच्यावर अन्याय-अत्याचार करू लागला.

पुढल्या काळात माणसांचा हा समूह वेगवेगळ्या जातींमधे, देशांमधे आणि धर्मांमधे विभागला गेला. एकमेकांहून सर्वस्वी भिन्न असलेले प्राणी आजही जंगलात गुण्यागोविंदानं राहत आहेत; पण माणसं एकाच राष्ट्रात एकत्र राहू शकत नाहीत. त्या राष्ट्राचीही ते फाळणी घडवून आणतात. एकत्र राहणारी कुटुंबंही आपसांत मारामाऱ्या करतात आणि घरं दुभंगली जातात. एवढंच नव्हे, तर दुसऱ्याच्या न्याय्य हक्कांवरही ते अतिक्रमण करतात, त्या निसर्गदत्त हक्कांवरही स्वत:चा हक्क सांगतात; आणि आपल्याहून दुर्बळ, कमजोर, क्षीण असणाऱ्यांवर निर्घृण अत्याचारही करतात.

अशा प्रकारचं भीतीचं आणि दहशतीचं वातावरण काही दिवस साऱ्या जंगलभर भरून राहिलं. साऱ्याच प्राण्यांना जाणवत होतं; पण त्याबाबतीत कोणत्याही निर्णयाप्रत ते येऊ शकत नव्हते.

अखेरीस त्यांच्यांतीलच एक बुजुर्ग भडकून म्हणाला,

'यापूर्वी किमान दहा वेळा तरी यांनी आपल्याला आपल्या हक्काच्या जागेवरून हुसकावून लावलं आहे... बेघर केलं आहे. या परिसरात शिल्लक राहिलेलं हे शेवटचंच जंगल आहे. आता समजा, त्यांनी नदीवर पूल बांधायचं ठरवलंच असेल, तर आपण जाणार तरी कुठं? एक काळ असा होता, की हे सारं जंगल, ही प्रचंड भूमी आपल्याच मालकीची होती. पण आता आपण जमिनीच्या वीतभर तुकड्याला महाग होत चाललो आहोत. माणसानं फेकलेल्या तुकड्यावरच निर्वाह करण्याची पाळी दुर्दैवानं आपल्यावर आली आहे. त्याचा वंश मात्र निरंतर वाढतोच आहे. आता त्यांचे चंद्र, मंगळ, आदी ग्रहांवरही वस्ती करण्याचे प्रयत्न जारी आहेत. त्यांच्या या अनावर हावेमुळं आपण नामशेष होण्याच्या मार्गावर आहेत. त्यानंतर...'

आणखी एक बुजुर्ग आपले कान हलवीत, खोकत म्हणाला,

‘ही माणसं आता खरोखरीच निर्लज्ज झाली आहेत. हल्लीहल्लीच त्यांनी पलीकडच्या काठावरच्या टेकडीवर वस्ती वसवायला आरंभ केला. त्यानंतर त्यांनी आपल्याच भूमीवरची झाडं तोडायला सुरुवात केली. बब्बरखान सिंहानं त्याच वेळी धोक्याचा इशारा देत म्हटलं होतं, ‘त्यांच्यावर तातडीनं हल्ला करा आणि दहा-पाच जणांना यमसदनाला पाठवा!’ आपण त्याप्रमाणं कृती केली असती, तर इथं पुन्हा पाऊल ठेवण्याचं त्यांचं धाडस झालं नसतं. आता त्यांचा तो उद्योग असाच चालूच राहिला, तर थोड्याच दिवसांत हे जंगल सोडून देऊन आपल्याला रानभैरी व्हावं लागणार आहे. बब्बरखानचं भाकीत खरं ठरू पाहत आहे. आपण ते प्रत्यक्षच अनुभवतो आहोत.’

आणखी एकजण उद्गारला,

‘मला अजूनही आठवतं आहे... नदीला प्रचंड पूर आलेला होता. आमच्या म्हाताऱ्या आई-वडिलांच्या खांद्यांवर बसून किर्र अंधारात आम्ही त्या काठावरून पोहत या काठावर येऊन पोहोचलो होतो..’

‘आणि जी काही लहान लहान पिल्लं नदीच्या पुराबरोबर वाहत गेली, त्यांचं काय झालं असावं, राम जाणे!’

‘आजही त्यांच्या जीवघेण्या किंकाळ्या माझ्या कानांत प्रतिध्वनित होत असतात..’ एका म्हातारीनं ओलावल्या स्वरात म्हटलं. तिच्या डोळ्यांतून अश्रू ओघळत होते.

जंगलातल्या त्या सुन्न वातावरणात आता मरणभयासोबतच काळजी आणि विषण्णता भरून राहू लागली.

पुढच्या काळात एक चमत्कारिक घटना घडली आणि जंगलातल्या अस्वस्थतेनं उग्र स्वरूप धारण केलं.

झेब्र्याचं एक पिल्लू पाणी पिण्यासाठी म्हणून नदीवर गेलं आणि त्याला पाहताच पलीकडच्या काठावर राहणाऱ्यांनी एकाएकी आरडाओरडा सुरू केला. त्याला वाटलं, पलीकडच्या वस्तीतलं एखादं मूल नदीच्या वाहत्या पाण्यात पडलं आहे, म्हणून ते ओरडताहेत. ते वाहत जाताना दिसलं, तर वाचवावं, असा विचार करून त्यानं मान वर करून सभोवार दृष्टी फिरवली. तेवढ्यात त्याच्या पेकाटात चार धोंडे येऊन आदळले आणि त्याच वेळी एक बाण त्याच्या पुठ्ठ्यात येऊन घुसला. तेव्हा ते पिल्लू ताडदिशी वळून जंगलाच्या दिशेनं धावू लागलं. लांबून कुणी तरी बंदुकीच्या साहाय्यानं गोळीही झाडल्याचा आवाज कानांवर आला. अंगावर पट्टे असलेलं ते पिलू आपले प्राण वाचवत सैरावैरा पळत होतं. त्याच्या दिशेनं झाडलेल्या गोळीला आपल्या घराकडं परतणारा एक निरपराध ससा बळी पडल्याचं त्यानं पाहिलं.

गेले कित्येक दिवस बब्बरखान सिंह आपल्या गुहेत बसून, घडणाऱ्या या सर्व घटनांवर सूक्ष्म लक्ष ठेवून होता.

एक दिवस तो गुहा सोडून बाहेर पडला आणि खाली उतरून आला. त्या टेकडीच्या पायथ्याशी आधीच अनेकानेक प्राणी एकत्र जमले होते. बब्बरखानला पाहताच सगळ्यांनी एकदमच तक्रारी सांगायला सुरुवात केली.

त्यांच्या सर्व तक्रारी आपण ऐकून घेतल्या असल्याचं मोठ्यानं खाकरून दर्शवत तो एका खडकाला पाठ टेकवून बसला.

तो आल्याचं पाहून काही पक्षीही झाडांच्या फांद्यांवर येऊन बसले. त्यांचंही भविष्य या चतुष्पादांच्या भवितव्याशी बांधलं गेलं होतं.

एक भयाण शांतता आता तिथं भरून राहिली होती.

गोळीला बळी पडलेल्या सशाची आई असह्य दुःखानं गदगदत होती. हुंदक्यावर हुंदके देत होती.

एका ठिकाणी झेब्ऱ्यांची अख्खी जमात एकत्र, परंतु गप्प, हालचाल न करता बसून राहिली होती.

एक चित्ता हळूच उतरण उतरत खाली आला; आणि तिथं येताच काहीच हालचाल न करता स्थिर उभा राहिला. त्याच्या डोळ्यांत मूर्तिमंत अंगार उतरला होता. त्याचं समग्र कुटुंब या पलीकडच्या काठावर राहणाऱ्यांनी मारून टाकलं होतं. त्याच्या जातीचा तो आता एकमेव असा प्रतिनिधी उरला होता.

हत्तीप्रसादनं आपल्या सोंडेनं चित्त्याच्या पाठीवर सांत्वनपर थोपटल्यासारखं केलं आणि त्याला शांतवण्याचा प्रयत्न केला.

चित्त्याला हत्तीचं हे आगाऊ कृत्य मुळीच रुचलं नाही. तो गर्रकन वळला आणि एक शब्दही न बोलता त्या समूहातून निघून गेला.

थोड्याच वेळात सगळ्या जंगलभर या सभेचं वृत्त पसरलं आणि अधिकाधिक प्राणी सभेच्या ठिकाणी जमा होऊ लागले. हरिणं आली, बारशिंगे आले, रानडुकरं आली.. सारे आले. आळशी घुबडही पंखांचा फडफडाट करीत तिथं येऊन पोहोचलं. पण तिथं येताच त्यानं डोळे मिटून घेतले आणि ते बसल्या जागी झोपी गेलं.

थोड्याच वेळात चित्ता एका इसमाचं रक्तलांछित प्रेत दरदरा ओढत सभेच्या ठिकाणी घेऊन आला.

सूड म्हणून चित्त्यानं या इसमाची हत्या करावी, हे अनेकांना रुचलं नाही. आपली नापसंती त्यांनी नाना पद्धतींनी प्रकट केली.

चित्ता म्हणाला,

'या इसमाची हत्या मी केलेली नाहीये. त्याच्याच एका भाऊबंदानं त्याचा निर्घृण खून करून त्याचं प्रेत त्यानं नदीत फेकून दिलं होतं. मी फक्त ते तुम्हांला दाखवायला इथं घेऊन आलो आहे. ज्यांना स्वत:च्या रक्तामांसाच्या भाऊबंदांची क्रूरपणे हत्या करताना लाज वाटत नाही, ते आपल्याविषयी करुणा बाळगतील, अशा संभ्रमात मुळीच राहू नका.'

चित्त्याचं निवेदन ऐकताच सिंहाच्या मिशा ताणल्यासारख्या ताठ झाल्या. तो चारी पायांवर उभा राहिला आणि हळूहळू चढत जाणाऱ्या स्वरात बोलू लागला,

'हप्त्याहप्त्यानं, एकेक तुकडा देत-देत आपण आपल्या मालकीची, या भूमीवरची सगळीच जंगलं माणसांच्या हातांत सोपवत आलो आहोत. त्यांच्या वाढत्या लोकसंख्येशी आणि वाढत्याच आशा-आकांक्षांशी सततच तडजोड करत आलो आहोत. पण वांशिक श्रेष्ठत्वाच्या बळावर त्यानं आपला अधिकच गैरफायदा घेतलेला आहे. त्यानं नाना प्रकारची शस्त्रं शोधून काढली आहेत. ती आपल्या भाऊबंदांवर बिनदिक्कत चालवताना त्याला मुळीच लाज वाटत नाही. माणसाचं आता पशूत रूपान्तर झालं आहे. स्वत:च्या रक्तामांसाच्या व्यक्तींवर प्राणघातक हल्ला करण्यास जो मागचा-पुढचा कसलाच विचार करीत नाही, तो आपल्याविषयी करुणा बाळगील, अशी कल्पना करणंच चुकीच आहे. मला आता एकच गोष्ट नीटपणं उमजली आहे : आपणां साऱ्या वन्य पशूंना त्याला पृथ्वीतलावरून समूळ नष्ट करायचं आहे. या भूमीवरचे आपण मूळ आदिवासी आहोत. आपल्यापैकी काही जमाती त्यांनी याआधीच पूर्णत: नष्ट केलेल्या आहेत. आता मात्र आपल्या सर्वांच्याच अस्तित्वाचा प्रश्न निर्माण झाला आहे. हा लढा आपण प्राणपणानं लढायला हवा.'

सिंहाच्या या घोषणेला उपस्थितांनी उत्स्फूर्त प्रतिसाद दिला.

आपली शेपटी उंचावून त्यांना शांत राहण्यास सुचवत सिंह पुढं म्हणाला,

'हा लढा आपण सर्वांनी एकमेकांच्या खांद्याला खांदा भिडवून द्यायचा आहे. आपल्यापैकी कुणावरही – मग तो चित्ता असो, की मुंगी असो – प्राणघातक हल्ला झाला, तर त्याचा सर्वांनी मिळून, एकत्रच प्रतिकार करायचा आहे!'

आपल्या माना खाली झुकवून आणि धुळीत नाकं खुपसून सर्वांनी आपली सहमती दर्शवली.

हा प्रकार चालू असताना एका शहामृगाची चोच तुटली आणि तो कण्हायला लागला. त्या घटनेनं काही प्राण्यांना हसू फुटलं. पण बब्बरखान पुन्हा उठून उभा राहताच त्यांनी ते कसोशीनं दाबलं.

बब्बरखाननं तात्काळ एका कमिटीची स्थापना केली आणि त्या समितीत एक हत्ती, एक अस्वल, एक कोल्हा आणि एक घोडा यांना पदसिद्ध सदस्य नेमलं. पुढं तो म्हणाला,

'समितीला विश्वासात न घेता कोण्याही प्राण्यानं आपल्या जंगलाच्या संरक्षणाची जबाबदारी स्वतंत्रपणे स्वत:वर घेऊ नये.'

नदीवर पूल बांधण्याचं काम जिथं चालू होतं, तिथं जाऊन त्या कामावर गुपचूप नजर ठेवण्याचं काम चित्त्याकडं सोपवण्यात आलं. सर्व माकडांनी त्याला पूर्ण सहकार्य द्यावं, असे आदेश देण्यात आले.

पलीकडच्या टेकडीवरच्या वस्तीवर काही संशयास्पद हालचाली चालू आहेत काय, याचा कसून शोध घेण्याचं काम घारीकडं सोपवण्यात आलं.

पुढच्या काळात सांगण्यासारखं असं विशेष काहीच घडलं नाही.

नदीवर पूल बांधण्याचं काम आपल्या गतीनं चालू होतं. हळूहळू ते जंगलाच्या दिशेनं पुढं पुढं सरत होतं.

एके दिवशी एक पांढरी घार आकाशातून खाली टेकडीवर उतरली आणि तिने कर्कश शीळ घातली.

ती शीळ ऐकताच सिंह आपल्या गुहेतून तात्काळ बाहेर आला.

घार म्हणाली,

'पलीकडच्या वस्तीत नुकतेच मोठ्या आकाराचे बरेच पिंजरे आणण्यात आले आहेत. काही कुलूपबंद पेट्याही तिथं आल्या आहेत. त्यांच्यांत बंदुका आहेत, असं ऐकायला मिळालं.'

'त्या कुलूपबंद पेट्यांत बंदुकाच आहेत कशावरून?'

'एका झुरळानं एका उंदराला सांगितलं. ही बातमी सांगायला उंदीर पळत-पळत निघाला, एवढ्याच एका कावळ्यानं...'

'कावळा हा अत्यंत गलिच्छ आणि घाणरेडा पक्षी आहे!' सिंह म्हणाला, 'तो माणसांच्या उष्ट्यावर आणि त्यांनी टाकून दिलेल्या सडक्या-नासक्या अन्नावरच जगत असतो.'

'पण तो अतिशय शहाणा पक्षी आहे, महाराज! तो माणसालाही टांग मारू शकतो!'

'टांग मारणाऱ्याला शहाणा म्हणत नाहीत... फार तर चलाख म्हणता येईल.. ते ठीक आहे.. तू, पुढं काय झालं, ते सांग!'

'तर एका उंदरानं त्या राम नावाच्या कावळ्याला सांगितलं, की तो एक अत्यंत महत्त्वाची बातमी सांगायला निघाला आहे... ही बातमी पलीकडच्या काठावरच्या जंगलात राहणाऱ्या पशुपक्ष्यांच्या संदर्भात आहे.. त्यांच्या स्वातंत्र्यलढ्याचा संदर्भात आहे, तेव्हा त्या कावळ्यानं त्याला या जंगलात आणून सोडलं आणि

तेव्हापासून तो याच जंगलात आहे. त्या कावळ्यानं मला हे वृत्त सांगितलं.'

बब्बरखान आता विचारात पडला.

थोड्या वेळानं समितीच्या सभासदांना ताबडतोब बोलावून आणण्याचा आदेश त्यानं बाहेर उभ्या असलेल्या लांडग्याला दिला.

सर्व सदस्य उपस्थित झाल्यानंतर त्यांची ही गुप्त सभा रात्रभर चालू राहिली.

दुसऱ्या दिवशी प्रत्येक जातीच्या प्राण्यांवर विशिष्ट जबाबदारी सोपवण्यात आली आणि जंगलाच्या स्वातंत्र्यलढ्याचं शिंग फुंकलं गेलं.

उंदरांना सूचना देण्यात आल्या, की त्यांनी प्रत्येक घरात शिरून बंदुकांविषयी माहिती काढावी आणि ज्या घरात या बंदुका साठवल्या आहेत, त्यावर त्यांनी विशिष्ट खूण करावी.

'खुणा करायच्या, हे खरं, पण त्या कशा करायच्या, मालक?'

'कुणीही कुणालाही मालक म्हणून संबोधायचं नाही!' हत्तीनं दटावणीच्या स्वरात म्हटलं, 'हे सगळं तुम्ही त्या माणसांकडून शिकला आहात. ताकदीचाच विचार केला, तर आम्ही निश्चितच तुमच्यापेक्षा वरचढ आहोत. याचा अर्थ असा नव्हे, की आम्ही तुमचे मालक आहोत. तुम्ही आमच्यापेक्षा शरीरानं क्षुद्र असलात, तरी आमच्यापेक्षा अधिक कर्तृत्ववान आहात. याचा अर्थ असा नव्हे, की...'

'मुद्द्याचं बोल, हत्तीप्रसाद! बिनमहत्त्वाचं, असंबद्ध बडबडण्याची तुझी सवय अजून जात नाही.' कोल्हा म्हणाला.

'राईचा पर्वत करण्याच्या खोडीमुळंच त्याचं शरीर असं फुगलं आहे!' लांडगा विनोदानं म्हणाला.

घोड्यानं खुरानं आवाज करीत सर्वांना दटावलं,

'सर्वजण गप्प बसा, बघू! मुद्दा काय चाललाय्... तुम्ही काय बडबडताय्...'

'तुझा प्रश्न काय होता,चूहेलाल?' हत्तीप्रसादनं विचारलं.

'खुणा करायच्या हे खरं; पण त्या कशा करायच्या?'

'माकडांना म्हणावं, जंगलात जाऊन केळीचं एकेक पान घेऊन या आणि त्या त्या घराच्या भिंतीवर चिकटवा!'

कोल्ह्यानं सुचवलं,

'बंदुकांचं ठीक आहे... त्याआधी काडतुसं कुठं आहेत, त्याचा शोध घ्यायला हवा आणि ती सर्वप्रथम नष्ट करायला हवीत!'

त्यावर अस्वल म्हणालं,

'आपण उंदरांनाच सूचना देऊ या.. जिथं तिथं काडतुसं आढळतील, तिथं तिथं ती त्यांनी कुरतडून टाकावी!'

समितीनं ही सूचना तात्काळ स्वीकारली आणि मग आदेशाप्रमाणं उंदरांनी पहिला हल्ला चढवला.

दोन दिवसांत जंगलांत काहीच वृत्त आलं नाही.

सर्वच जण अत्यंत अस्वस्थ होते :

अखेर काय घडलं असावं?

तिसऱ्या दिवशी काही माकडं वृत्त घेऊन आली, की अगणित उंदरांची प्रेतं वस्तीतल्या घराबाहेर फेकून देण्यात येत आहेत.

'काडतुसांवर काही तरी विषारी द्रव्य माखलेलं असावं. त्यामुळं कदाचित उंदीर एवढ्या प्रचण्ड संख्येनं मृत्यू पावले असावेत.'

उंदरांच्या वस्तीत भीषण मरणकळा पसरली.

रात्रीच्या सुमारास सिंह त्यांच्या वस्तीत गेला आणि छोट्या छोट्या उंदरांचं सांत्वन करीत म्हणाला,

'फार पूर्वी एका उंदरानंच जाळं कुरतडून माझी सुटका केली होती. माझा प्राण वाचवल्याबद्दल त्या उंदराविषयी मला आजही कृतज्ञता वाटते. हा आपल्यावरचा फार मोठा आघात असला, तरी आपण हात-पाय गाळून चालणार नाही. आपल्याला आल्या प्रसंगाचा मोठ्या शौर्यानं आणि धाडसानं सामना करायचा आहे. आपण एक फार मोठा स्वातंत्र्य-लढा सुरू केला आहे. या यज्ञात पहिली आहुती तुमच्या आई-वडलांनी दिली आहे, हे सतत लक्षात असू द्या!'

हे शब्द ऐकताच चित्त्याच्या डोळ्यांत अश्रूंऐवजी संताप धगधगू लागला, ते लालबुन्द झाले आणि त्या मन:स्थितीत तो तिथून निघून गेला.

बंदुका आणि काडतुसं यांच्या संदर्भात संपूर्ण माहिती मिळवण्यात प्राण्यांच्या गुप्त हेरांना विशेष यश मिळालेलं नव्हतं. मेलेल्या उंदरांची असंख्य प्रेतं अजूनही अगणित घराघरांतून बाहेर फेकली जात होती. त्यामुळं नक्की कोणत्या घरात काडतुसं ठेवण्यात आली आहेत, हेच कळत नव्हतं.

एके दिवशी अस्वल एक गतानुगतिक, पारंपरिक स्वरूपाचा प्रस्ताव घेऊन समितीतील सदस्यांना म्हणालं,

'मला वाटतं, एखादी देखणी आणि तरुण हरिणी त्या वस्तीत पाठवावी. तिनं त्या वस्तीतल्या रस्त्यारस्त्यांतून फिरावं. तिला पाहताच कुणी तरी हातात बंदूक घेऊन घरातून बाहेर पडेलच. त्यामुळं त्याच घरात बंदुका असल्याचं उघड होईल.'

हत्तीप्रसादनं या प्रस्तावाला कसून विरोध केला.

'...आणि या खेळीत बिचाऱ्या हरिणीनं विनाकारण आत्मार्पण करावं?'

'माझं ऐकून घेताहात का नीट? घरांच्या छपरांवर आपण कावळ्यांना बसायला सांगू या. समजा, असा कुणी बंदूक हातात घेऊन बाहेर पडलाच, तर त्याला पाहून कावळ्यांनी एकदम कलकलाट करावा आणि हरिणीला सावध होण्याचा इशारा करावा. त्या इशाऱ्याबरोबर तिनं उंच उड्या मारत पळून जावं आणि स्वत:चा जीव वाचवावा. त्या बंदूक घेऊन बाहेर आलेल्या माणसाच्या घरातच बंदुकांचा साठा असणार, हे नक्की.'

'पण कावळ्यांवर तुझा एवढा विश्वास का? ते आपल्या बाजूनं काम करतील कशावरून?'

'त्यांनी ते का करू नये? त्यांची नाळ आपल्या मूळ वानिक संस्कृतीशी जोडली गेलेली नाही काय?'

'त्यांच्याशी कसा संपर्क साधायचा पण?'

'हा राम नावाचा कावळा गेले कित्येक दिवस त्या वस्तीतच राहतो आहे. उल्लूमियाँ घुबडानं मला तसं सांगितलं आहे.'

'उल्लूमियाँला स्वप्नात दिसलं असेल तसं. पाहावं, तेव्हा ते झोपेतच असतं, हे तुला ठाऊक नाही का?'

'तुम्हांला खरी गोष्ट माहीतच नाहीये. आपल्यांत सर्वांत 'पोहोचलेला' असा तोच एक थोर आणि श्रेष्ठ पुरुष आहे. त्याचं चौफेर बारीक लक्ष असतं.'

'पण या बाबतीत एक अत्यंत महत्त्वाची अशी सूचना मला करायची आहे. हे सिंहाच्या कानांवर मात्र जाता कामा नये. कावळ्यांच्या बाबतीत त्याच्या मनात कमालीची तिडीक आहे.'

'आपण आपल्या पद्धतीनं ही कारवाई करू या. काडतुसांच्या संदर्भातलं खात्रीलायक वृत्त आपण सिंहाच्या कानांवर आपण जेव्हा घालू, तेव्हा त्याला अतिशय आनंद होईल.'

मग ही मंडळी हरणांच्या कळपाकडं गेली. त्या सर्वांना ही महत्त्वाकांक्षी योजना त्यांनी समजावून सांगितली.

योजना ऐकताच सारा कळप भीतीनं थरथर कापू लागला. परंतु सुनयनी नावाची धीट हरिणी पुढं आली, म्हणाली,

'मी हे काम करावयास तयार आहे!' तिनं असं म्हणताच हरिणीपैकी काहींनी 'अग बाई!' असा भयोद्गार काढला.

'अग सुनयनी! तू हे कसलं भलतंच धाडस करते आहेस! तुझं पाडस अवघं

दीड-एक वर्षाचं तर आहे.'

'पाडस असलं, तरी नर आहे तो! मादी थोडीच आहे!'

तिच्या मैत्रिणींनी निषेधाचे स्वर काढले, तरीही सुनयनीनं मुळीच माघार घेतली नाही.

राम नावाच्या कावळ्यानं आपल्या भाऊबंदांशी सविस्तर बोलणी केली. एकाच वेळी कलकलाट करायला सर्वांनी होकार भरला खरा; पण कुणीही धोका पत्करायला तयार नव्हतं.

'यात धोका काय आहे? आपण सगळेच घरांच्या छतांवर, मुंडारण्यांवर, झाडांवर, विजेच्या तारांवर तर बसलेले असू. हातात बंदूक घेऊन कुणी बाहेर पडलंच, तर आपण फक्त कलकलाट करायचा आहे : 'पळ, पळ!' '

'केव्हा पण?'

'अगदी सकाळी सकाळी!'

दुसऱ्या दिवशी फटफटतानाच सुनयनी वस्तीतल्या रस्त्यांवरून हरिणउड्या घेत निघाली.

कावळे जागा मिळेल तिथं बसून राहिले होते. त्यांच्या नजरा सर्वत्र फिरत होत्या – बंदूक हातात घेऊन कुणी बाहेर पडतो आहे का!

बऱ्याच जणांनी हिरव्यागार गवताच्या पेंढ्या तिच्या पुढ्यात धरून तिला जिवंतच पकडण्याचा प्रयत्न केला. पण ती अशा प्रकारे हातांत थोडीच येणार होती!

काहीजण मग वस्तीच्या प्रमुखाकडं गेले.

'मालक, एक अत्यंत देखणी हरिणी आपल्या गावातून न घाबरता, न भिता फिरत आहे. आपण तात्काळ चलावं आणि तिची शिकार करावी!'

मग गावप्रमुख हातात बंदूक न घेता साधी फिरण्याची काठी घेऊन बाहेर आला. तेव्हा ठरल्याप्रमाणे कावळे कर्कश कलकलाट करत, हरिणी जिथं उभी होती, तिकडं उडत-उडत गेले.

धोक्याचा इशारा मिळताच सुनयनी लांब उड्या घेत नदीच्या दिशेनं पळाली. पण दरम्यान काहींनी तिच्यावर जाळं टाकलं आणि तिला जिवंतच पकडलं.

थोड्या वेळानं गावप्रमुख घोड्यावर बसून तिथं पोहोचला. त्यानं, सुनयनीला ज्यांनी जाळ्यात पकडलं होतं, त्यांना काही पैसे दिले आणि तिला विकत घेतलं. त्यानं तिच्या गळ्यात एक जाड कासरा बांधला आणि घोड्यावर बसून तिला ओढत तो आपल्या हवेलीकडं निघाला.

राम नावाच्या कावळ्यानं ही सारी हकीकत जंगलात येऊन संबंधितांना सांगितली.

ती कानांवर येताच सिंहाचा रागाचा पारा उसळला,

'सुनयनीला पलीकडच्या काठावरच्या वस्तीवर कुणी पाठवलं?'

समितीच्या सर्व सदस्यांनी आपल्या माना खाली घातल्या. त्यांनी मूकपणे आपला गुन्हा कबूल केला.

सिंह पुन्हा एक डरकाळी फोडत म्हणाला,

'फिरावयास जाताना हातात घ्यायची काठी आणि बंदूक यांतला फरक ज्यांना कळत नाही, अशा बेअक्कल कावळ्यांच्या नादाला लागून तुम्ही सुनयनीसारख्या तरुण हरिणीचा नाहक बळी दिलात!'

त्यानं रागातच एक पाऊल पुढं टाकलं आणि मग आपला अंदाज व्यक्त करती तो म्हणाला,

'याचा अर्थ असा, की बंदुका आणि काडतुसं ही त्या गावप्रमुखाच्या – चौधरीच्या हवेलीतच ठेवलेली आहेत. तो या वस्तीतला सर्वांत बलवान माणूस असला पाहिजे.'

सिंहाच्या अनुमानाला पाठिंबा देत जवळजवळ प्रत्येकानं होकार भरला,

'आम्हांलाही तसंच वाटतं, महाराज!'

झाडावरच्या एका फांदीवर बसलेल्या उल्लूमियाँ घुबडानं डोळे उघडून एक जांभई दिली आणि ते म्हणालं,

'तो वस्तीतला सर्वांत श्रीमंत, धनाढ्य गृहस्थ आहे. बलवान नव्हे!'

'मग सर्वांत बलवान कोण आहे?'

'तिथला ठाणेदार! तिथं चौधरीच्या– गावप्रमुखाच्या इच्छेनुसार कारभार चालत असला, तरी प्रशासनाच्या दोऱ्या ठाणेदाराच्या हातांत आहेत. हुकूम त्याचाच चालतो.'

'आम्ही असं ऐकलं आहे, की वस्तीत मोठमोठ्या आकाराचे बरेच पिंजरे आणण्यात आले आहेत. बंदुका आणि काडतुसंही आणण्यात आली आहेत. हे सारं कुठं ठेवलं असावं, अशी तुझी कल्पना आहे?'

'चक्क ठाण्यातच! ठाणेदार त्या आणखी कुठं ठेवणार?'

सर्वजण एकमेकांच्या चेहऱ्याकडं पाहू लागले.

तेवढ्यात सिंह गरजला,

'ठाण्यातच ठेवल्या असतील, तर ती सर्वांत धोकादायक जागा आहे! रात्रीसुद्धा तिथं खडा पहारा असतो.'

कोल्ह्याच्या तल्लख डोक्यात एक कल्पना विजेसारखी लखलखली. तो म्हणाला,

'खडा पहारा असतो, ही गोष्ट खरी आहे. पण तो पुढं असतो. या वस्तू मागच्या गोदामात साठवलेल्या असाव्यात. या गोदामाच्या दरवाजा आपल्याला काही करून उघडता आला...'

'काय या कोल्ह्याचं टाळकं! म्हणे,दरवाजा उघडता आला.. गोदामाचा दरवाजा काय किल्ली लावून उघडायचा आहे का? तू असं म्हणायला पाहिजे होतंस : काहीही करून दरवाजा तोडता आला.. तर...' उल्लूमियाँ म्हणाले.

हत्तीप्रसाद हे जोखमीचं काम करायला लगेच सिद्ध झाला.

'मी तोडून फोडून टाकीन हा दरवाजा! माणसांसाठी किल्ल्याचेही प्रचंड दरवाजे आम्ही तोडू शकतो, तर एवढ्याशा गोदामाच्या दरवाज्याची काय कथा!'

सिंहानं त्याला अडवीत म्हटलं,

'अरे, पण... तुझ्या अवाढव्य शरीराचा काही विचार केलास का तू? तू स्वत:ला काय चिलटासारखा क्षुद्र आकाराचा समजतोस बघता-बघता अदृश्य व्हायला? तुझं प्रचंड शरीरच तुला अडचणीत आणील. नाहक पकडला जाशील तू!'

'मग मी रात्रीच्या वेळी हे काम करीन!'

'मुळीच जायचं नाही!' सिंहानं जरबेच्या सुरात म्हटलं.

मग कोल्ह्यानं पुन्हा तोच प्रश्न केला :

'मग गोदामाचा दरवाजा तोडणार कसा?'

सिंहानं एक दीर्घ श्वास घेतला आणि तो म्हणाला,

'चींटीराणी – मुंगी हा दरवाजा उघडील!'

'ते कसं काय, बुवा?'

जो तो प्रश्नार्थक चेहऱ्यानं एक-दुसऱ्याकडं पाहू लागला. कुणालाच सिंहाचं हे विधान विश्वासार्ह वाटत नव्हतं.

चींटीराणीला - मुंगीला तात्काळ सभेच्या ठिकाणी बोलावून घेण्यात आलं.

ती आपल्या पाच दासींसह तिथं येऊन दाखल झाली.

सिंहानं आपली योजना विस्तारानं समजावून सांगितली :

'राणी, तू आपल्या निवडक सहकाऱ्यांबरोबर पलीकडच्या वस्तीत जायचंस. तिथल्या चौधरीचा – गावप्रमुखाचा जो महाबली नावाचा हत्ती आहे, त्याच्या शरीरावर आक्रमण करायचं. तो ओरडेल, नाचेल, थयथयाट करील. आपले सुपासारखे कान सतत फडफडवीत राहील. मग तू हळूच त्याच्या कानात शिरायचं

आणि त्याला 'गोदामाकडं चल!' म्हणून हुकूम द्यायचास. तिथं गेल्यावर गोदामावर धडक मारून ते त्याला तोडायला सांगायचंस. ते काम त्यानं नाही केलं, तर त्याच्या कानात शिरून 'तुझा प्राण घेईन!' असा दम द्यायचा. मला खात्री आहे, तो तुझ्या सर्व आज्ञा निमूटपणानं पाळील!'

सगळे प्राणी आ वासून सिंहाकडं पाहू लागले.

'केवढी बुद्धिप्रधान योजना! या कामगिरीवर कुणाला मरण पत्करावं लागलं, तर त्यासाठी आपल्या कुणाचा बळी न देता शत्रूपैकीच एकाचा द्यायचा! वाहवा, वाहवा!!'

'कुणाचाही नाहक बळी जाऊ नये, अशी माझी इच्छा आहे.' सिंह याच योजनेचा पुढचा भाग समजावून सांगत म्हणाला, 'महाबली हत्ती गोदामाच्या दाराजवळ पोहोचताच पाचशे वटवाघळांनी ठाण्याबाहेरच्या पहारेकऱ्यांवर मिळून हल्ला चढवायचा आहे. या अस्मानी संकटापासून वाचण्याकरता हे पहारेकरी आश्रयासाठी ठाण्यात येतील. आत येताच सारी दारं-खिडक्या घट्ट बंद करून घेतील. या धावपळीत, गोंगाटातच गोदामाचं दार तुटल्याचा आवाज त्यांच्या कानांपर्यंत पोहोचणारच नाही.

'गोदामाचं दार तुटताच दीड हजार काजवे एकदम त्यात प्रवेश करतील. त्यामुळं अख्ख्या गोदामात आवश्यक तेवढा प्रकाश पडेल. मग त्याच्या उजेडात आत प्रवेश केलेल्या हत्तीनं बंदुकांच्या आणि काडतुसांच्या पेट्या नष्ट करायच्या आहेत. ही सर्व योजना एका रात्रीतच पार पाडावयाची आहे. पहाट होण्यापूर्वीच सर्व कामगिरी फत्ते करून सर्वांनी जंगलात सुखरूप परत यायचं आहे.'

सर्वांनी मिळून उंच स्वरात सिंहाचा जयजयकार केला!

योजनेप्रमाणं सर्व काही सुरळीत पार पडलं. मुंग्यांनी महाबलीवर आक्रमण करून त्याला हवेलीवरून गोदामापर्यंत यावयास भाग पाडलं. हा प्रकार अगदी गुपचूप, पावलांचाही आवाज न होता झाला. वटवाघळांनी ठरल्या वेळी पहारेकऱ्यांवर हल्ला चढवला. ते भिऊन ठाण्यात दारं-खिडक्या बंद करून लपून राहिले. काजव्यांनी गोदाम प्रकाशानं उजळून टाकलं इतकं, की काही काजव्यांना आपला प्रकाश मिटवून ठेवण्याचे आदेश जुगनू सिंहानं दिले. बंदुकांच्या आणि काडतुसांच्या पेट्या फोडून-तोडून त्यांचा संपूर्ण विध्वंस करण्यात आला.

ही कामगिरी फत्ते झाली, तेव्हा फटफटायला लागलं होतं.

कामगिरी मनासारखी उरकून थकला-भागलेला महाबली जेव्हा कष्टपूर्वक पावल टाकत गोदामाबाहेर आला, तेव्हा तो दुर्दैवानं ठाणेदाराच्या नजरेस पडला.

जंगलातले सर्व योद्धे उडून परत आले होते. चींटीराणी आपल्या सहकाऱ्यांसह परत निघाली होती.

ठाणेदार सरळ गोदामात घुसला. गोदामाची उद्ध्वस्त अवस्था पाहून तो सरळ महाबली हत्तीच्या मागं धावत आला.

हत्तीचं गंडस्थळ घामानं थबथबलं होतं. अतिश्रमानं त्याचे पाय अडखळत होते.

ठाणेदाराला वाटलं, हत्ती पिसाळला आहे. असा पिसाळलेला हत्ती वस्तीत गेला, तर नक्कीच काहीतरी तोड-फोड करील. निरपराध माणसांना पायांखाली चिरडूनही टाकील. त्यानं कमरेचं पिस्तूल हातात घेतलं आणि त्याच्या गंडस्थळाचा नेम धरून पाच गोळ्या झाडल्या.

प्रचंड गर्जना करून महाबली जमिनीवर कोसळला आणि कोसळताच तो मरण पावला.

हे वृत्त जंगलात पोहोचलं, तेव्हा ते ऐकून हत्तीप्रसादच्या डोळ्यांत अश्रू जमा झाले.

महाबली हत्तीप्रसादच्या मोठ्या आत्याचा मुलगा होता.

दुसऱ्या दिवशी जंगलात कमालीची शान्तता पसरलेली होती. मरणभय उणावलं होतं. धैर्याची मान उंच झाली होती.

प्राण्यांनी आपल्या पहिल्याच धडकेत प्रचण्ड विजय मिळवला होता.

आता वस्तीकडून प्रतिक्रियास्वरूप कशा प्रकारचा हल्ला होऊ शकेल, याचा अंदाज कुणालाही करता येत नव्हता.

नदीवर बांधल्या जाणाऱ्या पुलाचं काम अजूनही सुरूच होतं; आणि लौकरच ते पूर्ण होईल, अशी चिन्हं दिसत होती.

समितीचे सर्व सदस्य टेकडीवर बसून दिवसभर एका वृत्ताची वाट पाहत होते. पांढऱ्या गरुडानं इकडून तिकडं आणि तिकडून इकडं अशा खूप खेपा घातल्या; पण राम नावाचा कावळा कुठं दृष्टोत्पत्तीस येत नव्हता.

हळूहळू संध्याकाळ उतरली.

रात्र पडू लागली. किर्र काळोख झाला.

पुढचा दिवस आणि रात्र अशीच वाट पाहण्यात गेली.

या दरम्यान नदीवरच्या पुलाचं काम अलीकडच्या काठाला येऊन भिडलं.

याच कामावर नेमलेल्या चित्त्याचा पुलाच्या बांधकामाच्या प्रगतीवर अहोरात्र पहारा होता.

एका रात्री त्याच्या कानांवर कुणाच्या तरी रडण्याचा आवाज आला.

त्यानं शोध घेतला, तेव्हा एका झुडपाच्या आडोशानं एक हरिणशावक रडत असल्याचं त्याला आढळलं.

'तू कोण आहेस? ...आणि इथं काय करतो आहेस?' चित्त्यानं त्याला प्रश्न केला.

'मी सुनयनीचा मुलगा आहे. पलीकडच्या वस्तीवर माझ्या आईला पकडून ठेवण्यात आलं आहे, मला तिला भेटायचं आहे. उल्लूमियाँनं मला सांगितलं, की ती चौधरीच्या हवेलीत आहे. चौधरींना मी विनंती करणार आहे, की तुम्ही मला ठेवून घ्या; पण माझ्या आईला सोडून द्या! कृपा करून मला तिकडं घेऊन जाता का तुम्ही!'

सुनयनीच्या मुलाची चित्त्याला कीव आली.

'हे बघ, चौधरी तुला तुझ्या विनंतीप्रमाणं नक्कीच ठेवून घेईल; पण तो तुझ्या आईलाही सोडणार नाही!'

'माझी काहीच हरकत असणार नाही त्याला. माझ्या आईची काळजी घ्यायला मी मग तिथंच असेन ना!'

'तसंच होईल, याची खात्री काय? तो तुला एखाद्या प्राणिसंग्रहालयालाही विकून टाकील. तुम्हां दोघांना दोन स्वतंत्र ठिकाणी त्यानं विकून टाकलं, तर मग काय होईल तुझं?'

या प्रश्नावर सुचाल काही क्षण गप्प बसला. त्याच्या डोळ्यांतून अश्रुधारा ओघळत होत्या.

मग चित्त्यानं त्याला विचारलं,

'तू सिंहाकडं जाऊन का दाद मागत नाहीस? नाही तरी तुझी आई या जंगलात राहणाऱ्या सर्व प्राण्यांच्या सुरक्षिततेसाठीच आखल्या गेलेल्या योजनेत सहभागी झाली होती.'

आपली मान खाली करत सुचाल हळू आवाजात म्हणाला,

'महाराजांकडं जाण्याचं धाडस माझ्यात नाही.'

'चल माझ्याबरोबर!'

सुनयनीच्या पाडसाला घेऊन चित्ता सिंहाकडं गेला.

गुहेच्या बाहेर लांडगा पहारा देत होता. त्यानं सांगितलं की, महाराजांनी एवढ्यातच वाळवीच्या राजाशी प्रदीर्घ चर्चा केली आहे आणि ते आता विश्रांती घेत आहेत.

'वाळवी? काय असतं ते?'

'तू जंगलात राहतोस आणि वाळवी म्हणजे काय, हे तुला ठाऊक नाही?

वाळवीनं मनात आणलं, तर ती जमात एका रात्रीत या जंगलाचा विध्वंस करू शकते. ती काय खात नाही? लोखंड, दगड, लाकूड... सारं काही!'

'पण महाराजांना त्यांच्याकडून नेमकं काय हवं आहे?'

दोघांचं संभाषण ऐकताच सिंह गुहेबाहेर आला आणि त्यानं विचारलं,

'काय गडबड आहे, रे? पुलाच्या बांधकामावर नजर ठेवण्यासाठी तुला नेमलं आहे ना? मग तू इथं कसा काय?'

चित्ता हा आधीच भडकू स्वभावाचा होता. सिंहाच्या प्रश्नानं एकाएकी तो प्रक्षुब्ध झाला आणि त्याच स्वरात म्हणाला,

'पुलाच्या बांधकामावर नजर ठेवून काय फायदा आहे आता? उद्याच त्याचं बांधकाम पुरं होणार आहे.'

'पुरं होणार नाही... उद्ध्वस्त होणार आहे! मी एवढ्यातच वाळवींना आदेश दिले आहेत. उद्या सकाळीच पुलाचे भग्नावशेष तुम्हांला नदीच्या पाण्यावर तरंगताना दिसतील. आजची रात्र फार महत्त्वाची रात्र असणार आहे. तेव्हा तू ताबडतोब तुझ्या पहाऱ्याच्या ठिकाणी जा आणि बांधकामावर बारीक नजर ठेव. पुलावरून कोण कोण घुसखोर इकडं येण्याचा प्रयत्न करताहेत, हे पाहायचं आहे मला!'

'तुला ठाऊक नाही, हत्तींचा एक कळप, लांडग्यांची एक टोळी, वटवाघळांची फौज, कोल्हे, अस्वलं असंख्य प्राणी डोळ्यांत तेल घालून पहारा करत आहेत. माझ्या एका शब्दाखातर ते आपल्या प्राणांचीही कुर्बानी करण्यासाठी सिद्ध झाले आहेत.'

एवढं बोलून सिंह आपल्या गुहेत परत गेला.

चित्ता आपल्या टेहळणीच्या जागेवर येऊन बसला. त्याच्या मनात आश्चर्याबरोबर संभ्रमही दाटून आला होता.

सुचाल त्याच्या पाठोपाठ हुंदके देत येत होता.

एकाएकी चित्त्याच्या मनात काहीतरी विचार लखलखला. झर्रकन मागं वळून तो सुचालचा हात हातात घेत म्हणाला,

'चल, आपण दोघंही आत्ताच पलीकडच्या वस्तीत जाऊ आणि पूल कोसळण्याआधीच सुनयनीला घेऊन इकडं परत येऊ!'

त्यानं निमिषार्धात एक कठोर निर्धार केला होता.

सुचालला घेऊन चित्ता थोड्याच वेळात वस्तीत आला.

मांजराच्या पावलांनी वस्तीतले निर्मनुष्य रस्ते ओलांडत त्यांनी चौधरीची हवेली गाठली. पण एवढ्या प्रचंड हवेलीत सुनयनीला नक्की कुठं ठेवलं असावं, त्यांना कळेना.

तेवढ्यात भिंतीवर चढू पाहणारं एक मांजर त्यांच्या दृष्टीस पडलं.

एका क्षणात चित्त्यानं त्याची शेपटी दातात धरून त्याला खाली खेचलं.

अचानक झालेल्या या चमत्कारिक प्रकारानं मांजराला हुडहुडीच भरली.

तेवढ्यात चित्त्यानं मांजराचे कान पिरगाळले आणि त्याला सज्जड दम दिला,

'एवढासाही कण्हलास, आवाज काढलास, तर तुझी अख्खी जमात नेस्तनाबूद करून टाकीन! मला एकच सांग, चौधरीनं सुनयनीला कुठं ठेवलं आहे?'

'घोड्यांच्या तबेल्याच्या मागं एक छोटीशी खोली आहे. तिथं तिला डांबून ठेवण्यात आलं आहे.'

'तिथं जायचं कसं पण?' चित्त्यानं विचारलं.

'माझ्या मागून या. मी तुम्हांला घेऊन जाईन तिथं.'

त्या खोलीशी जाताच तिच्या दाराला भलंमोठं कुलूप लावल्याचं चित्त्याला आढळलं. खोलीला असलेली खिडकीही आतून बंद केलेली होती. आत जाण्यासाठी फक्त एकच मार्ग होता, तो साण्याचा. साणं म्हणजे हवा खेळती ठेवण्यासाठी भिंतीत आकाशाकडं तोंड केलेली बिनचौकटीची, बिनदाराची खिडकी. तेही बरंच उंचीवर होतं.

चित्ता मांजराला म्हणाला,

'हे बघ, तू साण्यातून आत उत्तर आणि खिडकीची कडी काढ. बाकीचं मी बघतो!'

मांजरानं चित्त्याच्या सूचना तंतोतंत पाळल्या.

खिडकीची कडी निघताच चित्त्यानं आत उडी घेतली. सुनयनीला बांधलेला कासरा दातांनी कुरतडून त्यानं तिला मोकळं केलं आणि दोघंही खिडकीतूनच उडी मारून बाहेर आले.

सुचालला समोर पाहताच सुनयनी भावनातिरेकानं अक्षरश: वेडी झाली. त्याच्या सर्वांगाला ती जिभेनं चाटू लागली. आपला आनंद व्यक्त करू लागली.

तेवढ्यात चित्ता म्हणाला,

'ते राहू देत आता. आपल्याला इथनं ताबडतोब पळून जायचं आहे आपल्या जंगलाकडं! नाहीतर आपण पुन्हा पकडले जाऊ!'

मांजरानं म्यांऊ करून चित्त्याला जाण्यासाठी परवानगी विचारली.

चित्त्यानं त्याला अनुमती दिली; पण त्यासोबत सज्जड दमही दिला,

'आज इथं काय घडलं, हे कुणाला कळलं, तर खबरदार!'

मांजरानं मान हलवून होकार भरला आणि त्यानं काढता पाय घेतला.

सुरक्षित जागी येताच त्याच्या मनात फितुरीचा विचार जागा झाला आणि त्यानं चौधरीच्या शयनगृहातील फुलदाणीवरच उडी घेतली. ती फुलदाणी धाडकन जमिनीवर पडली. मोठा आवाज झाला. त्या आवाजानं चौधरी जागा झाला. त्यानं आपल्या मागं यावं, म्हणून ते सज्जात पळत गेलं.

चित्ता, सुनयनी आणि सुचाल हे रस्त्यावरून दबल्या पावलांनी चालले होते. सज्जात उभ्या असलेल्या कुणाच्याही दृष्टीस पडू नये, याची ते काळजी घेत होते.

तेवढ्यात म्यांऊ करून मांजर ओरडलं.

चित्त्यानं मान वर करून आवाजाच्या दिशेनं पाहिलं, तोच सज्जात उभा राहून आळोखेपिळोखे देत असलेला चौधरी त्याच्या दृष्टीस पडला.

तो दृष्टीस पडताच चित्त्याचं रक्त उकळू लागलं. आपल्या आई-वडलांना मारून, सोलून त्यांची कातडी कुणा परदेशी इसमाला विकणारा हाच तो इसम! सूडाची भावना त्याच्या शरीरात धगधगू लागली. सुनयनी आणि सुचाल यांना तो म्हणाला,

'तुम्ही आता अजिबात वेळ दवडू नका. जाता येईल, तेवढ्या वेगानं पळा आणि लवकरात लवकर जंगल जवळ करा. मी तुमच्या पाठोपाठ येतोच आहे.'

'पण तुझं काय? तू काय करतो आहेस?'

'मला आता फालतू प्रश्न विचारीत बसू नका. तुम्ही निघा!'

सुनयनी आणि सुचाल यांची पाठवणी करून चित्त्यानं पुन्हा एकवार मान वर करून पाहिलं. त्याच्या डोळ्यांत रक्त उतरलं होतं. तो आवाज न करता भिंत सरसर चढून वर गेला. तिथून त्यानं एक झाडावर उडी घेतली आणि झाडावरून एका झेपेत तो सज्जात आला.

या दरम्यान चौधरी पुन्हा अंथरुणावर येऊन पडला.

काहीतरी खसपसल्याचा आवाज आला, म्हणून चौधरीनं डोळे उघडले, तर त्याला चित्त्याचे धगधगते डोळे दिसले. प्रत्यक्ष मरण समोर दिसताच चौधरीनं मरणान्तिक किंकाळी फोडली.

चित्त्यानं किरण साधून चौधरीवर झेप घेतली आणि एका तडाख्यातच त्याचा निकाल लावला.

सुनयनी आणि सुचाल दोघंही पलीकडच्या काठावर सुखरूप पोहोचले आणि ते आता चित्त्याची वाट पाहू लागले. सकाळ झाली, तरी तो परत आला नाही, म्हणून त्यांना काळजी वाटू लागली.

काळजीचं रूपान्तर भीतीत होऊन दोघंही सिंहाकडं आली आणि रात्री काय काय, कसं कसं घडलं, त्याचा वृत्तान्त त्याच्या कानांवर घातला.

सिंहाचा त्यावर विश्वासच बसेना.

'काय होऊन बसलं हे! अशी घोडचूक चित्त्याच्या हातून घडलीच कशी? त्याचा भडकू स्वभाव त्याला एक ना एक दिवस गोत्यात आणणार, याची खात्रीच होती मला.'

तो बराच वेळ शतपावली करत राहिला.

त्यानं ताबडतोब पांढऱ्या घारीला चित्त्याच्या शोध घ्यायला पाठवलं.

'हे बघ ताबडतोब नीघ. चित्त्याचा सर्वत्र शोध घे आणि तो कुठं आहे, कसा आहे, काय करतो आहे, हे मला कळवायला लगेच परत ये!'

हे वृत्त साऱ्या जंगलभर वणव्यासारखं पसरलं. सारेच प्राणी आणि पक्षी काळजीत पडले. चित्ता हा त्याच्या वंशाचा जिवंत असा एकमेव प्रतिनिधी होता. जंगलाचं ऐश्वर्यच होता तो.

पुन्हा एक भीषण शांतता सर्व जंगलभर भरून राहिली.

तेवढ्यात पांढरा घार पंख हलवीत परत आला आणि त्यानं अतिशय गंभीर स्वरूपाचं वृत्त कथन केलं.

'चित्त्यानं चौधरीवर प्राणघातक हल्ला केला. त्या हल्ल्यात चौधरी मरून गेला. पण चित्त्याला पकडण्यात आलं आहे. तो भयंकर जखमी झाला आहे. त्याला आता एका मोठ्या पिंजऱ्यात बंद करून आजच शहरातल्या प्राणिसंग्रहालयात पाठवण्यात येणार आहे. त्यासाठी एका बग्गीची– घोड्याच्या गाडीची व्यवस्था करण्यात आली आहे.'

कोल्ह्यानं सुचवलं, की या नाही, त्या मार्गानं चित्त्याची सुटका करण्यासाठी तात्काळ एका समितीची नियुक्ती करण्यात यावी.

सिंहानं संतापानं हुंकार भरला आणि कोल्ह्याची सूचना मोडीत काढली.

'मग काय करणार, महाराज?'

'मी स्वतःच चित्त्याच्या सुटकेच्या मोहिमेवर जाईन. ही वेळ चर्चेची नाही, कृतीची आहे!'

असं म्हणून सिंह वेगानं पावलं टाकत पुलाच्या दिशेनं निघालासुद्धा.

तो पुलाशी गेला, तेव्हा त्याला दिसलं, की वाळवीनं आपलं काम चोख केलं होतं. पुलाचं बांधकाम हळूहळू निखळत नदीत ढासळत होतं. पण सिंह तिथं क्षणभरही थांबला नाही. पाण्यात उडी घेऊन तो पोहत पलीकडच्या काठावर आला.

सिंह वस्तीत घुसला आहे, म्हणताच साऱ्या रहिवाशांची एकच तारांबळ उडाली. जो तो स्वतःला वाचवण्यासाठी घरात घुसून लपून बसला.

वर उडत राहिलेली पांढरी घार रस्त्यावरून जाणाऱ्या सिंहाला मार्गदर्शन करत होता.

ठाण्याच्या समोर एक बग्गी सिद्ध ठेवण्यात आली होती. तिच्यावर पिंजरा ठेवण्यात येत होता. पिंजऱ्यात बंद झालेल्या चित्त्याला बघण्यासाठी प्रचंड गर्दी लोटली होती.

सिंहाची कानठळ्या बसवणारी गर्जना ऐकताच गर्दी अर्ध्या मिनिटात पांगली.

घोड्यांना हुडहुडी भरली. ते कुठंही आणि कसेही पळू लागले. सिंह त्यांच्या पाठोपाठ उड्या घेत धावू लागला.

गल्ल्या आणि रस्त्यांतून प्रचंड मोडतोड आणि गडबड-गोंधळ करीत सुसाट वेगानं धावणारे बग्गीचे घोडे अखेर नदीच्या काठावरून तिला समान्तर जाणाऱ्या रस्त्यावर आले आणि वळणावर येताच सिंह समोरच वाट अडवून उभा असल्याचं त्यांना दिसलं. झेप घेणारा सिंह पाहताच एक घोडा बेशुद्ध होऊन खाली पडला. दुसरा तीन पायांवर कसाबसा अडखळत पळत निघून गेला. त्यानं आपला जीव वाचवला.

पिंजऱ्याचे गज दातांच्या साहाय्यानं वाकवीत सिंहानं तो तोडला आणि चित्त्याची सुटका केली.

चित्ता त्या वेळी अर्धवट शुद्धीत होता. सिंहानं त्याला आपल्या पाठीवर घेतलं आणि नदीत उडी मारली.

बाकीचे सर्व प्राणी पलीकडच्या काठावर येऊन उभेच होते.

चित्त्याला पाठीवर घेऊन येणाऱ्या सिंहाला बघून त्यांनी उत्स्फूर्त घोषणा दिली :

'आज महाराजांनी 'जंगलचा राजा' या बिरुदाला खरा अर्थ प्राप्त करून दिला आहे. महाराजांचा विजय असो!'

चित्त्याची प्रकृती ढासळतच होती, उल्लूमियाँनी नाना प्रकारच्या औषधी, लेप यांचा मारा केला, परंतु काहीही उपयोग झाला नाही. एवढे सारे प्रयत्न करूनही कसलंही यश हाती आलं नाही.

तिसऱ्या दिवशी चित्ता मरण पावला.

त्या नंतरच्या दिवशी पलीकडच्या काठावरच्या वस्तीतून काही माणसं नावेत बसून अलीकडच्या काठावर आली. त्यांत सालिम अली नावाचा कुणी एक पक्षिप्रेमीही होता. त्यांनी सोबत एक मोठ्ठा फलक आणला होता.

तो फलक त्यांनी त्या काठावर लावला आणि काही तासांतच ती सर्व माणसं पुन्हा नावेत बसून परत गेली.

त्या फलकावर लिहिलं होतं :

'National Wildlife Sanctuary'

❑

जीवन आणि मृत्यू

मेजर मानवेन्द्र याचा एक म्हातारा काका बरीच वर्षं जगला. शेजारी-पाजारी, जवळ-लांब, घरात-बाहेर कुठंही कुणाचा मृत्यू घडला, की या म्हाताऱ्याच्या तोंडून नेहमी एकच वाक्प्रचार बाहेर पडे :

'जे होणार आहे, ते कुणाला, कसं टाळता येईल?'

मानवेन्द्रनं मात्र जणू काही चिडून हा वाक्प्रचार म्हाताऱ्याच्या तोंडातून बाहेर खेचून काढला होता. मानवेन्द्राच्या आयुष्यात अशा काही विलक्षण घटना घडल्या होत्या, की त्या आठवताच त्यांचा हा नेहमीचा वाक्प्रचार गिळून ते म्हणत,

'जे होणार आहे, ते कुणाला टाळता येत नसलं, तरी टळलेल्या संकटाला पुन्हा हाक मारून बोलावताही येत नाही!'

मानवेन्द्र याची प्रसिद्धी मात्र वेगळ्या कारणानं होती. भाकरीचे तुकडे मोडून खावेत, तसे मृत्यूचे तुकडे करून त्यानं त्याला गिळून टाकलं होतं. मृत्यू त्याचा केसही वाकडा करू शकत नव्हता. मृत्यू त्यांच्या दारात दान मागण्यासाठी अनेकवार उभा राहिला होता; पण त्यानं त्याला प्रत्येक वेळी हुसकावून लावलं होतं.

लहानपणी मानवेन्द्रला एक जीवघेणा आजार जडला. त्यातून तो वाचेल, का नाही, याची मुळीच शाश्वती नव्हती. आई-वडिलांनी डॉक्टर-वैद्यांचे उपचार तर केलेच; शिवाय अंगारे-धुपारे, जादू-टोणा हेही प्रकार करून पाहिले. आईची माया, डॉक्टरांचे उपचार, दैवी उपाय... काय बलवत्तर ठरलं, हे कळलं नाही; पण मानवेन्द्र वाचला आणि मृत्यूला हात हलवीत परत जावं लागलं.

एरवी मानवेन्द्रची तब्येत तोळा-मासाच होती. तो वयानं वाढत चालला, तरी त्याच्या सुडक्या शरीराकडं पाहिलं, की वाटायचं, तो आत्ता जरी वाचला आहे, तरी पुढं वाचणार नाही.

कदाचित, या म्हणण्यात तथ्यही असेल.

कारण या घटनेनंतर काही वर्षांनी मृत्यूनं त्याच्यावर पुन्हा एकदा हल्ला केला. मानवेन्द्र शाळेतून घरी परत आला आणि खेळायला म्हणून बागेत गेला. तिथं त्याला एका विषारी सर्पानं डंख मारला. त्याच्या बरोबरच्या मुलांनी रडून-आरडून गोंधळ केला. कुणी तरी त्याच्या घरी येऊन त्याच्या आईला सांगितलं. आई अनवाणी पायांनीच धावत घटनास्थळी आली. मुलाला छातीशी उचलून घेऊन आक्रोश करत डॉक्टरांकडं घेऊन आली.

विष चढू लागलं होतं. मानवेन्द्र तर बेशुद्धावस्थेतच होता.

त्याच्या पिंढरीवरचे दंतव्रण पाहून डॉक्टर उद्‌गारले,

'मोठाच विषारी सर्प असावा. एवढा उशीर का केलात?'

डॉक्टरांनी त्याचे हात-पाय घट्ट आवळून बांधले. त्याला एक इंजेक्शन दिलं आणि ते त्याच्या उशाशी बसून राहिले.

बरोब्बर सोळा तासांनी मानवेन्द्र शुद्धीवर आला, तेव्हा मृत्यूला परत फिरावं लागलं होतं.

आईनं मग सत्यनारायण घातला, गावभर प्रसाद वाटला आणि देवाजवळ नाना प्रकारचे आशीर्वाद मागितले.

सापाचं विष उतरल्यानंतरच्या काळात मानवेन्द्रच्या शरीरावर मांस चढू लागलं. त्यानंतर अचानक त्याची प्रकृती सुधारू लागली आणि त्याच्या आता लक्षात आलं, 'टळलेलं संकट पुन्हा हाक मारून बोलावलं, तरी परत येत नाही.'

पुढल्या काही वर्षांतच मानवेन्द्र एक उंच-निंच, धिप्पाड शरीराचा तगडा तरुण झाला. शहरातील रस्त्यावरून तो मोटार-सायकलवर बसून गर्जत-गाजत जाई, तेव्हा कित्येक तरुणींच्या काळजाचा ठोका चुके.

कधी कुणी प्रौढ इसम, कधी एखादा म्हातारा बडबडत जाई :

'साला, यातच मरणार हा एक दिवस!'

–जणू हा शाप मानवेन्द्रसाठी नसून, आणखी कुणासाठी असावा.

पुढच्या काळात एका दिवशी याच म्हाताऱ्याची वाचा फळली. मानवेन्द्र मोटार-सायकलवरून अतिशय वेगानं जात असताना तो एका ट्रकवर जोरात धडकला. ट्रकचा बंपर इंजिनमधे घुसला. तळहातावर जिलेबी चुरावी, तसा मोटारसायकलचा चक्काचूर झाला. मानवेन्द्रचं जखमी शरीर रक्ताच्या थारोळ्यात

तडफडत राहिलं.

थोड्याच वेळात ॲम्ब्युलन्स आली आणि मानवेन्द्रला हॉस्पिटलमधे घेऊन गेली.

हॉस्पिटलात तो ऑक्सिजनच्या आधारानं जगला. अपघातात रक्तस्राव एवढा झाला होता, की त्याच्या शरीरात पाच वेळा रक्त भरलं, तरी, डॉक्टरांनी निर्वाणीचा कोरडा निरोप दिला होता :

'पेशंट काही तासांचाच सोबती आहे... आम्ही आता आशा सोडून दिली आहे.'

सहा महिन्यांच्या अवधीनंतर मानवेन्द्र अंगावरची सर्व बँडेजेस् काढून, फेकून देऊन आपल्या घरी जिता-जागता सुखरूप परत आला, तेव्हा त्याच्या म्हाताऱ्या काकानं आपल्या नेहमीच्या वाक्प्रचारात बदल करून म्हटलं,

'ईश्वरानं, माझ्या या पोराला उदंड आयुष्य द्यावं... म्हणतात ना, देव तारी, तया कोण मारी!'

–आणि वडलांचा मृत्यू घडल्यावर मानवेन्द्र देवाचं नाव घेऊन मिलिटरीत भरती झाला. दुसरं महायुद्ध सुरू झालं होतं. फौजेबरोबर परेड करत मानवेन्द्र एक दिवस फ्रंटवर पोहोचला.

मानवेन्द्र मिलिटरीत भरती झाला, म्हणजे नेमकं काय झालं? तो जणू साक्षात मृत्यूच्या गुहेतच वावरू लागला. शत्रूच्या बंदूकीतून सुटलेली गोळी मानवेन्द्रच्या कानाजवळून सणसणत गेली आणि बघता-बघता त्याच्या शेजारचाच सैनिक स्वत:ला सावरत, तडफडत खाली कोसळला. त्याच्या थंड होत जाणाऱ्या देहाची तो थोडी-फार शुश्रूषा करू पाहत होता, तेवढ्यात त्याच्या तुकडीपासून शंभर-एक पावलांवर एक भयानक स्फोट झाला आणि त्याच्या तुकडीतले सारे सैनिक भट्टीतल्या चणे-फुटाण्यांसारखे भाजून निघाले. मानवेन्द्र मात्र...

मेजर मानवेन्द्र पुन्हा एकदा शरीरावर बांधलेली बँडेजेस् फेकून देऊन मृत्यूशी सामना करण्याकरता फ्रंटवर दाखला झाला.

आता मृत्यूची खैर नव्हती. तो मृत्यूचं नाकच कापून टाकणार होता. परंतु या वेळी मात्र मृत्यूचा विजय झाला. मानवेन्द्र शत्रूच्या हाती पडला. त्याची रवानगी युद्धकैद्यांच्या छावणीवर करण्यात आली.

हा गडी सगळाच्या सगळा एकाच वेळी हाती लागायचा नाही, त्याला हप्त्याहप्त्यानंच गिळला पाहिजे, हे मृत्यूच्याही ध्यानात आलं.

भूक, तहान, अत्याचार–मृत्यू नाना चेहऱ्यांनी त्याच्याभोवती फेरे घालत होता. मानवेन्द्राचं शरीर म्हणजे आता केवळ सापळा उरला होता. एका छावणीतून दुसऱ्या छावणीत, दुसऱ्या छावणीतून तिसऱ्या –

वर्षभरात त्याची प्रकृती अशी काही झाली, की तो आज मरतो आहे, की उद्या...

मेजर मानवेन्द्रला हप्त्याहप्त्यानं गिळू पाहणाऱ्या मृत्यूच्या प्रयत्नांत आता खंड पडला.

दुसरं महायुद्धही संपलं, युद्धकैद्यांच्या अदलाबदलीत मेजर मानवेन्द्र जिवंत, जिता-जागता घरी सुखरूप परत आला.

म्हाताऱ्या आईनं त्याची दृष्ट काढली. म्हाताऱ्या काकानं आनंदानं दानधर्म केला. जेवणावळीही घातल्या.

एका रात्री निमंत्रितांचा भोजन-समारंभ चालू असताना फ्यूज उडाला, सगळीकडं अंधार झाला.

मानवेन्द्र मीटरशी जाऊन खुडबूड करू लागला, तोच त्याचा हात विजेच्या जिवंत तारेवर पडला आणि चक्कर येऊन तो धाडदिशी खाली कोसळला...

–आणि कोसळताक्षणीच मरण पावला.

❑

चौरसाकार रात्र

मी जागा होतो, रात्र झोपी जात होती.

खोलीला असलेल्या खिडकीत बसून एक स्वप्न केव्हाचं पेंगत होतं. त्याच्या पापण्या ओझावल्या होत्या. ते मधूनच डोळे चोळी, पापण्यांची उघडझाप करी; परंतु अनावर झोपेमुळं त्याच्या पापण्या हळूच मिटत.

बाहेर रात्रीच्या रंगांची उधळण चालू होती.

या रात्रीला अनेक रंग असतात.

या रात्रीला अनेक रूपं आहेत.

ही रात्र कधी काळी असते, कधी निळी, कधी ती पांढरीशुभ्र असते.

ही रात्र मृत्यूसारखी पिवळसर, रोगट होत जाताना मी पाहिली आहे.

ही रात्र वाटोळीही आहे. प्रदीर्घही.

कधी ती त्रिकोनीही असते.

परंतु ही रात्र चौरसाकार होती. ही रात्र केवळ चौरसाकार होती – भिंतीत बसवलेल्या खिडकीसारखी... डोळ्यांत जडवलेल्या स्वप्नासारखी.

त्या काळात रात्रीला हे एवढंच एक रूप होतं. एवढंच एक केन्द्र होतं.

त्या दिवसांत माझी रात्र, माझी सकाळ, माझी सायंकाळ, माझा प्रत्येक क्षण, माझा प्रत्येक क्षणार्ध–या प्रत्येकाचं केन्द्र फक्त तूच होतीस!

त्या दिवसांतही मी या खिडकीतून तुला येता-जाताना पाहत असे.

या खिडकीशी बसून मी तुझी प्रतीक्षा करीत राहायचा.

आम्ही राहतो, त्या भागातून निघालेल्या हा रस्ता पुढं हमरस्त्याला जाऊन मिळतो. हा रस्ता माझ्या खिडकीखालून पुढं जातो. या रस्त्यामुळं माझ्या खिडकीचं एक टोक दुसऱ्या टोकाशी जोडलं जातं.

त्या दिवसांतच या खिडकीनं माझ्या जीवनाचं एक टोक तू उभ्या असलेल्या दुसऱ्या टोकाशी जोडलं होतं... आणि ते टोक पुढच्या चौकाशी जोडलं गेलं होतं.

त्या काळात हे अंतर फक्त अडीच मिनिटांचं होतं... आणि हा दिवस तीनशेवीस पावलांचा होता.

तुला येता-जाताना पाहून मी तुझी पावलं मोजली होती.

दूरवरून येणाऱ्या तुझ्या पावलांची चाहूल मी ऐकत राहायचो. माझ्या हृदयावर हात ठेवून मी या चाहुलीचा स्पर्श अनुभवायचो. तीनशेवीस पावलं!

... आणि मग दिवस सरायचा.

हृदयाची स्पंदनं मंद होत मावळून जात.

पावलांची चाहूल, मी ज्या वसाहतीत राहत होतो, त्या वसाहतीत अदृश्य होई.

रस्त्याचं अस्तित्व नाहीसं होई.

एक प्रदीर्घ रात्र समोर अंथरली जाई.

एक असीम रात्र. अनंत रात्र. कसलाही शेव नसलेली रात्र.

पुढं केव्हा तरी तुझ्या पावलांनी माझी खोली हमरस्त्याशी जोडून दिली, त्या रस्त्याचं एक टोक माझ्या खोलीत उतरून आलं.

तुझ्या पावलांच्या चाहुलीच्या मोजून-मापून होणाऱ्या गतीत खंड पडला.

पाय भीतीनं अडखळल्यासारखे झाले.

स्वत:च्याच पावलांच्या आवाजानं तू घाबरत होतीस. तुझी अस्वस्थ, भिरभिरल्यासारखी नजर या खिडकीशी क्षणभर खिळल्यासारखी होई. पुन्हा वरमून सभोवार पाहत राही. काळीज चोर झालं होतं. दृष्टी पहारा देऊ लागली होती.

जाताना काही तरी निमित्तानं तू तुझा पदर हवेत सहज उडवायचीस.

मी त्या निरागस निरोपाचं चुंबन घेत असे.

पहाटेच्या पापण्यांवर मी हात ठेवी आणि दिवसभरातील ते सुंदर रूप डोळ्यांत साठवून ठेवी.

संध्याकाळ पापण्यांवरचे हात बाजूला काढी...

--आणि मग पुन्हा चाल हरवलेली पावलं... अडीच मिनिटांचा प्रदीर्घ रस्ता... तीनशेवीस पावलं...

सारं आयुष्यच एकत्र गोळा होऊन माझ्या मिठीत सामावून जाई.

त्या दिवसांत ही रात्र खूपच प्रदीर्घ होती... ही रात्र बरीच उजळ होती... त्या रात्रीला तुझ्या शरीराची ऊब होती... तुझ्या श्वासांचा सुगंध होता...

त्या दिवसांत ही रात्र तुझ्या खांद्यांभोवती घट्ट वेटोळं घाली... आयुष्याचा समग्र अर्थ आकसून एक बिन्दुरूप घेई.

रात्रही आपलं समग्र अस्तित्व एका बिन्दूत केन्द्रित करी
हा बिन्दू म्हणजेच मी होतो. तू होतीस. ह्या शून्यस्थानी आपण दोघंही उभे होतो.

--आणि मग तो बिन्दूही कुठं तरी हरपून गेला.
ती रात्रही विरघळून गेली.

या सडकेवरून येताना मी कुणाला पाहिलं नाही.
या सडकेवरून जाताना मी कुणाला पाहिलं नाही. मी फक्त तुझी पावलं मोजली होती. तुझ्या पावलांची चाहूल ऐकली होती.
तो कोण आहे, हे मला ठाऊक नाही, या रस्त्यावरून तो केव्हा गेला, हे मला कळलं नाही... परंतु त्यानं तुझ्या चालीत पडलेला खंड जोडला होता.

तू इकडं येणं सोडून दिलंस, पण मी तुझी वाट पाहणं सोडून दिलेलं नाही.
तू आजही या रस्त्यावरून जाते-येतेस, परंतु माझे दोन डोळे आजही तुझी अविरत प्रतीक्षा करताहेत, हे दृष्टी उचलून तुला कधी पाहावंसं वाटलं नाही.
तू आजही या रस्त्यावरून जाते-येतेस... पण तुझा पदर पुन्हा कधी वाऱ्यावर फडफडला नाही..
पहाटेला तू कधी निरोप घेतला नाहीस.. 'येते हं' म्हणाली नाहीस.

पहाट आपल्या हृदयात धगधगणाऱ्या अग्नीमुळं तापत राहते, भडकत राहते आणि संध्याकाळ येईतो जळून राख होते, वाऱ्यावर उधळली जाते, विखुरली जाते.

आता खिडकीची दोन्हीही टोकं मोडली आहेत.

तू उभी असलेलं खिडकीचं टोकंही निखळून पडलं आहे.
आता हा रस्ता त्या हमरस्त्याला जाऊन मिळत नाही.
फक्त एक स्वप्न पेंगणाऱ्या डोळ्यांनी बसून राहतं. रात्रीचे बदलते रंग निरखीत राहतं...
ती रात्र... निळी रात्र, वाटोळी रात्र, पांढरीशुभ्र रात्र, प्रदीर्घ अशीही रात्र.. पण ही रात्र चौरसाकार होती.

ही रात्र फक्त चौरसाकार होती... भिंतीत बसवलेल्या खिडकीसारखी... डोळ्यांत जडवलेल्या स्वप्नासारखी.

❑